ഗ്രീൻ ബുക്സ്

കുടയൂർ കഥകൾ

കെ.ആർ. നാരായണൻ

ശാസ്ത്രജ്ഞൻ, എഴുത്തുകാരൻ.
1941ൽ തൃശൂർ ജില്ലയിലെ ഇരിങ്ങാലക്കുടയിൽ ജനനം.
1969 മുതൽ ഇംഗ്ലീഷിലും മലയാളത്തിലുമായി
സമുദ്ര ജീവശാസ്ത്രം, കേരളചരിത്രം, ഇംഗ്ലീഷ് മലയാള
ഭാഷാസാഹിത്യം തുടങ്ങിയ വിഷയങ്ങളെക്കുറിച്ച്
നാനൂറിലധികം ലേഖനങ്ങളും മൂന്നു ജീവചരിത്രങ്ങളും രചിച്ചു.
ഗുജറാത്ത് ഗവൺമെന്റിൽനിന്ന് ഡെപ്യൂട്ടി ഫിഷറീസ്
ഡയറക്ടറായി 1999ൽ വിരമിച്ചു.
ഗുജറാത്തു ഗവൺമെന്റ് സേവനത്തിനിടയിൽ
ഐക്യരാഷ്ട്രസഭയുടെ ഭക്ഷ്യ-കൃഷി സംഘടനയിലെ (Food and
Agriculture Organization) അസോസിയേറ്റ് കൺസൾട്ടന്റായും
സർവേയർ ജനറൽ ഓഫ് ഇന്ത്യയുടെ ആഭിമുഖ്യത്തിൽ
'ഐ.എൻ.എസ്. ദർശക്ക്' എന്ന ഗവേഷണക്കപ്പൽ നടത്തിയ
'ഒഷിയാനോവെക്സ് എക്സ്പെഡിഷൻ' എന്ന സമുദ്ര
ഗവേഷണത്തിൽ ശാസ്ത്രജ്ഞനായും ടാറ്റാ കെമിക്കൽസിന്റെ
'മറൈൻ ഫിഷ് കൾച്ചർ പ്രൊജക്ടിൽ' സ്പെഷൽ ഓഫീസറായും
മറ്റും സേവനം അനുഷ്ഠിച്ചിട്ടുണ്ട്. മുംബൈയിലെ ശാസ്ത്രീയ-
സാഹിത്യ സംഘടനകളിലെ സജീവ അംഗമാണ്.
The Preceptor എന്ന ജീവചരിത്രഗ്രന്ഥം മംഗളോദയം പ്രസിദ്ധീകരിച്ചു.

വിലാസം: *181-182, കല്പതരു-ഹെവൻ,*
എസ്.കെ. ആഹിരെമാർഗ്, വർളി, മുംബൈ - 400 018.
ഫോൺ: 91 9594053133

കുടയൂർ കഥകൾ

കെ.ആർ. നാരായണൻ

ഗ്രീൻ ബുക്സ്

green books private limited
little road, ayyanthole, thrissur- 680 003
ph: 0487-2361038
website: www.greenbooksindia.com
e-mail: info@greenbooksindia.com

(malayalam)
kudayoor kathakal
(story)
by
k.r. narayanan

first published december 2013

cover design : rajesh chalode

branches:
thrissur 0487-2422515
palakkad 0491-2546162
kannur 0497-2763038

isbn : 978-81-8423-285-1

GBPL/532/2013

കുടയൂരിനെ മദ്ധ്യകേരളത്തിലെ വലിയ ഒരു ഗ്രാമമായി മാത്രം കണ്ടാൽ മതി. ഇതിലെ കഥാപാത്രങ്ങൾ ഈ ഗ്രാമങ്ങളിൽ ജീവിച്ചിരുന്ന ആൾക്കാരും.

എന്റെ നാട്ടിലെ പല സമുദായങ്ങളിലുംപെട്ട പല കുടുംബങ്ങളിലെയും പഴയ കാരണവന്മാരും കാരണവത്തികളുമാണ് പല കുടയൂർ കഥകളുടെയും വിത്തുകൾ എന്റെ മനസ്സിൽ വിതച്ചത്. (അവരിൽ പലരും ഇന്നില്ല!) അതുകൊണ്ട്, വാസ്തവത്തിൽ ആ കഥകളുടെ എല്ലാം ഉടമസ്ഥർ അവർ മാത്രമാണ്.

ചരിത്രപരമോ ഐതിഹാസികമോ ആയ കഥകൾ ഒഴികെയുള്ള കഥകൾ എല്ലാം ഇരുപതാം നൂറ്റാണ്ടിന്റെ ആദ്യത്തെ ഏഴെട്ടു ദശകങ്ങളിൽ നടന്നതായിട്ടാണ് വിഭാവനം ചെയ്തിട്ടുള്ളത്.

മുംബൈയിലെ വൈറ്റ്ലൈൻ ജേർണലും/വേൾഡും ശ്രീ. പ്രേംലാൽ, ശ്രീ. സുരേഷ് വർമ്മ, ശ്രീ. സി.പി. കൃഷ്ണകുമാർ തുടങ്ങിയ ചില സുഹൃത്തുക്കളും സ്ഥാപനങ്ങളും പലവിധത്തിലും പല സമയത്തും ഈ സമാഹാരം തയ്യാറാക്കുവാൻ സഹായിച്ചിട്ടുണ്ട്.

വളരെ താത്പര്യത്തോടെയും ക്ഷമയോടെയും ഈ കഥകൾ എല്ലാം വായിച്ച് അതിലെ തെറ്റുകളും കുറവുകളും മറ്റും ചൂണ്ടിക്കാണിച്ചു തന്നു സഹായിച്ച മുംബൈയിലെ ശ്രീ. കെ. രാജനോടും കുടയൂർ കഥകളുടെ പ്രസിദ്ധീകരണത്തിനു മുൻകൈയെടുത്ത് സഹായിച്ച ശ്രീ. കെ.ഡി. ചന്ദ്രനോടും എനിക്ക് വളരെ കടപ്പാടുണ്ട്.

നന്ദി, എന്റെ നാടിനും നാട്ടുകാർക്കും!

കെ.ആർ. നാരായണൻ

കഥകൾ

കുടയൂർ 09
മുക്കുടി 11
ആനയും ചങ്ങലയും 13
വലിയങ്ങാടി 15
ബാർബർ പുരാണം 18
വാറുണ്ണിയുടെ ചെരുപ്പ് 21
കനാലിന്റെ കഥ 24
ബസ് ട്രാൻസ്‌പോർട്ട് 26
ഭൂതങ്ങൾ, യക്ഷികൾ 28
കാറുകൾ 31
നാടകം 34
സ്കൂൾ 36
ഒരു നാഴികക്കല്ല് 39
ഭൂതങ്ങളുടെ കുന്ന് 41
സ്റ്റെനോഗ്രാഫി 44
കുറുപ്പും അവാർഡും 46
ഗുപ്താസാർ 48
സോൾജ്ജറുടെ ട്യൂഷൻ 50
സിനിമ 53
കോടതി-വക്കീൽമാർ 56
കൊങ്ങിണികൾ 60
മുഹമ്മദീയർ 63
മത്സ്യപുരാണം 66
മാഷ് 69
തൈ പൂശം - തൈ പൂയം 72
മലയാ ഗോവിന്ദൻ 75
പാമ്പുകൾ 78
ജ്യോത്സ്യന്മാർ 81
വെളുത്തേടൻ 85
കേണൽ 88
മൈതാനം 90
പേന വ്യാപാരി 93
മേഷും ശിഷ്യനും 96
വെസ്റ്റ് എന്റ് 99
പണ്ഡിറ്റ് മാഷ് 102
ടെന്നീസ് 105
ഒരു കുളത്തിന്റെ കഥ 109
പഠിപ്പിക്കാത്ത മാഷ് 112
ആനക്കഥ 115
അവറാൻ 118
യജ്ഞോപവീതം 121
ബാർ കൾച്ചർ 123

കുടയൂർ

ചരിത്രപ്രധാനമായ പട്ടണം ആയിരുന്നു കുടയൂർ. (ഈ പേര് ഞങ്ങളുടെ, മലയാളം പ്രൊഫസർ ഇളയത്സാറിന്റെ അനിയൻ തിരുമേനി കൊടുത്ത താണ്). പരശുരാമന്റെ കൂടെ വന്ന മുപ്പത്തിരണ്ട് ആര്യ കുടുംബങ്ങളിൽ ഒന്ന് കുടയൂരിൽ ആണത്രെ താമസം ആക്കിയത്. പിന്നെ രണ്ടു കുടുംബ ങ്ങൾകൂടി കുടയൂരിന്നു തൊട്ടടുത്ത് അവിഷ്ടപുതുരിലും (അവിട്ടത്തൂർ), പെരുവനത്തിലും (പെരുമനം) താമസം ആക്കി എന്ന് കേരളോൽപ്പത്തി!

ഏക്കറുകൾ വിസ്തീർണ്ണത്തിൽ - രണ്ടു ചാലുകൾക്കു മദ്ധ്യേ - കിടന്ന ജൈനമതക്കാരുടെ സംഗമതീർത്ഥങ്കരന്റെ *ദേരാസര്* (പ്രാർത്ഥനാകേന്ദ്രം) പിടിച്ചെടുത്തു അവർ. അവിടെ ചതുർബാഹുവായ വിഷ്ണുരൂപത്തിലുള്ള സംഗമ ഈശ്വരനെ പ്രതിഷ്ഠിച്ചു. ഇവിടം ആര്യന്മാരുടെ ഒരു ഗ്രാമക്ഷേത്ര മായി. വേദപഠനങ്ങളും മറ്റും ഉൾക്കൊണ്ട് ആര്യ ഹൈന്ദവ കേന്ദ്രം ആയി ഉയർന്നു.

കഥകളും ഐതിഹ്യങ്ങളും നിറഞ്ഞു. കാലക്രമത്തിൽ, രാമായണ വുമായി ബന്ധപ്പെടുത്തി ഭരതക്ഷേത്രവുമായി. ശ്രീരാമന്റെ പാദുകവുമായി ഭരതൻ അവിടെ തപസ്സിരുന്നു എന്നും, ഒരു വലിയ ആൽമരം കുടപോലെ വിരിഞ്ഞ് മഴയും വെയിലും ഏൽക്കാത്തവിധം സംരക്ഷിച്ചു എന്നൊരു കഥയും ഉണ്ട്. രണ്ടു ചാലുകൾ കൂടുന്ന സ്ഥലം എന്ന കാരണത്താൽ ഇരുചാൽകൂടൽ എന്ന പേരു ലഭിച്ചു എന്നും അത് കാലക്രമത്തിൽ, ഇണങ്ങികൂടലും ഇരിഞ്ഞാലക്കുടയും മറ്റും ആയി പരിണമിച്ചു എന്ന് ചരിത്രക്കാരും പറയുന്നു.

അല്ലെങ്കിലും പേരിൽ എന്തിരിക്കുന്നു. 'വാട്ട് ഈസ് ഇൻ എ നേം' എന്നല്ലേ ഷേക്സ്പിയറുടെ ചോദ്യം?

കുട്ടിക്കാലത്ത് പട്ടണത്തിന്റെ ഈ പേര് കേൾക്കുമ്പോൾ മനസ്സിൽ ഒരു നിവർത്തിയ കുടയുടെ രൂപം തെളിയുമായിരുന്നു.

നന്നേ ചെറുപ്പത്തിൽ പുറംനാട്ടിൽനിന്നും ഇവിടെ വരുമ്പോൾ പട്ടണം തുടങ്ങുന്ന നാൽക്കവലയിൽ (ഹിന്ദുസ്ഥാനിയിലെ ഠാണാ എന്നതിനു പകരം ഇതിനെ ഡാണാവ് എന്ന് വിളിക്കുന്നു ഇവിടത്തുകാർ) ഒരു വലിയ കുടയെ അന്വേഷിക്കുമായിരുന്നു ഞങ്ങൾ കുട്ടികൾ. എപ്പോഴും നിരാശ ആയിരിക്കും ഫലം. പക്ഷേ 'ചെതലൻകുടകൾ' എന്ന ചിത്രപരസ്യങ്ങൾ

മെയിൻ റോഡിൽ പല കടകളിലും തൂക്കി ഇട്ടിരിക്കുന്നതു കണ്ട് ഞങ്ങൾ ആശ്വസിക്കും.

സ്ഥലത്തെ വലിയ അമ്പലത്തിലെ ദിവസങ്ങൾ നീണ്ടുനിൽക്കുന്ന ഉത്സവം, കിഴക്ക് ചന്തക്കുന്നിൽ ഒരു പുരാതന സിറിയൻ പള്ളി, അവിടുത്തെ തിരുന്നാൾ, പിന്നെ നാട്ടുകാരുടെ പിണ്ടിപ്പെരുന്നാൾ, അതിപുരാതനമായ ഹൈസ്കൂൾ, അതിന്നടുത്ത് ഒരു വലിയ പാടത്തിൽ നടക്കുന്ന ഫുട്ബോൾ കളികൾ, കായികാഭ്യാസങ്ങൾ.... ഇങ്ങനെ പോകുന്നു ഞങ്ങളുടെ അന്നത്തെ ചെറിയ ലോകം. ഇലക്ട്രിസിറ്റി ഇല്ലാത്തതുകൊണ്ട് ചൂട്ടും റാന്തൽ വിളക്കും വിശേഷനാളുകളിൽ വാടകയ്ക്ക് എടുത്ത 'പെട്രോമാക്സും' ആയിരുന്നു ഞങ്ങൾക്ക് രാത്രിയിൽ വെളിച്ചം തരുന്നത്.

അതിരാവിലെ ഉണർന്ന് അമ്പലക്കുളത്തിൽ കുളിച്ച് അമ്പലത്തിൽ തൊഴുന്നതോടെ ഞങ്ങളുടെ ദിവസം തുടങ്ങുന്നു. ക്രിസ്ത്യാനികൾ രാവിലെ കിഴക്കുള്ള പള്ളിയിലെ ആദ്യത്തെ കുർബാന കൂടി, പ്രാതൽ കഴിഞ്ഞ് അവരുടെ കച്ചവടം ആരംഭിക്കും.

ശാന്തമായ സ്വസ്ഥതയുള്ള ജീവിതം.

പക്ഷേ, മലയാളത്തിലെ പാലക്കാടൻ ഇതിഹാസക്കാരൻ ഇവിടം സന്ദർശിക്കുമ്പോഴേക്കും സ്ഥലം വളരെ മാറിയിരുന്നു. റോഡു മുഴുവൻ വൈദ്യുതിവിളക്കുകൾ, കണ്ടമാനം ഡോക്ടർമാർ, മെഡിക്കൽ ഷാപ്പുകൾ, ധാരാളം പെനിൻസില്ലിനും മറ്റ് ആന്റിബയോട്ടിക്കുകളും സ്കൂൾ, കോളേജ് - എന്തിന് കമ്മ്യൂണിസം പോലും ഇവിടെ എത്തിയിരുന്നു. നാലാൾ കൂടുന്ന ഏതു സ്ഥലത്തും ചുവന്ന കൊടികളും മുദ്രാവാക്യങ്ങളും പോപ്പുലർ ആയിത്തീർന്നിരുന്നു. തമിഴ്ചെട്ടികളുടെ വെളിച്ചെണ്ണ ആട്ടും പണ്ടാരങ്ങളുടെയും മൂപ്പന്മാരുടെയും പപ്പടം ഉണ്ടാക്കലും പണ്ടത്തെ പോലെത്തന്നെ അപ്പോഴും തുടർന്നിരുന്നു. (അതുകൊണ്ടാണല്ലോ ഇതിഹാസക്കാരന് ഗയിഡായി സന്നാലമൂപ്പനെ കിട്ടിയത്).

പക്ഷേ, പാലക്കാടൻ കഥാകാരനെപോലെ അന്നെല്ലാം എനിക്കും തോന്നുമായിരുന്നു. ഈ സ്ഥലം കേരളത്തിൽ ഉള്ളതാണോ എന്ന്. അയാൾ ഡാണാവില് നിന്നിരുന്ന ട്രാഫിക് പോലീസുകാരനോട് ചോദിച്ചുവത്രെ: "ഈ സ്ഥലത്ത് മലയാളികൾ ഉണ്ടോ" എന്ന്.

"ഇമ്മിണി ഇണ്ടല്ലോ - റപ്പായി, ഈനാശു, വറദ്, ലോനപ്പൻ..." എന്നത്രേ പോലീസുകാരൻ പറഞ്ഞത്.

■

മുക്കുടി

കൂടയൂരിലെ ക്ഷേത്രം അതീവസുന്ദരം ആണ്. പൗരാണികകാലത്തെ ജൈനശില്പികളുടെ കൈവിരുത് ഇപ്പോഴും തെളിഞ്ഞു കാണാം. ഏക്കറുകൾ വിസ്തീർണ്ണത്തിൽ പരന്നുകിടക്കുന്ന ക്ഷേത്രപ്പറമ്പിൽ വടക്കേ വശത്ത് വളരെ ശുദ്ധമായ തീർത്ഥക്കുളം. കിഴക്കേ ഗോപുരത്തിനു പുറത്ത് കിഴക്കുമാറി ഒരു വലിയ കുളം. തെക്കേഗോപുരനടയ്ക്കു തൊട്ടടുത്ത് 'തെക്കേകുളം'.

തെക്കേകുളത്തിന്റെ വടക്കേകടവുകളിൽ നിന്നും മധ്യഭാഗം വരെ മനുഷ്യർക്ക് നടക്കാവുന്ന ഒരു കോൺക്രീറ്റ് നടപ്പാതയും അതിന്റെ തെക്കേ അറ്റത്ത് ഒരു വിളക്കുമരവും ഉണ്ടായിരുന്നു. ഇപ്പോൾ അതില്ല.

ഈ കുളത്തിൽ ധാരാളം മുതലകൾ ഉണ്ടായിരുന്നുവത്രേ കൊല്ലങ്ങൾക്കു മുമ്പ്. ഞാൻ കണ്ടിട്ടില്ല; പറഞ്ഞു കേട്ടിട്ടേ ഉള്ളൂ. പാലക്കാട്ടു നിന്നും ഇതിഹാസക്കാരൻ ഇവിടെ വന്ന സമയത്ത് അയാളുടെ ഗയിഡ് ആയിരുന്ന 'സന്നാലൻ' എന്ന കുടുംബിമൂപ്പൻ ചരിത്രപ്രാധാന്യം ഉള്ള ഈ കുളം കാണിച്ചു കൊടുത്തു എന്നും അവിടുത്തെ 'മുതലകഥകൾ' പറഞ്ഞുകൊടുത്തു എന്നും ചരിത്രരേഖകളിൽ കാണാം.

തെക്കെ കുളത്തിന്റെ തെക്കുഭാഗം മുഴുവനും പാടശേഖരങ്ങൾ ആയിരുന്നു - ഞങ്ങളുടെ കുട്ടിക്കാലത്തും അതിന്നുമുമ്പും. പാടങ്ങളുടെ നടുവിൽ കൂടി പടിഞ്ഞാട്ടുപോകുന്ന നാട്ടുവഴി ആയിരുന്നു കാക്കത്തുരുത്തിപുഴ (കനോലി സായിപ്പിന്റെ കനാൽ) വരെ. ഇപ്പോൾ ഇത് താറിട്ടു വീതി കൂട്ടി പുഴയ്ക്കു മേലുണ്ടാക്കിയ പാലം വഴി ഇപ്പോഴത്തെ രാജപാതയിൽ ചേരുന്നു.

ഇതെല്ലാം ഉണ്ടാകുംമുമ്പ് - കൂടയൂരിൽ മുനിസിപ്പിലാറ്റി വരുന്നതിന് എത്രയോ കൊല്ലങ്ങൾക്കു മുമ്പ് - നാട്ടുകാർ അത്യാവശ്യം പ്രകൃതിയുടെ വിളികൾ കേട്ടിരുന്നത് ഈ പാടങ്ങളുടെ ഓരങ്ങളിൽ ആണത്രെ. നാട്ടുകാർ മാത്രമല്ല അമ്പലത്തിലെ സാക്ഷാൽ ഭഗവാൻപോലും ഇവിടെ കാര്യങ്ങൾ സാധിച്ചിട്ടുണ്ടെന്ന് ഐതിഹ്യമാലയിൽ പറഞ്ഞു കാണുന്നു.

അത്തരം ഒരു സന്ദർഭത്തിൽ ആണത്രെ സാക്ഷാൽ 'കുട്ടഞ്ചേരി മൂസ് ആ വഴിക്കു വന്നതും ഭഗവാന്റെ വിരേചനക്രിയ കണ്ടു പകച്ചു നിന്നതും.

"ഇതെന്തുപറ്റി എന്റെ മാണിക്കാ," എന്ന മൂസിന്റെ ചോദ്യത്തിന് ഭഗവാൻ പറഞ്ഞുവത്രേ: "മൂസേ, ഇന്നലത്തെ ത്രിപ്പുത്തരിസദ്യ

അതികേമം ആയിരുന്നു. നല്ല കൈക്കുത്തരിചോറും നെയ്യും മൂന്നുവിധം പായസങ്ങളും കുറുക്കുകാളൻ, അവിയൽ, ഓലൻ എല്ലാം വളരെ കേമം ആയിരുന്നു. കുറച്ച് അധികം ഉണ്ട് കളഞ്ഞോ എന്നു സംശയം. വയറിന് ഒരു അസുഖം. ശോധനാച്ചാ ഖണ്ഡശഃ ഉണ്ടുതാനും. മരുന്നു വല്ലതും ഉണ്ടെങ്കിൽ, നടക്കൽ എത്തിച്ചാൽ മതി. മേൽശാന്തിയോട് ഞാൻ പറഞ്ഞോളാം."

മൂസ് പകച്ചു നിന്നു. ആ രാത്രിയിൽ തന്നെ പച്ചമരുന്നുകൾ തേടിപ്പിടിച്ചു 'മുക്കുടി' നൈവേദ്യം തയ്യാറാക്കി മേൽശാന്തിയെ ഏല്പിച്ചു. ഇതിന്നിടയിൽ മേൽശാന്തിക്കും ഉറക്കത്തിൽ കല്പന കിട്ടിയത്രേ:

"കുട്ടഞ്ചേരി മൂസ് കൊണ്ടുവരുന്ന മരുന്ന് അതിരാവിലെ തന്നെ നിവേദിക്കണം. ബാക്കി എല്ലാം മൂസ് പറയും" എന്ന്.

ഉറക്കത്തിൽനിന്നും ചാടി ഉണർന്ന മേൽശാന്തി കണ്ണു തുറന്നപ്പോളുണ്ട് മൂസ് 'മുക്കുടിനിവേദ്യവും ആയി' മുന്നിൽ. അദ്ദേഹം കഥകൾ വിസ്തരിച്ചു കേൾപ്പിച്ചു, മുക്കുടിമരുന്ന് ഉടനെ ഭഗവാന് നിവേദിക്കാൻ പറഞ്ഞു. മേൽശാന്തി നിവേദിക്കയും ചെയ്തു. അതുകൊണ്ട്, കുടയൂർക്കാർ പുത്തരിസദ്യക്ക് അടുത്ത ദിവസം രാവിലെ തന്നെ മുക്കുടിമരുന്ന് പ്രസാദം വാങ്ങി കഴിക്കുന്നു ഇന്നും. ■

ആനയും ചങ്ങലയും

കൂടയൂരിലെ അമ്പലത്തിലെ ദീപസ്തംഭത്തിന്റെ അടിയിൽ വലിയ ഒരു ചങ്ങല ഇപ്പോഴും ഉണ്ട്. ഞങ്ങൾ കുട്ടികൾ ആയിരുന്നപ്പോഴും ഉണ്ടായിരുന്നു.

കൊല്ലങ്ങളായിട്ടുണ്ടത്രേ ഈ ചങ്ങല. കുട്ടിക്കാലത്ത് കാണിച്ചുതരുമായിരുന്നു കാരണവന്മാർ.

"കവളപ്പാറ കൊമ്പന്റെ ചങ്ങലയാണ്; ആലോചിച്ചു നോക്ക്, അവൻ എത്ര വലിയ കൊമ്പൻ ആയിരുന്നിരിക്കും" എന്ന് അവർ പറയുമായിരുന്നു.

അന്ന് മനസ്സിൽ കറുത്ത, വലിയ ഗോപുരത്തിന്റെ മേൽത്തട്ട് വരെ ഉയർന്നുനിൽക്കുന്ന, വെണ്ണപോലെ വെളുത്ത കൊമ്പുള്ള ഒരു ഭീകരൻ ആന ഞങ്ങളുടെ മനസ്സിൽ ഉയർന്നു വരും. കിഴക്കേ വളപ്പിലെ മാഷാണ് ഞങ്ങളുടെ തെറ്റ് തിരുത്തിത്തന്നത്.

"അത് കവളപ്പാറേടെ ചങ്ങല അല്ല, അപ്പൻ', മാഷ് ഒരിക്കൽ പറഞ്ഞു: "രവീടെ ആണ്. വല്യരവീടെ."

അപ്പോൾ മനസ്സിലായി കവളപ്പാറയെക്കാൾ ഒരുഗ്രൻ ആനയും ഞങ്ങളുടെ അമ്പലത്തിൽ ഉണ്ടായിരുന്നു എന്ന്. അവനെ കാണാൻ സാധിച്ചിട്ടില്ലല്ലോ എന്നും തോന്നാറുണ്ട്. "കവളപ്പാറയെയും കുട്ടികൾ കണ്ടിട്ടുണ്ടാവില്ല എന്നു തോന്നുണു" മാഷു പറയും. ശരിയാണ് കവളപ്പാറയും വലിയ രവിയും എല്ലാം ഞങ്ങളുടെ മനസ്സിൽ മുതിർന്നവർ വരച്ച ചിത്രങ്ങൾ മാത്രം ആയി ഇന്നും അവശേഷിക്കുന്നു.

പക്ഷേ സംഗതി അതല്ല. ആനയേക്കാൾ പ്രാധാന്യം ഈ ചങ്ങലയ്ക്കാണ് എന്നു തോന്നിപ്പോകും ചിലപ്പോൾ. ഈ ചങ്ങല കുടയൂരുകാരെ കവളപ്പാറയെയോ, രവിയെയോ മാത്രം അല്ല, ഉത്സവകാലത്തു പത്തു ദിവസങ്ങളിൽ വരിവരി ആയി ചമഞ്ഞ് ഒരുങ്ങിനിൽക്കുന്ന മുപ്പതോളം വരുന്ന പല പേരുകൾ ഉള്ള പലതരത്തിൽ ഉള്ള ഗജവീരന്മാരെയാണ് ഓർമ്മിപ്പിക്കുന്നത്.

കൂട്ടത്തിൽ പലരും ഉണ്ട്. കൂടലാറ്റുപുറം, പാമ്പുമേക്കാടൻ, ഗുരുവായൂർ കേശവൻ, ക്ലാങ്ങാട്ടുകേശവൻ തുടങ്ങിയ വമ്പന്മാർ.

കുടയൂർകാർക്ക് ആന ഒരു ഹരം ആയിരുന്നു.

അവ കുളി കഴിഞ്ഞ്, കൃഷ്ണശില പോലെ ഉള്ള ശരീരവും കുലുക്കി, വാലും കാതുകളും താളത്തിൽ ആട്ടി, ചങ്ങല കുലുക്കിക്കൊണ്ടു വരുന്ന വരവ് ഒന്നു കാണേണ്ടതുതന്നെയാണ്. ആനക്കമ്പമുള്ള കുടയൂർക്കാർ ചങ്ങലയുടെ താളത്തിനൊത്ത് കൈക്കൊട്ടിയോ തലയാട്ടിയോ ആനകളുടെ ഈ വരവ് ആസ്വദിക്കുമായിരുന്നു. തമ്പുരാന്റെയും വക്കീലന്മാരായ മേനോന്മാരുടെയും ഉത്സാഹം കാണേണ്ട കാഴ്ചയാണ്. അവർ ആനകൾക്കു തെങ്ങിൻപട്ടയും നാളികേരവും ശർക്കരയും എല്ലാം വാരിക്കൊടുത്തിരുന്നു. 'ബാലദോഷങ്ങൾ' നീങ്ങാൻ കൊച്ചുകുട്ടികളെയുംകൊണ്ട് ആനയ്ക്ക് അടിയിലൂടെ നുഴയുമായിരുന്നു അവർ.

ചിലപ്പോൾ തോന്നും ഈ ആനകൾ ഇതെല്ലാം ഒരു തമാശ ആയിട്ട് കാണുന്നു എന്ന്. അവർക്ക് അന്ന് വേണ്ടുവോളം ഭക്ഷണം, കുടിക്കാനും കളിക്കാനും ധാരാളം വെള്ളം, നല്ല വിശ്രമം, മദം തുടങ്ങുമ്പോൾ കാടുകളിൽ കയറി ഇണകളോടു കൂടെ കഴിയാനുള്ള സൗകര്യം ഇതെല്ലാം ധാരാളം മതിയായിരുന്നു. അതുകൊണ്ട് ആർക്കും അവ ശല്യം ചെയ്യാറില്ലായിരുന്നു. പക്ഷേ ഇന്നത്തെ സ്ഥിതി അങ്ങനെ അല്ലല്ലോ!!

"വിഘ്നേശ്വരനായ ഗണേശനായി പൂജിക്കപ്പെടുമ്പോഴും ഏഷ്യൻ ആനകൾ, ഭൂമിയിൽ നരകജീവിതം ആണ് അനുഭവിക്കുന്നത്" (Even when the Asian Elephant - Elephus maximus - is being worshipped as a symbol of Ganesha, the destroyer of obstacles, it goes through hell on earth) എന്നാണ് പീറ്റർ ജെഗ്ഗി (Peter Jaeggi) എന്ന ശാസ്ത്രജ്ഞൻ അദ്ദേഹത്തിന്റെ 'എ ഗോഡ് ഇൻ ഡിസ്ട്രെസ്സ്' (A God in Distress) എന്ന പുസ്തകത്തിൽ പറയുന്നത്.

■

വലിയങ്ങാടി

കുടയൂരിലെ പള്ളിവേട്ട ആലിന്നു കിഴക്കോട്ടും ഡാണാവിന്റെ പടിഞ്ഞാറുമായി ഒരു ഋജുരേഖയിൽ നീണ്ടുകിടക്കുന്നു കുടയൂരിലെ വല്യങ്ങാടി. ഇവിടെയും ചന്തക്കുന്നിലും പണ്ടേ മുതൽക്ക് ക്രൈസ്തവരാണ് താമസിച്ചിരുന്നത്. ഒന്നാംതരം സുറിയാനി ക്രിസ്ത്യാനികൾ.

പണ്ട് ഇവരെ ബഹുമാനത്തോടെ മാപ്പിളമാര് എന്നു വിളിച്ചിരുന്നു. ഇതിന് ഒരു കാരണവും ഉണ്ട്. ക്രൈസ്തവചരിത്രക്കാരുടെ പക്കൽനിന്നും കിട്ടിയതാണ് ആ കഥ. സാധാരണയായി മദ്ധ്യപൂർവ്വ ഏഷ്യയിൽ നിന്നും കേരളത്തിൽ കുടിയേറിപ്പാർത്തവരെയാണ് പണ്ട് മാപ്പിള എന്ന പദം വിശേഷിപ്പിക്കുന്നതത്രേ. മുമ്പ് സിറിയയിൽനിന്നു വന്ന യഹൂദന്മാരെ 'ജൂദാ മാപ്പിള' എന്നും അറബി മുസ്ലീമുകളെ 'ജോനകൻ മാപ്പിള അഥവാ ഇസ്ലാം മാപ്പിള' എന്നും സിറിയയിൽനിന്നും വന്ന ക്രിസ്ത്യാനികളെ - നസറേത്തിൽ നിന്നുവന്നവർ എന്ന അർത്ഥത്തിൽ - നസ്രാണി മാപ്പിള എന്നും വിളിച്ചിരുന്നു. പിന്നീട് തോമശ്ലീഹയിൽനിന്നും വിശ്വാസം സ്വീകരിച്ച പല സുറിയാനി ക്രിസ്ത്രീയ കുടുംബങ്ങൾക്കും മാപ്പിള എന്ന പേരും സ്ഥാനവും ലഭിച്ചു.

കാലപ്പഴക്കത്തിൽ ആ സമ്പ്രദായം മാറി. എങ്കിലും കുടയൂർക്കാർ പ്രായത്തിൽ മുതിർന്ന ക്രിസ്ത്യാനികളെ പേര് പറഞ്ഞു വിളിക്കാറില്ല. പേരിന്റെ കൂടെ 'എട്ടാ' എന്നു ചേർത്താണു വിളിക്കാറ്. അതുകൊണ്ട്, ലോനപ്പേട്ടനും വർഗീസേട്ടനും ഈനാശുവേട്ടനും റപ്പായി ഏട്ടനും മറ്റും ആയി പല ഏട്ടന്മാർ ഞങ്ങൾക്ക് ഉണ്ടായിരുന്നു.

പതിനെട്ടാം നൂറ്റാണ്ടിന്റെ മദ്ധ്യകാലത്ത്, 'ശക്തൻ തമ്പുരാൻ' എന്ന് അറിയപ്പെട്ടിരുന്ന കൊച്ചിയിലെ രാജാവായിരുന്ന ശ്രീരാമവർമ്മ തമ്പുരാൻ ആണ് ക്രിസ്ത്യാനികളെ പുത്തൻചിറ, കൽപറമ്പ്, താഴെക്കാട്, മാപ്രാണം, ചെമ്മണ്ട, വെള്ളാനി, കാട്ടൂർ തുടങ്ങിയ സ്ഥലങ്ങളിൽനിന്നും കുടയൂരിൽ കൊണ്ടുവന്ന് അവിടത്തെ വല്യങ്ങാടിയിലും ചന്തക്കുന്നിലും താമസിപ്പിച്ചത് എന്നു ചരിത്രം പറയുന്നു. ആദ്യമായി പതിനാറു കുടുംബങ്ങൾ ആണത്രേ വന്നത്. കുടയൂരിലെ കച്ചവടവും വാണിജ്യവും വികസിപ്പിക്കാൻ ആയിരുന്നു ശക്തൻ അവരെ ഇവിടെ കൊണ്ടുവന്നത്. അദ്ദേഹം

ഏല്പിച്ചിരുന്ന ചുമതല അവർ ഭംഗിയായി നിർവഹിച്ച് കുടയൂരിനെ കൊച്ചി സംസ്ഥാനത്തിലെ ഒരു പ്രധാനപ്പെട്ട കച്ചവടകേന്ദ്രവും ആക്കി. നാളികേരം, കൊപ്ര, എണ്ണ, കയർ മുതലായവ ആയിരുന്നു ആദ്യത്തെ കച്ചവടവസ്തുക്കൾ. പിന്നീട് കിഴക്ക് മലമ്പ്രദേശങ്ങളിൽനിന്നും സുഗന്ധദ്രവ്യങ്ങളും മരങ്ങളും അവർ കച്ചവടം ചെയ്തു. അവർക്ക് നാടുവാഴുന്ന തമ്പുരാൻ സ്ഥാനമാനങ്ങൾ നൽകി ബഹുമാനിച്ചു.

ഇവർക്ക് പണ്ടുമുതൽക്കേ സമുദായത്തിൽ ബഹുമാന്യമായ സ്ഥാനം ഉണ്ടായിരുന്നു. ഇതിനും കാരണമുണ്ട് എന്ന് ചരിത്രകാരന്മാർ പറയുന്നു. അടിസ്ഥാനപരമായി ഏ.ഡി. ഒന്നാം ശതകത്തിലെ ഇന്നത്തെ കേരളത്തിലെ ഉന്നതസ്ഥാനത്തുണ്ടായിരുന്നവർ (ബ്രാഹ്മണർ എന്ന് ചിലർ പറയുന്നു - പക്ഷേ ചരിത്രം സമ്മതിക്കുന്നില്ല!) ആയിരുന്നു ക്രിസ്തുമതം സ്വീകരിച്ചതെന്നും അതുകൊണ്ട് അവരുടെ പിന്തുടർച്ചക്കാർക്കും ഈ ബഹുമാനങ്ങൾ തുടർന്നു കൊടുത്തുവന്നിരുന്നു എന്നുമാണ് കാണുന്നത്.

കാരണം എന്തായാലും, കുടയൂർ ക്രിസ്ത്യാനികൾക്ക് മറ്റു മതക്കാരുടെ സ്നേഹബഹുമാനങ്ങൾ ലഭിച്ചിരുന്നു. അതുപോലെതന്നെ ക്രിസ്ത്യാനികൾ മറ്റു മതക്കാരുടെ മതപരമായ കാര്യങ്ങളിലും ചടങ്ങുകളിലും വളരെ താത്പര്യത്തോടെ സഹായിച്ചും സഹകരിച്ചും പങ്കെടുത്തിരുന്നു. കുടയൂരിലെ സുപ്രധാനമായ അമ്പലത്തിന്റെ ആഘോഷങ്ങളിലും മറ്റു വിശേഷങ്ങളിലും പണ്ടുമുതൽക്കേ അവർ സഹായവും സഹകരണങ്ങളും നൽകിയിരുന്നു.

വലിയ അങ്ങാടിയുടെ നടുക്കായിട്ടാണ് കൊച്ചു സംസ്ഥാനത്തിലെ ആദ്യത്തെ പതിനഞ്ചു ഹൈസ്കൂളുകളിൽ ഒന്നായ കുടയൂർ സർക്കാർ ബോയ്സ് ഹൈസ്കൂൾ നിൽക്കുന്നത്. അതുകൊണ്ട് കുടയൂരിലെ മിക്കവാറും എല്ലാ ക്രിസ്ത്യാനികളും കുട്ടികളെ അവിടെ അയച്ചിരുന്നു. പടിഞ്ഞാറെ കുടയൂരിൽനിന്നും നായർ-നമ്പൂതിരിമാരുടെ കുട്ടികൾ തെക്കുഭാഗത്തെ തമിഴ് ബ്രാഹ്മണർ, ഗൗഡസാരസ്വതർ, തമിഴ് വാണിയന്മാർ-ചെട്ടികൾ എന്നിവരുടെ കുട്ടികൾ, പട്ടണത്തിന്റെ പുറംഭാഗങ്ങളിലെ ഗ്രാമങ്ങളിലെ കുട്ടികൾ എന്നിങ്ങനെ ആ പ്രദേശത്തെ മിക്കവാറും ആൺകുട്ടികൾ എല്ലാം ഈ സ്കൂളിലാണ് പഠിക്കുക. ശരിക്കും പറഞ്ഞാൽ, കുടയൂർ സംസ്ക്കാരം ഉടലെടുക്കുന്നതും കുടയൂരിന്റെ മാത്രമായ ഒരു മലയാളഭാഷ ഉരുത്തിരിയുന്നതും ഇവിടെയാണ്.

പാലക്കാടൻ സാഹിത്യകാരനെ വട്ടംകറക്കിയ ഒന്നാണ് കുടയൂരിന്റെ ഭാഷ എന്ന് മുമ്പ് പറഞ്ഞല്ലോ. പക്ഷേ, ഈ നാട്ടുകാർ പറയുന്നത് അത് 'ബെസ്റ്റ് ഭാഷ' ആണെന്നാണ്. "സാഹിത്യക്കാര് വേഷം കേട്ട് എടുത്താ ഞങ്ങ എന്തൂട്ടാ ചെയ്യാ?" എന്നാണു വട്ടപ്പറമ്പൻ ലോനപ്പേട്ടന് ഇതിനെക്കുറിച്ച് ഒരിക്കൽ പറഞ്ഞത്. "വല്ലോരും മെക്കട്ട് കേറിയാലും ഞങ്ങസ്വരം ഇണ്ടാക്കില്ല, ട്ടാഡാ" അയാള് പറഞ്ഞു.

കുടയൂരിന്റെ സ്ഥായിയായ ദൗർബല്യം 'ഫുട്ബോൾ' ആണ്. ഒരു കാലത്ത് കൊച്ചിരാജ്യത്തിന്റെ മികച്ച ഫുട്ബോൾ കളിക്കാർ എല്ലാം ഇവിടുത്തെ ക്രിസ്ത്യാനികൾ ആയിരുന്നു. ഫുട്ബോൾ ജ്ഞാനം ഇവർക്കു ലഭിച്ചു തുടങ്ങുന്നത് അയ്യൻകാവ് പാടത്തിലും ഹൈസ്കൂൾ ഗ്രൗണ്ടിലും നിന്നാണ്. അതിനു പ്രായം എന്ന ഒന്നില്ല എന്ന് ഇവർ ബലമായി വിശ്വസിക്കുന്നു. കുട്ടികൾ നടക്കാൻ പഠിച്ചാൽ ഫുട്ബോൾ തുടങ്ങാം എന്നാണ് കുടയൂർ ക്രിസ്ത്യാനികളുടെ അഭിജ്ഞമതം.

■

ബാർബർ പുരാണം

മൂന്നുനാലു പതിറ്റാണ്ടുകൾക്കു മുമ്പ്, ഭാരതത്തിന്റെ വടക്ക്-പടിഞ്ഞാറൻ കടൽതീരത്ത് ഒരു ചെറിയ പട്ടണത്തിൽ റ്റെമ്പററി ഡ്യൂട്ടിയിൽ കുറച്ചു കാലം താമസിക്കേണ്ടി വന്നു. ഒരു പഴയ രാജാവിന്റെ സംസ്ഥാനം ആയിരുന്നു സ്ഥലം. കൊട്ടാരത്തിൽ രാജാവിന്റെ അതിഥി ആയിട്ടായിരുന്നു താമസം. ഇവിടത്തെ സ്ഥിതിഗതികൾ കണ്ടാൽ തോന്നും ഇവിടെ ഇപ്പോഴും രാജഭരണം ആണ് നടക്കുന്നതെന്ന്. എന്താവശ്യം ഉണ്ടെങ്കിലും എ.ഡീ.സീയോടു പറഞ്ഞാൽ മതി എന്നായിരുന്നു രാജകല്പന.

മുടി വെട്ടാൻ സമയം ആയിരുന്നതിനാൽ ഒരു ദിവസം രാജാവിന്റെ എ.ഡീസീയോട് അടുത്ത് എവിടെയാണ് ബാർബർ ഷോപ്പ് എന്നു ചോദിച്ചു. എവിടേക്കും പോകേണ്ടതില്ല എല്ലാം ഇവിടെ വരുത്താം എന്നു പറഞ്ഞു എ.ഡീ.സീ. എന്നാൽ നാളെ രാവിലെ ആയ്ക്കോട്ടെ എന്നു ഞാനും.

അടുത്ത ദിവസം രാവിലെ പ്രാതലിനുശേഷം വായിച്ചുകൊണ്ടിരുന്നപ്പോൾ ഒരു രാജസേവകൻ വന്നു പറഞ്ഞു 'ഹജാം' വരുന്നുണ്ടെന്ന്. ബാൽക്കണിയിൽനിന്നു നോക്കിയപ്പോൾ ഒരു പഴയ രാജപാർട്ടുകാരൻ കുതിരപ്പുറത്തു വന്നിറങ്ങുന്നതും രാജസേവകർ അയാളുടെ കയ്യിൽ നിന്നും പിച്ചളകൊണ്ട് അലങ്കരിച്ച പഴയകാലത്തെ ഒരു മരപ്പെട്ടി വാങ്ങി അയാളുടെ കുതിരയെ പുറകുവശത്തേക്കു കൊണ്ടുപോകുന്നതും കണ്ടു. പഴയകാലത്തെ തമിഴ് സിനിമ കാണുന്ന പ്രതീതി ആയിരുന്നു എനിക്ക്. പുറകുവശത്തെ കോർട്ട്യാഡിൽ ഒരുക്കിയ സിംഹാസനം പോലെ ഒരു കസേരയിൽ എന്നെ ഇരുത്തി ഹജാം തന്റെ പണി പൂർത്തിയാക്കി. പിന്നീട് ഒരു ബേസിനിൽ മുടി കഴുകി നല്ലവണ്ണം മിനുക്കി ചീകിവച്ചു.

ഈ സമയം അത്രയും മറ്റൊരു രാജകിങ്കരൻ വലിയ ഒരു കണ്ണാടിയും പിടിച്ച് എന്റെ മുമ്പിലും പിന്നിലും ആയി വട്ടം ചുറ്റിക്കൊണ്ടിരുന്നു. പിന്നീട് അയാൾ ചൂടുവെള്ളത്തിൽ നനച്ച ടർക്കിഷ്ടവൽകൊണ്ട് കഴുത്തും മുഖവും എല്ലാം തുടച്ചു.

ഈ സൗകര്യങ്ങൾ എല്ലാം കണ്ടപ്പോൾ ഒരു നൂറ്റാണ്ട് മുമ്പ്

ഏതെങ്കിലും രാജകുടുംബത്തിൽ ജനിക്കാം ആയിരുന്നു എന്നു തോന്നിപ്പോയി. അത്രയ്ക്കും സുഖകരമായ ഒരു എക്സ്പീരിയൻസ്!

പഴയകാലത്തെ രാജാക്കന്മാരും ബാർബർമാരും തമ്മിൽ വളരെ ഗാഢമായ ബന്ധം ഉണ്ടായിരുന്നു എന്ന് ചരിത്രപുസ്തകങ്ങൾ പറയുന്നു. പഴയ 'മീഡാസ്സിന്റെ' കഥ ആണ് ഓർമ്മ വന്നത്. രാജാവിന് കഴുതയുടെ ചെവികൾ ആയിരുന്നു. ആ രഹസ്യം ബാർബർക്കു മാത്രമേ അറിയാമായിരുന്നുള്ളൂ.

പക്ഷേ, എത്രകാലം രഹസ്യം സൂക്ഷിക്കുവാൻ പറ്റും? ആരോടെങ്കിലും പറഞ്ഞില്ലെങ്കിൽ തല പൊട്ടിപ്പോകും എന്ന സ്ഥിതി വന്നു ബാർബർക്ക്. അയാൾ കാട്ടിൽ ചെന്ന് ഒരു കുഴി കുഴിച്ചു. കുഴിയോടു മൂന്നു പ്രാവശ്യം പറഞ്ഞുവത്രേ: "മിഡാസ്സിന്നു കഴുതച്ചെവി ആണ്" എന്ന്.

പിന്നീട്, ആ കുഴിയിൽനിന്നും മുളയുടെ ചെടികൾ വളർന്നു എന്നും അവ വലുതായി, കാറ്റിൽ ഉലഞ്ഞ് ആടുമ്പോൾ എല്ലാം മിഡാസ്സിന്റെ രഹസ്യം ഉറക്കെ വിളിച്ചുപറഞ്ഞിരുന്നു എന്നാണ് ഈ ഗ്രീക്കു കഥ പറയുന്നത്.

ഇതെല്ലാം ആലോചിച്ചിരുന്നപ്പോൾ ഓർമ്മ വന്നത് പഴയകാലത്തെ കുടയൂരിലെ ബാർബർമാരെയാണ്. ഒരുകാലത്ത് 'വിളക്കിത്തലനായർ' എന്ന സ്ഥാനപ്പേരിൽ ആയിരുന്നുവത്രെ ഇവർ അറിയപ്പെട്ടിരുന്നത്. ഓരോ കുടുംബത്തിനും അവരുടേതായ സ്വന്തം ഒരു ബാർബർ ഉണ്ടായിരുന്നു. അക്കാലത്തെ കൊച്ചുകൃഷ്ണനും രാമു എന്ന രാമൻകുട്ടിയും സൊസൈറ്റിയുടെ അവിഭാജ്യഘടകങ്ങൾ ആയിരുന്നു എന്ന് പഴമക്കാർ പറയുന്നു. ബാർബർമാർ ആവശ്യം വരുന്ന എല്ലാ മതപരമായ കർമ്മങ്ങളിലും അവർ ഉണ്ടാകും. ബ്രാഹ്മണരുടെ വിവാഹം, പൂണൂൽ കല്യാണം, മരണശേഷമുള്ള ക്രിയകൾ തുടങ്ങിയ എല്ലാ കർമ്മങ്ങളിലും 'അമ്പട്ടൻ' ആവശ്യമാണ്. അവർക്കുവേണ്ട ഭക്ഷണം, മുണ്ട്, കാശ്, നെല്ല് തുടങ്ങിയ എല്ലാ അവശ്യവസ്തുക്കളും ഈ കുടുംബങ്ങൾ കൊടുക്കും. ഒരുതരത്തിൽ പറഞ്ഞാൽ ഒരുതരം 'കൊമാൻസലിസം'. ഒരു ബാർബർ ഷാപ്പു വരുന്നതുവരെ ഇതായിരുന്നു കുടയൂരിലെ സ്ഥിതിഗതികൾ.

വർഷങ്ങൾക്കുശേഷം കുടയൂരിൽ പോയപ്പോൾ കണ്ടത് പട്ടണത്തിൽ തലങ്ങും വിലങ്ങും ബാർബർഷാപ്പുകൾ ആയിരുന്നു. പുതുതായി വന്ന കോളേജിന് അടുത്ത്, അങ്ങാടിയിൽ, ഡാണാവിൽ എന്നുവേണ്ട നാലുപേർ കൂടുന്ന സ്ഥലത്തെല്ലാം സുന്ദരൻ ഫാൻസി ബാർബർ ഷോപ്പുകൾ. എല്ലാത്തിലും 'ചൊവ്വാഴ്ച മുടക്കം', 'ബാർബർ യൂണിയൻ നിശ്ചയിച്ച ചാർജുകൾ', 'പലതരം മുടിവെട്ടുകൾക്ക് പ്രത്യേക ചാർജുകൾ', 'രാഷ്ട്രീയം സംസാരിക്കരുത്', 'ഇന്ന് റൊക്കം നാളെ കടം', 'പേഴ്സ് സൂക്ഷിക്കുക', 'മുടി വെട്ടേണ്ടാത്തവർ സ്ഥലം വിടുക', 'ഇത് ലൈബ്രറി അല്ല'.... തുടങ്ങിയ സൂചനകളും നിർദ്ദേശങ്ങളും ധാരാളം ഒട്ടിച്ചിരുന്നു.

ബാർബറെക്കുറിച്ച് സ്ഥലത്തെ ഒരു പ്രധാന കമ്മ്യൂണിസ്റ്റുകാരൻ പറഞ്ഞത് ഓർമ്മ വന്നു: "ഈനാട്ടിൽ കമ്മ്യൂണിസം ലേബർ ക്ലാസ്സിൽനിന്ന് മിഡിൽ ക്ലാസ്സിലേക്കും അപ്പർക്ലാസ്സിലേക്കും പിന്നെ നീയോറിച്ചിലേക്കും എത്തിച്ചത് കുടയൂരിലെ ബാർബർമാർ ആണത്രേ. അത്രയ്ക്കായിരുന്നു പൊതുജനത്തിന്റെമേൽ അവരുടെ സ്വാധീനം. രാഷ്ട്രീയക്കാരുടെയും മന്ത്രിമാരുടെയും കോർപ്പറേറ്റ് ജയന്റ്സിന്റെയും രഹസ്യങ്ങൾ പുറത്തു വരുന്നതും ഇവർ വഴിക്കാണോ എന്ന് ചിലപ്പോൾ തോന്നാറുണ്ട്!! ■

വാറുണ്ണിയുടെ ചെരുപ്പ്

ഗാൽസ്വർത്തിയുടെ ഒരു ലേഖനം വായിച്ചത് ഓർമ്മയിൽ ഉണ്ട്. 'ക്വാളിറ്റി' എന്നായിരുന്നു അതിന്റെ പേർ. യന്ത്രവൽക്കരണത്തെ അതിജീവിച്ച്, ലണ്ടൻ നഗരത്തിൽ സ്വന്തം കൈകൊണ്ട് നല്ല ഷൂസുകൾ ഉണ്ടാക്കിയിരുന്ന രണ്ട് ജർമ്മൻ സഹോദരന്മാരുടെ കഥ ആയിരുന്നു ആ ലേഖനത്തിൽ. നല്ല ഗുണമേന്മയുള്ള തോലുകൊണ്ട് അവർ ഉണ്ടാക്കിയിരുന്ന ഭംഗിയുള്ള ഷൂസുകൾ വർഷങ്ങളോളം അദ്ദേഹം ഉപയോഗിച്ചിരുന്നു. പക്ഷേ, ആധുനീകരണത്തിന്റെ കൊടുങ്കാറ്റിൽ അധികകാലം ഈ ജർമ്മൻസഹോദരന്മാർക്കു പിടിച്ചുനിൽക്കാൻ കഴിഞ്ഞില്ല. അവരുടെ ബിസിനസ്സ് നശിച്ചു. അത്രയ്ക്കായിരുന്നു യന്ത്രങ്ങൾ നിർമ്മിച്ച വില കുറഞ്ഞ ഷൂസുകളുടെ മത്സരം. വായിക്കുമ്പോൾ എല്ലാം ഈ ലേഖനം, എന്തുകൊണ്ടോ, എന്റെ മനസ്സിൽ കുടയൂരിലെ പഴയകാലത്തെ ചെരുപ്പ് ഉണ്ടാക്കിയിരുന്നവരെ ഓർമ്മിപ്പിക്കുമായിരുന്നു.

ഞങ്ങളുടെ കുട്ടിക്കാലത്ത് വലിയങ്ങാടിയിലെ പഴയ ഒരു ക്രിസ്ത്യൻ കുടുംബത്തിലെ ഒരംഗം - വാറുണ്ണി - ആണ് ഇവിടെ ചെരുപ്പ്-ഷൂസ് കട തുടങ്ങിയത്. നല്ല ചെരുപ്പുകൾ ഉണ്ടാക്കണം എന്ന കാര്യത്തിൽ വളരെ നിഷ്ക്കർഷ ഉള്ള ആളായിരുന്നു വാറുണ്ണി.

നല്ലൊരു ഫോട്ടോഗ്രാഫറും കൂടി ആയ അയാൾ ഒരു പഴയ കെട്ടിടത്തിന്റെ ഒന്നാംതട്ടിൽ തന്റെ ഫോട്ടോ സ്റ്റുഡിയോയും താഴെ ഒരു ചെരുപ്പ് കടയും തുടങ്ങി. ആ പ്രദേശത്തിലെ ഏറ്റവും നല്ല തോൽപണിക്കാർ മൂന്നു പേരെ (വേലായുധൻ, കൃഷ്ണൻകുട്ടി, തങ്കപ്പൻ) ചെരുപ്പുകൾ ഉണ്ടാക്കാൻ ഏർപ്പെടുത്തുകയും ചെയ്തു. മൂന്നു പേരും നല്ല പണിക്കാരും അവരുടെ ജോലിയിൽ നിഷ്ക്കർഷയുള്ളവരും ആയിരുന്നതുകൊണ്ട് വാറുണ്ണിയുടെ ചെരുപ്പുകൾ വളരെ കുറച്ചുസമയം കൊണ്ട് കുടയൂരിൽ പ്രസിദ്ധമായി.

അടുത്ത ഗ്രാമങ്ങളിൽനിന്നും പട്ടണങ്ങളിൽനിന്നും ആൾക്കാർ വാറുണ്ണിയുടെ ചെരുപ്പുകൾ വാങ്ങാൻ വന്നു തുടങ്ങി.

കച്ചവടം വളരെ നന്നായി നടന്നിരുന്നു. പിന്നീടാണ്, വാറുണ്ണി കോടതിയിലെ വക്കീലന്മാർക്കും ഹെൽത്ത് സ്കൂൾ ഇൻസ്പെക്ടർമാർക്കും ഡോക്ടർമാർക്കും എല്ലാം ഷൂസുകൾ ഉണ്ടാക്കിത്തുടങ്ങിയത്.

ബോംബെയിലും മദ്രാസിലും കൽക്കട്ടയിലും ഡൽഹിയിലും എല്ലാം ജോലി ചെയ്തിരുന്ന കുടയൂർക്കാർ തിരിച്ചുപോകുമ്പോൾ വാറുണ്ണിയുടെ കടയിൽ ഉണ്ടാക്കിയ ധാരാളം ചെരുപ്പുകൾ വാങ്ങിക്കൊണ്ടുപോകുമായിരുന്നു. ധാരാളം ചെരുപ്പുകൾ കൊളംബിലേക്കും മലയയിലേക്കും പോയിരുന്നു. (ആ കാലത്ത് ഗൾഫിൽ പോകുന്നവർ ഇല്ലായിരുന്നു).

മുത്തച്ഛനാണ് കുട്ടിക്കാലത്ത് എന്നെ ആദ്യമായി വാറുണ്ണിയുടെ കടയിൽ കൊണ്ടുപോയത്, അദ്ദേഹത്തിന്റെ പ്രത്യേകതരത്തിൽ ഉള്ള 'ലോഫർ ഷൂ' ഉണ്ടാക്കിക്കുവാൻ - തവിട്ടു നിറത്തിൽ പാദങ്ങൾ മുഴുവനും മൂടുന്ന ഒരുതരം ഷൂ.

വേലായുധൻ ഒരു വെള്ളക്കടലാസിൽ മുത്തച്ഛൻ പറഞ്ഞപോലെ ഉള്ള ഷൂവിന്റെ പടം പെൻസിൽ കൊണ്ടുവരച്ചു. മുത്തച്ഛൻ തലയാട്ടി അപ്രൂവ് ചെയ്തു. വേലായുധൻ വരച്ച പടം എനിക്ക് വളരെ ഇഷ്ടപ്പെട്ടു. "ആ പടം എനിക്കു തരാമോ?" ഞാൻ ചോദിച്ചു. വേലായുധൻ മുത്തച്ഛന്റെ പാദങ്ങളുടെ അളവുകൾ എടുത്ത്, അതിന്നനുസരിച്ച് മറ്റൊരു പടം പെൻസിൽ കൊണ്ടു വരച്ച്, പഴയ പടം എനിക്കു തന്നു. (മൂന്നാം ക്ലാസ്സിൽ പഠിക്കുമ്പോൾ കിട്ടിയ ആ പടം പത്താം ക്ലാസ്സ് പാസ്സാകുന്നതു വരെ ഞാൻ സൂക്ഷിച്ചിരുന്നു).

അന്ന് വേലായുധൻ മുത്തച്ഛന് ഉണ്ടാക്കിക്കൊടുത്ത ഷൂവിനെക്കുറിച്ച് ആലോചിക്കുമ്പോൾ 'എ റിയൽ ബ്യൂട്ടി ഓഫ് എ ഷൂ' (A real beauty of a shoe) എന്ന് മനസ്സിൽ തോന്നിയിട്ടുണ്ട്. നല്ല മൃദുവായ തുകൽ, നല്ല വർക്ക്മാൻഷിപ് - ഒരു പെർഫെക്ട് ഹാന്റിക്രാഫ്റ്റ്!

ഞാൻ ആറിലോ ഏഴിലോ പഠിക്കുന്ന കാലത്ത്, മുത്തച്ഛൻ എനിക്കൊരു ജോടി 'പത്താൻ' ഷൂസ് (പണ്ഡിറ്റ് നെഹ്റു അന്ന് ഉപയോഗിച്ചിരുന്ന ഷൂസിനെ അനുകരിച്ച്) വാങ്ങിത്തന്നു. അതിനുവേണ്ടി വേലായുധൻ വരച്ച പടവും ഞാൻ സൂക്ഷിച്ചിരുന്നു.

പിന്നീട് കോളേജിൽ പഠിക്കുമ്പോൾ വാറുണ്ണിയേട്ടന്റെ കടയിൽ വേലായുധൻ ഉണ്ടാക്കിയ 'ഓക്സ്ഫോർഡ്' ഡിസൈനിൽ ഉള്ള ഷൂ ഇട്ട് വിശേഷ ദിവസങ്ങളിൽ പോയിരുന്നു ഞാൻ മാത്രമല്ല, പല കുട്ടികളും. പക്ഷേ, സെക്കന്റ് ഇയർ എത്തിയപ്പോഴേക്കും ആണ് ഫ്ളെക്സ് (Flex) ഷൂസുകളുടെ പ്രവാഹം കുടയൂരിൽ തുടങ്ങിയത്.

ഒരു കൊല്ലം കഴിഞ്ഞപ്പോൾ ബാറ്റയുടെയും പിന്നീട് കൊറോണയുടെയും എല്ലാം പാദരക്ഷകൾ ധാരാളം മാർക്കറ്റിൽ വന്നു തുടങ്ങിയിരുന്നു. അക്കാലത്തെ ചെറുപ്പക്കാരും ഫാഷൻ സ്നേഹികളും 'റെഡിമേഡു' പാദരക്ഷകളുടെ പിന്നാലെ പോയിത്തുടങ്ങി.

"കച്ചോടം ഇത്തിരി ആയത്തിലാ, കുട്ട്യെ," ഞാൻ നാടു വിടാൻ നേരത്ത് ഷൂസ് വാങ്ങിക്കാൻ ചെന്നപ്പോൾ വാറുണ്ണിഏട്ടൻ പറഞ്ഞു.

ചുമരു ചാരി ദൂരേക്കു കണ്ണുംനട്ടിരുന്ന വേലായുധൻ ആരോടെന്നില്ലാതെ പറഞ്ഞു:

"കാലം മാറിയപ്പോ ആർക്കും നമ്മളെ വേണ്ടാതായി."

പിന്നെ നാട്ടിൽ ചെല്ലുമ്പോൾ മൂന്നു വർഷം കഴിഞ്ഞിരുന്നു. അന്വേഷിച്ചപ്പോൾ അറിഞ്ഞു വാറുണ്ണിഏട്ടൻ മരിച്ചുപോയീ എന്ന്. വേലായുധനെയോ കൃഷ്ണൻകുട്ടിയേയോ തങ്കപ്പനെയോക്കുറിച്ച് ആർക്കും ഒന്നും അറിഞ്ഞൂടാ. പഴയ കട പുതുക്കിപ്പണിഞ്ഞിരിക്കുന്നു വാറുണ്ണിഏട്ടന്റെ മകൻ. കടയിൽ ബാറ്റയുടെ 'റിഡക്ഷൻ സേലിന്റെ' ഒരു വലിയ ബാനറും ഉണ്ടായിരുന്നു.

മനസ്സിന്റെ കോണിൽ പറയാൻ കഴിയാത്ത ഒരു മുറിവ് അനുഭവപ്പെട്ടപ്പോൾ, ഞാൻ അറിയാതെ ചോദിച്ചു പോയി:

"ഗാൽസ്‌വർത്തിക്ക് ഷൂസ് ഉണ്ടാക്കിക്കൊടുത്തവരും ഇവർതന്നെ ആയിരുന്നുവോ ആവോ!" ■

കനാലിന്റെ കഥ

കൂടയൂരിൽനിന്നും നാല്പതോളം കിലോമീറ്റർ ദൂരെയാണ് അന്താരാഷ്ട്ര വിമാനത്താവളം. റെയിൽവേസ്റ്റേഷൻ ആകട്ടെ പട്ടണത്തിൽ നിന്നും പത്തു കിലോമീറ്റർ കിഴക്കോട്ടു മാറിയും. ഈ കഥ പറഞ്ഞപ്പോൾ എന്റെ പാലക്കാടൻ സുഹൃത്തിന് അദ്ഭുതം. "ഇത് എന്തൊരു ഊരാമ്പേ" എന്ന് പാലക്കാടൻ 'ലിൻഗവയിൽ' വിസ്മയിക്കുന്നു അദ്ദേഹം.

കുടയൂർ, റെയിലും വിമാനവും ഇല്ലാത്ത പട്ടണം ആണെന്ന് ഞാൻ സമ്മതിക്കുന്നു. അതിനു കാരണം ഉണ്ട്, ചരിത്രം പഠിപ്പിച്ചിരുന്ന ഗോവിന്ദൻ കുട്ടിമാഷ് ഒരിക്കൽ പറഞ്ഞു.

അന്തക്കാലത്തിൽ ഷൊർണ്ണൂരിനും കൊച്ചിക്കും ഇടയിൽ റെയിൽപ്പാത ഇടുന്ന സമയത്തിൽ സായിപ്പന്മാർ ചോദിച്ചുവത്രേ, പാത എവിടെകൂടെയാണ് ഇടേണ്ടതെന്ന്. അന്നത്തെ പവർഫുൾ ലോബി ആയിരുന്ന നമ്പൂര്യാരും സ്ഥാനിനായന്മാരും ചെട്ടിപറമ്പിലെ പട്ടന്മാർ, വാണിയന്മാർ, ഗവുഡ സാരസ്വതർ, ചെട്ടികൾ തുടങ്ങിയവരും വല്യഅങ്ങാടിയിലെ സുറിയാനി ക്രിസ്ത്യാനികളും എല്ലാം കൂട്ടംചേർന്ന് പറഞ്ഞുവത്രേ: "ഞങ്ങൾക്ക്, ഈ ഭയങ്കര അലർച്ചയുള്ള, കരിതുപ്പിക്കൊണ്ട് ഓടുന്ന തീവണ്ടി വേണ്ട" എന്ന്.

"വാട്ട് ഈസ് ദ റീസൻ?" എൻജിനീയർ സായിപ്പ് കാരണം ആരാഞ്ഞു.

ദ്വിഭാഷിയുടെ ചെവിയിൽ സ്ഥലത്തെ ലീഡർ പറഞ്ഞുവത്രേ: "ഇതിന്റെ ശബ്ദം കേട്ടാൽ പെണ്ണുങ്ങൾക്ക് ഗർഭംകലങ്ങിപൂവൂഡോ."

സായിപ്പും തഹസിൽദാരും കൂടി പതിനെട്ട് അടവും പയറ്റി നോക്കി. കുടയൂർ സമൂഹം അനങ്ങിയില്ല. എന്നു മാത്രമല്ല സംഗതി ഇവിടെ അവസാനിപ്പിച്ചില്ല എങ്കിൽ നാടു വാഴുന്ന തമ്പുരാന്റെ കെട്ടിലമ്മ ഒരു കുടയൂർ കുടുംബത്തിന്റെ താവഴിയിലെ അംഗം ആയതുകൊണ്ട് ആ തമ്പുരാട്ടി വഴി നാട് ഭരിക്കുന്ന തമ്പുരാന്റെ ചെവിയിൽ സംഗതികൾ എത്തിക്കും എന്ന് ഭീഷണിപ്പെടുത്തുകയും ചെയ്തു. ഇതിനിടയിൽ, നാട്ടിലെ ചെട്ടികളും വാണിയന്മാരും സംഘം ചേർന്ന് അവരുടെ ജാതിക്കാരനായ ദിവാൻ ചെട്ടിയെ വിവരം അറിയിക്കുകയും ചെയ്തു. അതുകൊണ്ട് റെയിൽവേലയിൻ കുടയൂരിൽനിന്ന് ഉദ്ദേശം അഞ്ചാറുമൈൽ കിഴക്കോട്ടേക്കു മാറ്റി എടുക്കാൻ ദിവാൻ സായിപ്പിന് നിർദ്ദേശം നൽകി.

“പക്ഷേ, ഇവരുടെ കയറും കൊപ്രയും എണ്ണയും എല്ലാം കൊച്ചിക്ക് എങ്ങനെ കൊണ്ടുപോകും, സർ.” സായിപ്പ് ചോദിച്ചുവത്രേ.

അതിന് “കുടയൂരിന്റെ തെക്കു ഭാഗത്തുള്ള ചെട്ടിപ്പറമ്പിൽനിന്നും എന്റെ പേരിൽ ഒരു കനാൽ കുഴിക്ക് - കനോലികനാൽ വരെ. അതു വഴി അവർ സാധനങ്ങൾ കൊച്ചിക്കു കൊണ്ടുപൊയ്ക്കോളും. നിനക്ക് മനസ്സിലാവുന്നില്ലെങ്കിൽ ആ കനോലി സായിപ്പിനെ വിളിക്ക്. അവൻ നിന്റെ ‘മൂക്കുപ്പൊടി’ നിറഞ്ഞ തലയ്ക്കകത്ത് വെളിച്ചം പകർത്തി തരും” എന്നാണത്രേ ദിവാൻ മൊഴിഞ്ഞത്.

പന്ത്രണ്ടു നാഴികയ്ക്ക് അകം കനോലി സായിപ്പ് കനാലിന്റെ പ്ലാനും എസ്റ്റിമേറ്റും തയ്യാർ ചെയ്ത് ദിവാൻസമക്ഷത്തിൽ ഹാജരാക്കി.

ദിവാൻ ഷോർട്ട്കട്ടിലൂടെ കുതിരവണ്ടിയിൽ കോവിലകത്തു ചെന്ന് തമ്പുരാൻസമക്ഷത്തിൽ മുഖം കാണിച്ചു. എല്ലാ കടലാസ്സിലും തിട്ടൂരവും വാങ്ങി സ്വന്തം കൈയിൽ സൂക്ഷിച്ചിരുന്ന മുദ്ര എടുത്ത് അടിക്കുകയും ചെയ്തു.

“ഇനി വല്ലതും ഉണ്ടോഡോ, ചെട്ടി?” എന്ന തമ്പുരാന്റെ ചോദ്യത്തിന് “റാൻ, ഇന്നത്തേക്ക് ഇത്ര മതിയാവും എന്നാണ് പഴമനസ്സിൽ തോന്നണത്” എന്ന് അഞ്ചുപുച്ഛത്തേയും അടക്കിവച്ച്, വായ് മൂടിയിരിക്കുന്ന വിരലുകൾക്കിടയിൽകൂടി ഉണർത്തിച്ചു ദിവാൻജി.

“കേമായി. ഇനി ഒന്നിനും സമയില്ല എന്ന് കൂട്ടിക്കൊള്ളാ. ചെട്ടിക്കു പോകാം,” എന്ന് കല്പിച്ചു തമ്പുരാൻ.

മംഗളോദയം പഞ്ചാംഗത്തിലേക്ക് തിരിഞ്ഞ തക്കംനോക്കി ചെട്ടി കുതിരവണ്ടി കയറി ദിവാൻസുറോഡിലുള്ള സ്വവസതിയിലേക്കു പാഞ്ഞു ചെന്നു.

അവിടെ ക്ഷമകെട്ട് തെക്കുവടക്ക് ഉലാത്തിക്കൊണ്ടിരുന്ന, കനോലിയെ മഹാരാജാവ് തിരുമനസ്സിന്റെ കല്പനകൾ നടപ്പിലാക്കാൻ വേണ്ട നടപടികൾക്കായി രായ്ക്കുരാമാനം ചെട്ടിയാർ ഏല്പിച്ചു എന്നാണ് ഐതിഹ്യം.

അങ്ങനെ കുടയൂരിൽനിന്നും തീവണ്ടികൾ ദൂരെ മാറി പോവുകയും പകരം ചെട്ടിപ്പറമ്പിൽനിന്നും ദിവാന്റെ പേരുള്ള ഒരു കനാൽ ഉണ്ടാവുകയും ചെയ്തു എന്ന് ചരിത്രം!! ■

ബസ് ട്രാൻസ്പോർട്ട്

പുതിയ റെയിൽപ്പാത വന്നു - കിഴക്ക് കല്ലുവെട്ടാംകരയിൽ ഒരു റെയിൽവേ സ്റ്റേഷനും ഉണ്ടായി. കനാൽ വരാൻ പിന്നെയും സമയം എടുത്തു. അതുകൊണ്ട് കുടയൂർക്കാർ കാളവണ്ടിയിലും നടന്നും യാത്ര ചെയ്തു. മുൻസിഫ് ഏമാൻ, ദേവസ്വം കമ്മീഷണർ, സ്കൂൾ ഇൻസ്പെക്ടർ, നാട്ടുപ്രമാണികൾ, അപ്പ്തിക്കേരി, വൈദ്യന്മാർ തുടങ്ങിയവർക്കു മാത്രമേ കുതിരവണ്ടി ഉണ്ടായിരുന്നുള്ളൂ. ചുരുക്കം ചിലർ ചവിട്ടുവണ്ടിയിലും (സൈക്കിൾ), മറ്റു ചിലർ കൈവണ്ടിയിലും (റിക്ഷ) സഞ്ചരിച്ചു. ഇതിന്നിടയിൽ കുടയൂരിൽനിന്നും തൃശ്ശൂർക്കും കരൂപ്പടന്നയ്ക്കും ചാലക്കുടിക്കും മാളയ്ക്കും ഒക്കെ വെട്ടുവഴികൾ വന്നു.

ഈ സമയമത്രയും, ഗോശ്രീ രാജ്യത്ത് എത്രയോ തമ്പുരാക്കന്മാർ ചൊവ്വരയിലും എറണാകുളത്തും തൃപ്പൂണിത്തറയിലും വെള്ളാരപ്പിള്ളിയിലും തൃശ്ശൂരും മറ്റും ആയി തീപ്പെട്ടുകൊണ്ടും അരിയിട്ട് വാണുകൊണ്ടും ഇരുന്നു. കൂട്ടത്തിൽ, ഒരു തമ്പുരാൻ തന്റെ സുഹൃത്തും സ്വന്തക്കാരനും വനം കൺസർവേറ്ററും ആയ ഗോവിന്ദമേനോൻ അവർകളോടു പറഞ്ഞുവത്രേ: "നമ്മുടെ നാട്ടിൽ റോഡുകളിൽ ബസ്സുകൾ ഓടിച്ചാൽ പൊതുജനത്തിനു വളരെ സൗകര്യം ആയിരിക്കും" എന്ന്.

മേനോൻ തമ്പുരാനോടു ചോദിച്ചു: "ആളെ കൊണ്ടുവന്നാൽ നിയമപരമായ എല്ലാ സഹകരണവും ഉണ്ടാകുമോ? അങ്ങനെയാണെങ്കിൽ ആളെ തയ്യാറാക്കാം."

"ഗോവിന്ദന് അക്കാര്യത്തിൽ ഒട്ടും ശങ്ക വേണ്ട, ആളെ തയ്യാർ ആക്കിക്കോളൂ...." പിന്നെ, എന്തോ ഓർത്തിട്ടെന്നപോലെ തമ്പുരാൻ തുടർന്നു: "ആളാരാന്നു പറഞ്ഞില്ലല്ലോ, ഗോവിന്ദാ..."

മേനോൻ സ്വരം താഴ്ത്തി പതുക്കെ പറഞ്ഞു: "എന്റെ ഡിപ്പാർട്ട്മെന്റിലെ ഒരു മിടുക്കൻ പട്ടരുകുട്ടി. എന്താ മുഷിയോ?" തമ്പുരാന് ആശ്വാസം ആയി.

"മേൽനോട്ടം ഗോവിന്ദന്റെ ആവൂല്ലോ?" തമ്പുരാൻ ഒരു ഉറപ്പിനുവേണ്ടി ചോദിച്ചു.

"റാൻ, ഒട്ടും ശങ്കവേണ്ട" എന്ന് ഗോവിന്ദനും പ്രതിവചിച്ചു.

കൂട്ടത്തിൽ, ഗോവിന്ദൻ തമ്പുരാന് ഒരു സൂചനയും കൊടുത്തു:

“ഇവിടുത്തേക്ക് സന്തോഷം ആണെങ്കിൽ, കുടയൂരിൽ തന്നെ ആവാല്ലോ തുടക്കം... അവിടെ തീവണ്ടി ഇല്ല... കനാലിന്റെ പണിയും പൂർത്തിയായില്ല...”

ഗോവിന്ദൻ മുഴുമിപ്പിച്ചില്ല, അപ്പോഴേക്കും തമ്പുരാൻ ആഹ്ലാദത്തോടെ മൊഴിഞ്ഞു: “ഹേ, ഒട്ടും മുഷിയില്ലാട്ടോ! അങ്ങനെ ആയിക്കോട്ടെ. നൊമ്പടെ നേത്യാരമ്മയുടെ തറവാടും കുടയൂർ ആണല്ലോ... അവർക്കും സന്തോഷം ആയിക്കോട്ടെ... എന്താ ഗോവിന്ദാ?”

അക്കാലത്ത്, കൈക്കൂലിയും സ്കാമും, ജീ-ത്രീയും കനിമൊഴിയും മറ്റും ഇല്ലാതിരുന്നതുകൊണ്ടും രാജവാക്യം വേദവാക്യം ആയിരുന്നതു കൊണ്ടും സംഗതികൾ ദ്രുതഗതിയിൽ നീങ്ങി. കുടയൂരിൽ രണ്ടു ബസ്സുകൾ സ്വാമി ഇറക്കി - പഞ്ചനക്ഷത്ര സർവീസ് എന്ന പേരിൽ. ബസ്സുകൾ തെക്ക് മാള-കൃഷ്ണൻകോട്ട മുതൽ വടക്ക് തൃശ്ശൂർ വരെയും കിഴക്ക് ചാലക്കുടി മുതൽ പടിഞ്ഞാറ് കുടയൂർ വരെയും ഓടി.

സ്വാമിയുടെ അനന്തിരവന് ഓട്ടോമൊബയിൽ സർട്ടിഫിക്കറ്റ് ഉണ്ടായിരുന്നതുകൊണ്ട് അദ്ദേഹം ഫ്ളീട്ടിന്റെ എല്ലാം ‘മുഖ്യവൈമാനികൻ’ ആയിരുന്നു. സഹായിക്കാൻ സ്വാമിയുടെ കുട്ടികളും നിരവധി പരിചയക്കാരുടെ കുട്ടികളും ആയി ധാരാളം പേർ ഉണ്ടായിരുന്നു. സ്വാമിയുടെ രണ്ടു ബസ്സുകളും രണ്ടുമൂന്നു കൊല്ലം ഭംഗിയായി ഓടി. പിന്നീട് അനന്തിരവൻ പട്ടാളത്തിൽ ചേരുകയും കുട്ടികൾ ബോംബെയിലേക്കു ജോലിക്കായി പോവുകയും ചെയ്തപ്പോൾ സ്വാമി ബസ്സുകളും റൂട്ടുകളും സ്ഥലത്തെ വേറെ രണ്ടു ബ്രാഹ്മണർക്ക് - കൃഷ്ണഅയ്യർക്കും സംഗമേശ്വര അയ്യർക്കും കൊടുത്തു. ദിവാൻ ചെട്ടിയാർ, സ്വാമിക്ക് ‘കുടയൂരിൽ ബസ്സോട്ടിയ തമിഴൻ’ എന്ന സ്ഥാനപ്പേരും കൊടുത്തു എന്നും കേൾവി ഉണ്ട്.

അതെന്തോ ആകട്ടെ. തമിഴ്ബ്രാഹ്മണൻ തുടങ്ങിവച്ച, തമിഴ് ബ്രാഹ്മണർ തുടർന്നുകൊണ്ടുപോയ ബസ് ട്രാൻസ്പോർട്ട് പുരോഗമിച്ചു. സംഗസ്വാമിയുടെ ഒരു അനന്തിരവൻ ബസ് ട്രാൻസ്പോർട്ടിന്റെ മുടിചൂടാമന്നനായി കൊച്ചി സംസ്ഥാനത്തും പിന്നീട് തിരു-കൊച്ചിയിലും ശോഭിച്ചു. അദ്ദേഹത്തിന്റെ ബസ്സുകൾ കിഴക്ക് കോയമ്പത്തൂർ-പാലക്കാട് മുതൽ പടിഞ്ഞാറ് തൃപ്രയാർ-ചാവക്കാടു വരെയും തെക്ക് എറണാകുളം മുതൽ വടക്ക് കോഴിക്കോട് വരെയും ഓടിയിരുന്നു. പഴയ ഫോർഡിൽ നിന്നും ആരംഭിച്ച കുടയൂരിലെ ട്രാൻസ്പോർട്ട് സർവ്വീസസിനെ മേർസിഡീസ് ബെൻസുവരെ എത്തിച്ചു ഈ അനന്തിരവൻ സ്വാമി.

സ്വാമിയുടെ പ്ലാനുകൾക്ക് സപ്ലിമെന്ററി ആയി സുഹൃത്തുക്കൾ സെന്റ് ജോസഫ്, സെന്റ് തോമസ്, ശ്രീരാമജയം തുടങ്ങിയ സർവീസുകളും മറ്റും ഓടിച്ചിരുന്നിരുന്നു. സ്റ്റേറ്റ് ട്രാൻസ്പോർട്ടുകാർ പഠിച്ച പണി പതിനെട്ടും നോക്കിയിട്ടും ഈ കൂട്ടുകെട്ടിനെ തോല്പിക്കാൻ കഴിഞ്ഞില്ലത്രെ! ■

ഭൂതങ്ങൾ, യക്ഷികൾ

കുടയൂരിന്റെ അവിഭാജ്യഘടകങ്ങളാണ് അവിടുത്തെ ഭൂതങ്ങളും യക്ഷികളും പ്രേതങ്ങളും എല്ലാം. വടക്ക് മങ്ങാടിക്കുന്നിലെ അടക്കം ചെയ്ത വസൂരി പിടിച്ചു മരിച്ചവരുടെ പ്രേതങ്ങൾ, ബ്രഹ്മകുളത്തിലെ ആൽമരത്തിൽ താമസിക്കുന്ന ഭൂതത്താൻ, അയ്യൻകാവ് അമ്പലത്തിലെ പാലമരത്തിൽ സ്ഥിരതാമസക്കാരിയായ യക്ഷി, എന്റെ തറവാടിന്റെ തെക്കുപടിഞ്ഞാറെ ഭാഗത്തുകൂടെ പോകുന്ന കനാലിൽ കൈയിൽ കത്തുന്ന പന്തവുമായി അർദ്ധരാത്രിയിൽ നടക്കുന്ന 'പന്തംകൊളുത്തി നമ്പൂതിരി', കാക്കതുരുത്തിറോഡിൽ ഉള്ള വലിയ വീട്ടിൽനിന്നും ശബ്ദം ഉണ്ടാക്കുന്ന പണ്ട് തൂങ്ങിമരിച്ച ആശാരി ഇങ്ങനെ പോകുന്നു അവരുടെ ലിസ്റ്റ്. ഇതെല്ലാം കൂടാതെ, ശവക്കോട്ടയിലെ സവർണ്ണഹിന്ദു പ്രേതങ്ങളും ചന്തക്കുന്നിലെ വലിയ പള്ളിയിലെ സെമിത്തേരിയിലെ സുറിയാനി ക്രൈസ്തവരുടെ ആത്മാവുകൾ, ഹൈസ്കൂളിന്റെ പുറകുവശത്തുള്ള ഞവരികുളത്തിൽ മുങ്ങിമരിച്ചവർ എന്നിങ്ങനെ വേറെയും ഒരു വലിയ ലിസ്റ്റ് ഉണ്ട് ഞങ്ങൾക്ക്.

പക്ഷേ, പരദേശത്തു മൂന്നുനാലു വയസ്സുവരെ കഴിഞ്ഞുവന്നിരുന്ന എനിക്ക് ഇവരെപ്പറ്റി ഒന്നും അറിയില്ലായിരുന്നു. കുടയൂരിൽ സ്ഥിരതാമസം ആക്കിയതോടെയാണ് ഇവരെ പറ്റി കേൾക്കുന്നതും കുഴപ്പം പിടിച്ച സ്ഥലങ്ങൾ കാണുന്നതും. ശവക്കോട്ടയിലെ ബ്രാഹ്മണപ്രേതങ്ങളെക്കുറിച്ച്, ഒരു ദിവസം അതിലെ പോകുമ്പോൾ, പറഞ്ഞുതന്നത് അഞ്ചു വയസ്സിനു മൂത്ത ഒരു കസിൻ ആണ്. കുടുംബത്തിലെ മരിച്ചുപോയ എല്ലാ കാരണവന്മാരെയും ദഹിപ്പിച്ചിരിക്കുന്നത് ഇവിടെ ആണത്രെ.

ഉച്ചസമയത്തും രാത്രിയിലും ഈ കാരണവന്മാർ ശവക്കോട്ടയുടെ വലിയ മതിലുകൾക്കു മുകളിൽ തല ഉയർത്തിപിടിച്ച് ആരെങ്കിലും ബന്ധു-മിത്രങ്ങൾ വരുന്നുണ്ടോ എന്നു നോക്കും.

കുടുംബക്കാരെയും മിത്രങ്ങളെയും മറ്റും കൈ ആട്ടി വിളിക്കുമത്രേ. അതുകൊണ്ട് ആ വഴിക്കു പോകുമ്പോൾ ഓടിപൊയ്ക്കൊള്ളണം എന്നും പിന്തിരിഞ്ഞുനോക്കരുതെന്നും മറ്റും ചേട്ടൻ പറഞ്ഞുതന്നിരുന്നു.

അന്ന് നാലാംക്ലാസ്സിൽ എന്നെ പഠിപ്പിച്ചിരുന്ന പറമ്പികുടുംബത്തിലെ ഒരു ക്രിസ്ത്യൻ ടീച്ചറും ഇതന്നെ പറഞ്ഞു. അവർ ശവക്കോട്ടയ്ക്കടുത്താണ് താമസിച്ചിരുന്നത്. അതുകൊണ്ട്, 'ഇമ്മിണി' പട്ടരുപ്രേതങ്ങളെ

കാണാറുണ്ടെന്നും പറഞ്ഞു. മനസ്സിൽ ഭയം തോന്നിയാൽ, രാത്രിയിൽ നെറ്റിയിൽ കുരിശുവരച്ചു കിടക്കണം എന്നും പറഞ്ഞു തന്നു.

ഞാൻ വളരെ പേടിത്തൊണ്ടനായിരുന്നതുകൊണ്ട് ദിവസവും രഹസ്യ മായി കുരിശുവരച്ചേ ഉറങ്ങാൻ കിടക്കാറുള്ളൂ. പക്ഷേ, അതുകൊണ്ടൊന്നും എന്റെ ഭയം മാറിയിരുന്നില്ല എന്ന് ദിവസവും പറമ്പിടീച്ചറോട് ഞാൻ പരാതി പ്പെടാറുണ്ട്.

തറവാടിന്റെ തെക്കുപടിഞ്ഞാറെ ഭാഗത്തേക്ക് രാത്രിയിൽ നോക്കാറില്ല. സാധിക്കും എങ്കിൽ സന്ധ്യ ആവുന്നതിനു മുമ്പുതന്നെ ആ ഭാഗത്തെ ജനൽ ഞാൻ അടച്ചിടുമായിരുന്നു. നാല്പതുകൊല്ലത്തോളം കുടുംബ ത്തിൽ ജോലി ചെയ്തിരുന്ന 'എച്ചുഅമ്മ'യാണ് വളപ്പിലെ തെക്കുപടി ഞ്ഞാറു ഭാഗത്തിൽ കൂടി പന്തവും കൊളുത്തി നടന്നിരുന്ന നമ്പൂതിരിയെ ക്കുറിച്ച് പറഞ്ഞുതന്നത്.

അയ്യൻകാവിലെ അമ്പലത്തിലും സന്ധ്യനേരത്ത് ഞാൻ പ്രദക്ഷിണം വെയ്ക്കില്ലായിരുന്നു. കാരണം അമ്പലത്തിന്റെ കിഴക്കു ഭാഗത്തുള്ള വലിയ ഒരു പാലമരത്തിലാണ് സുന്ദരിയായ ഒരു യക്ഷി താമസിച്ചിരുന്നത്. അതിലെ പോകുമ്പോൾ ഏതെങ്കിലും പരിചയം ഇല്ലാത്ത സ്ത്രീകൾ 'ചുണ്ണാമ്പ് ഉണ്ടോ' എന്നു ചോദിച്ചാൽ തിരിഞ്ഞുനോക്കാതെ ഓടി ക്കൊള്ളാനും പറയുമായിരുന്നു എച്ചുഅമ്മ.

ബ്രഹ്മകുളം ഒരുപാടു കാടുപിടിച്ച സ്ഥലം ആയിരുന്നു. അവിടെയുള്ള ശിവന്റെ അമ്പലത്തിലേക്ക് അവിടത്തെ ഏറ്റവും ഉയരത്തിൽ ഉള്ള ആലിൽനിന്നും ഒരു ബ്രഹ്മരക്ഷസ് ഇറങ്ങി വന്ന് അമ്പലത്തിലേക്കു പോകുന്നത് കണ്ടവർ ഉണ്ടത്രേ. ബ്രാഹ്മണരുടെ മരണാനന്തരക്രിയകൾ നടത്തിയിരുന്ന ഒരു പുരോഹിതൻ അവിടെ താമസിച്ചിരുന്നു. അയാൾ ആ ബ്രഹ്മരക്ഷസ്സിന്റെ അടുത്ത ബന്ധുവാണെന്നും ആരെല്ലാമോ പറയുമായിരുന്നു. അതുകൊണ്ട് അവിടേക്കും സന്ധ്യ കഴിഞ്ഞാൽ പോകാറില്ലായിരുന്നു.

ഒരുപാട് കശുമാവുകൾ ഉണ്ടായിരുന്ന മങ്ങാടിക്കുന്ന്, ഞങ്ങൾക്ക് കൂടുതൽ ഭയം ഉണ്ടാക്കിക്കൊണ്ടിരുന്നു. കാരണം അനാഥശവങ്ങളെയും വസൂരി പിടിച്ചു മരിച്ചവരെയും സംസ്ക്കരിച്ചിരുന്നത് അവിടെയായിരുന്നു.

ഹൈസ്കൂളിന്റെ പിൻവശത്തുനിന്നു നോക്കിയാൽ കടുംപച്ചനിറ ത്തിൽ ഉയർന്നുനിൽക്കുന്ന മങ്ങാടിക്കുന്നു കാണാമായിരുന്നു. ദൂരെ നിന്നു പോലും കുന്നിനെ നോക്കാൻ ഭയപ്പെട്ടിരുന്നു കുട്ടികളായിരുന്ന ഞങ്ങൾ.

ഏതാണ്ട് നാല്പതുകൊല്ലങ്ങൾ കഴിഞ്ഞു, ഉദ്യോഗത്തിൽനിന്നും വിരമിച്ചശേഷം ഞാൻ കുടയൂരിൽ പത്തു ദിവസത്തോളം താമസിച്ചു. എന്റെ പഴയ ഭൂതങ്ങളെയും യക്ഷികളെയും അവർ പാർത്തിരുന്ന സ്ഥല ങ്ങളെയും കാണണം എന്നു തോന്നി.

പക്ഷേ, കുടയൂർ ആകെ മാറിയിരുന്നു. അയ്യൻകാവിലെ യക്ഷി താമസിച്ചിരുന്ന പാലമരം ഇല്ലായിരുന്നു. അവിടം എല്ലാം വെട്ടിനിരപ്പാക്കി ആർ.ടി.ഒ. ആപ്പീസുപണിയുക ആയിരുന്നു. ബ്രഹ്മകുളത്തിലെ മരങ്ങളെല്ലാം മുറിച്ച് അവിടെ പുത്തൻ ബസ് ടെർമിനസ് ഉണ്ടാക്കിയിരുന്നു. മങ്ങാടിക്കുന്നിനു മുകളിൽ ഒരു കോളേജും അതിനോടു ബന്ധപ്പെട്ട സ്റ്റേഡിയം, പ്ലേഗ്രൗണ്ട് തുടങ്ങിയവയും കുട്ടികളുടെ ഹർത്താലും ബഹളവും മറ്റുമായി ഒരു തിരക്കുപിടിച്ച സ്ഥലം ആയിത്തീർന്നിരുന്നു. പഴയ ശവക്കോട്ട ഇപ്പോൾ ഒരു ലേഡീസ് കോളേജും അവരുടെ പ്ലേഗ്രൗണ്ടും ആയിത്തീർന്നിരുന്നു. ഞങ്ങളുടെ തറവാട് നിന്നിരുന്ന സ്ഥലത്ത് നാലോ അഞ്ചോ കോട്ടേജുകൾ നിൽക്കുന്നു. അവിടെ നമ്മുടെ പഴയ പന്തംകൊളുത്തി നമ്പൂരിയുടെ തോടും മറ്റും നിരത്തി ഇരിക്കുന്നു. ചുരുക്കത്തിൽ, എന്റെ കുട്ടിക്കാലത്തെ യക്ഷികൾക്കും ഭൂതങ്ങൾക്കും മങ്ങാടിക്കുന്നിലെ പ്രേതങ്ങൾക്കും താമസിക്കാൻ സ്ഥലം ഇല്ലാതായിത്തീർന്നിരുന്നു.

മനസ്സിന്റെ ഒരു കോണിൽ ചെറിയ ഒരു ദുഃഖം തോന്നി. യക്ഷികളും ഭൂതങ്ങളും ആയിരുന്നെങ്കിലും അവരും എന്റെ കൂടെ വളർന്നവരല്ലേ!! ■

കാറുകൾ

കുടയൂരിൽ പണ്ടെല്ലാം ആൾക്കാർ ആവശ്യങ്ങൾക്കു നടന്നാണ് പോകാറ്. ചുരുക്കം ചിലർ സൈക്കിളിലും പോകുമായിരുന്നു. കാറുകൾ വളരെ വിരളമായിരുന്നു. ഞങ്ങളുടെ കുടുംബത്തിൽ സീഎസ്. അഞ്ഞൂറ്റി യാറ് എന്ന നമ്പറുള്ള ഒരു പുരാതന ഫോർഡ്‌വീ-എയ്റ്റ് ഉണ്ടായിരുന്നു എന്നു കേട്ടിട്ടുണ്ട് - കണ്ടിട്ടില്ല. പക്ഷേ, ഒരു വലിയച്ചന്റെ ഒരു ട്യൂറർ കാർ ഉണ്ടായിരുന്നത് ഓർമ്മയുണ്ട്. അന്ന് രണ്ടോ മൂന്നോ കാറുകൾ മാത്രമേ ഉണ്ടായിരുന്നുള്ളൂ. അതിനുശേഷം ഉണ്ടായിരുന്ന, ഐപ്പ് ഡോക്ടറുടെ വാക്സാള്ളും ഡോക്ടർ മാധവിയമ്മയുടെ മോറിസ് മൈനറും മാത്രമേ ഇപ്പോൾ ഓർമ്മയുള്ളൂ.

ഇപ്പോളെല്ലാം, കുടയൂർക്കു ചെല്ലുമ്പോൾ എന്റെ ഡോക്ടർ സുഹൃത്തിന്റെ കാറിലാണ് നെടുമ്പാശ്ശേരിയിൽനിന്നും പോകാറ്. ഒരിക്കൽ ഡോക്ടർ വിദേശയാത്രയിൽ ആയിരുന്നു. അതുകൊണ്ട് എന്റെ ഇളയ ഒരു കസിനാണ് കുടയൂരിലെ ഒരു ടാക്സിക്കാരനെ എയർപോർട്ടിൽ വരാൻ ഏർപ്പാടാക്കിയത്. “പക്ഷേ, ടാക്സിക്കാരനെ ഞാൻ അറിയില്ലല്ലോ. അയാളോട് ഒരു പ്ലക്കാടും കൊണ്ടു നിൽക്കാൻ പറയൂ” എന്ന് ഞാൻ പറഞ്ഞപ്പോൾ അവൻ ചിരിച്ചു. “ചേട്ടാ, ചേട്ടനെ മാത്രമല്ല നമ്മുടെ കുടുംബത്തിലെ എല്ലാവരെയും തൃശ്ശൂർപൂരപ്പറമ്പിൽ വച്ചായാലും അവൻ കണ്ടുപിടിക്കും. നമ്മടെ പുളിക്കന്റെ മകനാണ് അവൻ, പോൾ.” എന്തോ എനിക്ക് വിശ്വാസം വന്നില്ല. എങ്കിലും കസിനു തെറ്റാറില്ല എന്നറിയാം. അതുകൊണ്ട് ഞാനും പുറപ്പെട്ടു നെടുമ്പാശ്ശേരിക്ക്.

നെടുമ്പാശ്ശേരിയിൽ അറൈവൽ ലൗഞ്ചിൽ വന്നപ്പോൾ എന്റെ പേരുള്ള പ്ലക്കാട് ഒന്നും കണ്ടില്ല. പക്ഷേ വലത്തേ അറ്റത്തുനിന്ന് അല്പം കഷണ്ടി ഉള്ള ഒരാൾ ഉറക്കെ വിളിക്കുന്നതു കേട്ടു: “അപ്പൻ സ്വാമി.” അയാളെ കണ്ടപ്പോൾ ഒരു പരിചയം തോന്നി.

“പോൾ ആണോ?” ഞാൻ ചോദിച്ചു. “ഹായ്, ഇതെന്തൂട്ട് ചോദ്യാ, സാമി? മ്മള് കുട്ടിക്കാലം തൊട്ടു കാണണതല്ലേ?” അവൻ ചോദിച്ചു.

“നിന്നെ കുട്ടിക്കാലത്തും കണ്ടതായി ഓർമ്മ ഇല്ലല്ലോ” ഞാൻ പറഞ്ഞു.

‘‘പക്ഷേ, ഞാൻ ഇമ്മിണിപ്രാശ്യം കണ്ടിണ്ട്. അപ്പന്റെ കടെന്നു സൈക്കിൾ എടുത്ത് സാമി കോളേജിലേക്കു പോണത്. ഇപ്പൊ മ്മള് ടാക്സില് ആണ്. മൂന്നു വണ്ടിണ്ട്!!”

“വർഗ്ഗീസിന്റെ മകൻ ആണോ താൻ” എന്ന ചോദ്യത്തിന് അവൻ പറഞ്ഞു “പിന്നെ അല്ലാണ്ട്.”

“അപ്പൊ, സൈക്കിൾ കടയിൽനിന്നും വർഗ്ഗീസ് കുടുംബം ടാക്സിയിലേക്കു പുരോഗമിച്ചിരിക്കുന്നു.” ഞാൻ മനസ്സിൽ പറഞ്ഞു.

പോളിന്റെ ഇന്നോവയിൽ ഇരുന്ന് പൊക്കാളിപാടങ്ങളുടെ ഇടയിലൂടെ, കയറിയും ഇറങ്ങിയും പോകുന്ന റോഡിൽകൂടെ കുടയൂർക്കു പോകുമ്പോൾ, മനസ്സു മുഴുവൻ കുടയൂരിലെ പുരാതന ടാക്സികളും കാറുകളും ആയിരുന്നു.

എന്റെ കുട്ടിക്കാലത്ത് രണ്ട് ടാക്സി കാറുകൾ ഉണ്ടായിരുന്നു കുടയൂരിൽ - ഒന്ന് തവിട്ടു നിറമുള്ള പഴയ മോഡൽ ഷവർലെയും മറ്റേതു കറുത്ത ഒരു ഭീമൻ പടിഞ്ഞാറെക്കാരന്റെയും അന്തപ്പന്റെയും വണ്ടികൾ.

സ്ഥലത്തെ പ്രസിദ്ധമായ കരിംമാഷടെ ഹോട്ടലിന്റെ അടുത്ത് ഇടവഴിയിൽ പടിഞ്ഞാറെക്കാരന്റെ വണ്ടി തീപിടിച്ചു നശിച്ചു. (ഇൻഷ്വറൻസും മറ്റും ഉണ്ടായിരുന്നോ എന്നറിയില്ല) അതിനുശേഷം, മിക്കവാറും എല്ലാ അവസരങ്ങളിലും - കല്യാണങ്ങൾ, അമ്പലങ്ങളിൽ പോകൽ, ബോംബെയിൽനിന്നും വരുന്ന ബന്ധുക്കളെ കൊണ്ടുവരാൻ തുടങ്ങിയവയ്ക്ക് - അന്തപ്പന്റെ കാറാണ് വരാറ്.

ഓട്ടം ഇല്ലാത്ത സമയത്ത് അമ്പലത്തേക്കു പോകുന്ന മെയിൻ റോഡിൽ ഓലമേഞ്ഞ ഒരു ഷെഡിൽ ഫോർഡ് എന്ന അന്തപ്പന്റെ ഭീമൻ കാർ കിടക്കുമായിരുന്നു. അതിന്റെ അടുത്തോ അകത്തോ മറ്റൊരു ഭീമനായ അന്തപ്പനും ഉണ്ടാകും.

അന്തപ്പൻ ഞങ്ങൾ കുട്ടികളുടെ സുഹൃത്തായിരുന്നു. ഞങ്ങൾ മുത്തശ്ശിയുടെ ചീനഭരണിയിൽനിന്നും കടുമാങ്ങ ചെറിയ കുപ്പിയിൽ ഇട്ട് അന്തപ്പനു കൊടുക്കും. അയാൾക്ക് പട്ടന്മാരുടെ ‘കടുമാങ്ങ’ വലിയ ഇഷ്ടമായിരുന്നു - ചാരായം കുടിക്കാൻ ആണത്രെ.

ഇതിനു പ്രതിഫലമായി കാർ ഓടുമ്പോൾ സ്റ്റിയറിംഗ് പിടിക്കൽ, ഗിയർ മാറ്റൽ തുടങ്ങിയ ചില്ലറ വിദ്യകൾ ഞങ്ങളെ പഠിപ്പിക്കും അന്തപ്പൻ.

പിന്നീട് അന്തപ്പൻ വണ്ടി അനിയനു കൊടുത്ത്, ചെത്ത് തൊഴിലാളി യൂണിയന്റെ ലോറിഡ്രൈവർ ആയി. എന്തുകൊണ്ടോ കാലക്രമത്തിൽ അന്തപ്പന്റെ ഭീമൻ കറുത്ത ഫോർഡ് അപ്രത്യക്ഷമായി. പിന്നെ പലരും വന്നു പലതരം കാറുകളുമായി. നടവരമ്പുകാരൻ ഭാസ്ക്കരൻ കുറച്ചു ദിവസം അയാളുടെ ഷവർലെ വാൻ ടാക്സി ആവശ്യങ്ങൾക്കായി ഓടിച്ചു. പലചരക്കുകാരൻ സ്വാമിയുടെ മകൻ അംബിസാമി ആണ് ആദ്യമായി കോയമ്പത്തൂരിൽനിന്നും ഒരു അംബാസഡർ കാർ കൊണ്ടുവന്നത്. പിന്നെ

ചെട്ടിപറമ്പിലെ പിള്ളയും അനിയനും അതേപോലത്തെ അംബാസഡർ കാറുകൾ കൊണ്ടുവന്നു. പിന്നീട് വെള്ള നിറത്തിലുള്ള അംബാസഡർ കാറുകളുടെ വാഴ്ച ആയിരുന്നു കുടയൂരിൽ.

ആയിടയ്ക്കാണ് സൈക്കിൾ കടക്കാരൻ വർഗ്ഗീസിന്റെ മകൻ ടാക്സി ബിസിനസ്സിൽ കയറിയത്. ഒരു അംബാസഡറിൽ തുടങ്ങിയ അവന് വച്ചടി കയറ്റം ആയിരുന്നു. കാറുകൾ മൂന്നെണ്ണം വാങ്ങി രണ്ട് ഡ്രൈവർമാരെയും കൂട്ടി ടാക്സി ഓടിച്ചു തുടങ്ങി. ഇപ്പോൾ ഇതാ ടയോട്ട ഇന്നോവകളും ആയി.

കുടയൂർക്കാർ ഇപ്പോൾ അധികം നടക്കാറില്ലത്രേ. സ്വന്തം കാർ അല്ലെങ്കിൽ ടാക്സി വേണം എല്ലാവർക്കും എന്ന സ്ഥിതി ആയിത്തീർന്നി രിക്കുന്നു.

പഴയ ഒരു തറവാട്ടുകാരെ കണ്ടിട്ട് ഒരു കിലോമീറ്റർപോലും ദൂരം ഇല്ലാത്ത എന്റെ ഹോട്ടലിലേക്ക് ഇറങ്ങുമ്പോൾ അവിടത്തെ കാരണവത്തി ചോദിച്ചു: "ഒരു കിലോമീറ്ററോളം ദൂരണ്ടല്ലോ, അപ്പൻ. കാറിൽ കൊണ്ടാ ക്കാൻ പറയട്ടെ?"

വേണ്ടന്നു പറഞ്ഞു ഞാൻ.

ഇരുവശത്തും പച്ച പുല്ലിന്റെ ബോർഡർ ഉള്ള വൃത്തിയുള്ള കുടയൂ രിലെ റോഡിൽകൂടി പതുക്കെ നടന്നുപോകാനാണ് ഇപ്പോഴും എനിക്ക് ഇഷ്ടം!! ■

നാടകം

ഈ അടുത്ത കാലത്ത് ശ്രീ. വി.കെ.എന്നിന്റെ തിരഞ്ഞെടുത്ത കഥകളുടെ സമാഹാരം വാങ്ങി. കേരളത്തിലെ ഒരു മഹാകവി പറഞ്ഞപോലെ, "കുഞ്ചനുശേഷം സംഭവിച്ച ഈ മഹാദ്ഭുതത്തിന്റെ" കഥകൾ എത്ര പ്രാവശ്യം വായിച്ചാലും മതിയാകില്ല എനിക്ക്. മലയാണ്മയിലെ ഈ വോഡൗസ്, തന്റെ കുന്നംകുളത്തുകാരൻ ഇട്ടൂപ്പ് മുതലാളി തൃശ്ശൂരിൽ ജോസ് തീയറ്ററിൽ സത്യവാൻ-സാവിത്രി നാടകം കണ്ട കഥ വിവരിച്ചത് ഓർമ്മ വരുന്നു.

അന്തകാലത്ത് കേരളത്തിൽ ഉടനീളം തമിഴ്നാടകങ്ങളായിരുന്നു കളിച്ചിരുന്നത്. നാടകം മുഴുവനും കർണ്ണാടക സംഗീതവും. സാവിത്രി ഒരുപാട് പാട്ടുകൾ സ്വര-താളത്തോടെ പാടിയിട്ടും യമൻ സത്യവാന്റെ ജീവൻ കൊടുത്തില്ല. നൂറ്റിയമ്പതു മില്ലി പട്ടയും അതിനു മുകളിൽ താറാവു മുട്ടയും അടിച്ച്, ഒന്നാംനിരയിൽ ഇരുന്ന് നാടകം കണ്ടുകൊണ്ടിരുന്ന ഇട്ടൂപ്പിനു സഹിച്ചില്ല. അയാൾ സ്റ്റേജിൽ ചാടിക്കയറി യമന്റെ കഴുത്തിന് പിടിച്ചുകൊണ്ട് അലറി: "കൊടുക്കടാ, ശവി. എന്തോരം നേരായിഡാ, ആ പെണ്ണ് പാട്ടും നിലവിളിയും തൊടങ്ങീട്ട്." യമൻ ആത്മരക്ഷാർത്ഥം പിൻകർട്ടൻ വഴി തൃശ്ശൂരിൽനിന്നും ഓടിപ്പോയി എന്നും പിന്നീട് തൃശ്ശൂരിൽ മരണം സംഭവിച്ചിട്ടില്ല എന്നും പറയുന്നു ഈ രസികൻ കഥാകാരൻ.

ഇതിൽ തീരെ അതിശയോക്തി ഇല്ല! കാരണം അക്കാലത്ത് മദ്ധ്യകേരളത്തിലെ ഒരുമാതിരി എല്ലാ നാടകങ്ങളും ഇങ്ങനെ ആയിരുന്നു കലാശിച്ചിരുന്നത്. 'കുടയൂരും' ഒട്ടും മോശം അല്ലായിരുന്നു ഇക്കാര്യത്തിൽ.

കൃഷി ആയിരുന്നു കുടയൂരിലെ മുഖ്യതൊഴിൽ. ക്രിസ്ത്യാനികൾ കച്ചവടവും ചുരുക്കം ചിലർ കൊച്ചിത്തമ്പുരാന്റെ ഗവൺമെന്റു സർവ്വീസിലും സ്കൂളിലും മറ്റുചിലർ കോടതിയിലും പണി എടുത്തിരുന്നു. ജോലികൾ കഴിഞ്ഞാൽ വേറെ ഡൈവെർഷണോ എന്റർടെയിൻമെന്റോ അധികം ഉണ്ടായിരുന്നില്ല - പ്രകൃതി വരദാനം ചെയ്തിട്ടുള്ള ഒരേയൊരു നേരംപോക്കൊഴിച്ചു (അതിനും സാമൂഹ്യപരമായ കൺസ്ട്രയിൻസ് ഉണ്ടല്ലോ!) സ്ഥലത്തെ പ്രധാനപ്പെട്ട പത്രമായ 'ഗോമതി'യും തൃശ്ശൂരിൽ നിന്നു തുടങ്ങിയിട്ടില്ല അന്ന്. അതുകൊണ്ട് നാടകങ്ങൾക്ക് നല്ല ഡിമാന്റ് ആയിരുന്നുവത്രേ അക്കാലത്ത്.

കൊയ്ത്തു കഴിഞ്ഞ് മൈതാനംപോലെ കിടക്കുന്ന പാടങ്ങളിൽ അണ്ണാച്ചികൾ തമ്പടിക്കും. ഓലകൊണ്ട് മേഞ്ഞ 'കോട്ട'കളിൽ ആയിരുന്നു നാടകങ്ങൾ നടന്നിരുന്നത്. ഇന്നത്തെപോലെ, ഓഡിറ്റോറിയമോ, ലൈറ്റ് വ്യവസ്ഥയോ സൗണ്ട്സിസ്റ്റമോ ഒന്നും ഇല്ലാത്ത കാലം. മൈക്കുപോലും ഉണ്ടായിരുന്നില്ല. 'കോട്ടയിൽ' ഉയർത്തിക്കെട്ടിയ മരത്തിന്റെ സ്റ്റേജിലാണ് കളി. സ്റ്റേജിനു നാലു ഭാഗത്തും പെട്രോമാക്സ് പിടിച്ചു നാല് കറുത്തു തടിച്ച തമിഴന്മാർ നിൽക്കും. സ്റ്റേജിൽ രാജാവും റാണിയും മന്ത്രികളും പ്രജകളും എല്ലാം തമിഴ്‌വചനങ്ങളും കർണ്ണാടകസംഗീതവും തകർക്കും.

പ്രേക്ഷകർ വൈകുന്നേരത്തെ പതിവുള്ള 'രണ്ടുഡ്രാം' അകത്താക്കി (അന്ന് മെട്രിക്സിസ്റ്റം വന്നിട്ടില്ല - അതുകൊണ്ട് പഴയ ബ്രിട്ടീഷ് അളവുകൾ ആയിരുന്നു പ്രയോഗത്തിൽ) ഫിറ്റായി തലയിൽ തോർത്തും കെട്ടി - ജാതിമതഭേദമന്യേ - നാടകം കാണും. ഇക്കാര്യത്തിൽ ബഹുരസികന്മാരായിരുന്നു, കുടയൂർക്കാർ!

ഇഷ്ടപ്പെട്ട പാട്ടും അഭിനയവും വീണ്ടും വീണ്ടും ആവർത്തിക്കണം അവർക്ക്. അതുകൊണ്ട് നാടകങ്ങൾ അവസാനിക്കുന്ന സമയം എന്നൊന്നില്ല.

"രാജാവ് ഒന്നു കൂടെ പാടട്ടെ" അല്ലെങ്കിൽ "ആ കരയണ സീൻ ഒന്നു കൂടി കാണിക്കഡാ" തുടങ്ങിയ മുറവിളികൾ ഇടയ്ക്കും തലക്കും കേൾക്കാം. സീനുകളും പാട്ടുകളും ആവർത്തിച്ചുകൊണ്ടും ഇരുന്നു. നീതിക്കു നിരക്കാത്ത വല്ലതും കഥാപാത്രങ്ങൾ ചെയ്താൽ, "കാച്ചഡാ അവനെ" എന്ന മുറവിളി കേൾക്കാം. ഒരു ഗത്യന്തരവും ഇല്ലാതെ രാജാവ് വാള് എടുത്തു വെട്ടുന്ന മാതിരി അഭിനയിക്കും. കഥയും സംഭാഷണവും എല്ലാം മാന്യജനങ്ങളുടെ ഇഷ്ടംപോലെ ആയിരുന്നു.

നാല്പതോടുകൂടെ മലയാളം നാടകങ്ങളും മലയാളി അഭിനേതാക്കളും നടത്തുന്ന സാമൂഹ്യനാടകങ്ങൾ കുടയൂരിൽ വന്നുതുടങ്ങി എന്നു പറഞ്ഞു കേട്ടിട്ടുണ്ട്. പിന്നീട് പുതുതായി വന്ന 'പയനീർ' സിനിമകോട്ടയിൽ ആയിരുന്നു നാടകങ്ങൾ. വൈക്കം മണി, വാസുദേവൻനായരും ഭാര്യ തങ്കവും അഗസ്റ്റിൻ ജോസഫും പിന്നീട് തിക്കുറിശ്ശി തുടങ്ങിയവരുടെ കാലവും വന്നു. എങ്കിലും കുടയൂർക്കാർ ഇടയ്ക്കിടെ അവരുടെ സ്വാതന്ത്ര്യം ഉപയോഗിച്ച് നാടകങ്ങളുടെ കഥയും സംഭാഷണവും എല്ലാം നിയന്ത്രിച്ചിരുന്നു.

എന്റെ കുട്ടിക്കാലത്ത് കണ്ട ഒരു നാടകത്തിൽ കോമഡിയനായ മാത്തപ്പനെകൊണ്ട് സ്ഥലത്തെ ഒരു പ്രമാണി അഞ്ചു പ്രാവശ്യം ഒരു പ്രേമഗാനം പാടാൻ കല്പിച്ചത് ഇന്നും ഓർമ്മയിൽ ഉണ്ട്.

നാടകങ്ങൾ ജനങ്ങൾക്കുവേണ്ടി ആയതുകൊണ്ട് അവർ പറയുന്നപോലെ നാടകം കളിക്കണം എന്നതായിരുന്നു 'കുടയൂര്യൻ ഫിലോസഫി' എന്ന് സ്ഥിരം നാടകാസ്വാദകൻ ആയിരുന്ന ലോനപ്പേട്ടൻ പറഞ്ഞത് ഓർമ്മ വന്നു.

തികച്ചും ഡെമോക്രടിക് നാടകങ്ങൾ!! ■

സ്കൂൾ

1872-ൽ കൊച്ചി വാണിരുന്ന തമ്പുരാൻ രാജ്യത്ത് പതിനഞ്ചു ഹൈസ്കൂളുകൾ സ്ഥാപിച്ചു. അതിൽ ഒന്ന് കുടയൂരിൽ ആയിരുന്നു എന്ന് ചരിത്രം പറയുന്നു. അന്ന് സർക്കാർ ബോയ്സ് ഹൈസ്കൂൾ എന്നറിയപ്പെട്ടിരുന്ന ഈ സ്കൂളിലാണത്രെ കുടയൂരിലെയും അതിനു ചുറ്റും ഉണ്ടായിരുന്ന മിക്ക പ്രദേശങ്ങളിലെയും ആൺകുട്ടികളെല്ലാം അക്കാലത്തു പഠിച്ചത്.

അന്നത്തെ വിദ്യാഭ്യാസരംഗത്ത് പേരുകേട്ട - കൊലകൊമ്പന്മാർ എന്ന് കുടയൂർകാർ വിശേഷിപ്പിക്കുന്ന - ഹെഡ്മാഷ്മ്മാർ ആയിരുന്നു ആദ്യകാലത്ത്. അനന്തകൃഷ്ണ അയ്യർ, അനന്തരാമഅയ്യർ, പുള്ളിയിൽ കൃഷ്ണമേനോൻ, എം.എ. കൃഷ്ണ അയ്യർ, പി. രാമൻമേനോൻ, വി.കെ. അച്ചുതമേനോൻ, കെ.വി. അയ്യാധുരൈ അയ്യർ എന്നിങ്ങനെ വലിയ ഒരു ലിസ്റ്റു തന്നെയുണ്ട് കുടയൂർകാരുടെ മനസ്സിൽ. ഇക്കൂട്ടത്തിൽ കിടുകിടുപ്പൻ കർശനക്കാരൻ ഇംഗ്ലീഷ് ഭാഷയുടെ 'അതോറിറ്റി' എന്നെല്ലാം അറിയപ്പെട്ടിരുന്നത് അയ്യാധുരൈ അയ്യർ ആയിരുന്നുവത്രേ. എന്റെ അച്ഛന്റെ തലമുറയുടെ ഗുരുനാഥൻ ആയിരുന്നു ഇദ്ദേഹം!

അയ്യാധുരൈ അയ്യർ മാഷുടെ തല്ലുകൊണ്ടവൻ എല്ലാം നന്നായിട്ടേ ഉള്ളൂ എന്നൊരു പ്രമാണം കുടയൂരിൽ ഉണ്ട്. "എന്റെ ഈശോയെ, ആ മാഷടെ കഥ എന്റെ അപ്പൻ പറഞ്ഞുകേട്ടിട്ടുണ്ട്. ഒരു കിടുകിടുപ്പൻ സാധനായിരുന്നത്രേ. മാഷുടെ ചൂരൽ കണ്ടാ മാപ്ലപ്പിള്ളേര് മൂത്രോഴിക്കുത്രേ" എന്നാണ് ഈ അടുത്തകാലത്ത്, തൊണ്ണൂറിൽ പ്രവേശിക്കുന്ന, പോൾ ഏട്ടൻ പറഞ്ഞത്. ഞാൻ സ്കൂളിൽ പഠിക്കുമ്പോൾ അദ്ദേഹത്തിന്റെ ഒരു വലിയ ഓയിൽ പെയിന്റിംഗ് സ്കൂളിലെ ആപ്പീസിൽ തൂക്കിയിട്ടിരുന്നു. ഇപ്പോൾ അത് അവിടെ ഇല്ല. വലിയ കസവ് തലപ്പാവും കറുത്ത കോട്ടും തീക്ഷ്ണങ്ങളായ കണ്ണുകളുമുള്ള ഒരു വലിയ മനുഷ്യൻ. അദ്ദേഹത്തിന്റെ സ്കൂളിലേക്കുള്ള വരവ് ഒരു 'എഴുന്നള്ളത്ത്' തന്നെ ആയിരുന്നു എന്നാണ് പഴമക്കാർ പറയുന്നത്.

മുന്നിൽ വില്ല ധരിച്ച ശിപായി കടലാസ്സുകളുമായും പിന്നിൽ കുടയും പിടിച്ചുകൊണ്ട് മാസപ്പടിയും നടുവിൽ 'വലിയരവി'(അമ്പലത്തിലെ

കൊമ്പൻ)യുടെ തല എടുപ്പോടെ നടന്നിരുന്ന അയ്യാധുരൈ അയ്യരും എല്ലാം രാവിലെ ഒമ്പതരമണിക്ക് കുടയൂരിലെ വലിയങ്ങാടിയിൽകൂടി പോകുന്നത് കാണാൻ ആൾക്കാർ ഭവ്യതയോടെ റോഡരുകിൽ ഒതുങ്ങി നിൽക്കുമത്രെ. ഒരു പഴയ നാട്ടുപ്രമാണിയും വലിയ തുണിക്കച്ചവട ക്കാരനും മറ്റും ആയിരുന്ന ലോനപ്പേട്ടൻ വിസ്തരിച്ചു പറയുമായിരുന്നു ഈ കഥ. (കിഴക്കേവളപ്പിലെ മാഷ് ഇതിനെക്കുറിച്ച് വിശദമായി തന്റെ ഓർമ്മക്കുറിപ്പുകളിൽ വിവരിക്കുന്നുണ്ട്) അയ്യാധുരൈ അയ്യർ പിന്നീട് സ്കൂൾ ഇൻസ്പെക്ടർ ആയപ്പോഴും കുടയൂർ സ്കൂളിന്റെ കാര്യങ്ങളിൽ ഒരുപാടു ശ്രദ്ധ വച്ചിരുന്നുവത്രെ.

കുടയൂർ സ്കൂളിൽനിന്നു പഠിച്ചുയർന്നുവന്നവർ പേരുകേട്ട പ്രൊഫ സർമാർ, ശാസ്ത്രജ്ഞന്മാർ, ഐ.സി.എസ്സുകാരും (പിന്നീട് ഐ.എ.എ സ്സുകാരും) എന്നു വേണ്ട പ്രസിദ്ധരായ മാതാചാര്യന്മാരും മറ്റും അക്കാല ങ്ങളിൽ ഇവിടെ പഠിച്ചിട്ടുണ്ടത്രെ.

പ്രൈമറി ക്ലാസ്സുകൾ എല്ലാം വടക്കുഭാഗത്തെ സ്ലോപ്പുകളിൽ ആയി രുന്നു. കുട്ടികൾക്കു കയറാനും ഇറങ്ങാനുമായി നല്ല ഭംഗി ഉള്ള കോൺക്രീറ്റ് പടികളുണ്ടായിരുന്നു (ഇപ്പോൾ ഉണ്ടോ എന്നറിഞ്ഞൂടാ).

കുടയൂർക്കാർക്ക് ഫുട്ബോൾകളി വലിയ കമ്പമായിരുന്നു എന്ന് മുമ്പു പറഞ്ഞല്ലോ. ഫുട്ബോൾകളിയുടെ 'മെക്ക' ആയിരുന്നുവത്രേ കുടയൂർ സ്കൂൾ. പണ്ട് ഒരു രസികൻ മാഷ് പറഞ്ഞത് ഓർമ്മ വരുന്നു: "ഇവിടെ സ്കൂളിൽ ആദ്യം 'ഗോൾ അടിക്കാൻ' പഠിക്കുന്നു കുട്ടികൾ - പിന്നീട് എഴുത്തും വായനയും". സ്കൂളിന്റെ പടിഞ്ഞാറുഭാഗത്ത് ഒന്നിൽ ചില്വാനം കിലോമീറ്റർ ദൂരത്തിൽ സ്കൂളിന്റെ ഫുട്ബോൾ ഗ്രൗണ്ട് ആയിരുന്നു. അവിടെ പല ഭാഗങ്ങളിലും ചെറുതും വലുതുമായ കുട്ടികൾ പ്രാക്ടീസ് ചെയ്യുന്നത് ഇപ്പോഴും കാണാം.

ചിലപ്പോൾ തോന്നും പാശ്ചാത്യസംസ്ക്കാരം കുറച്ചെല്ലാം കുടയൂർ സ്കൂളിനെ സ്വാധീനിച്ചിട്ടുണ്ടെന്ന്. അതിന് ഉദാഹരണമാണ് ഇവിടുത്തെ ടെന്നീസ് കോർട്ട്. ഏക്കറുകൾ വ്യാപിച്ചു കിടന്നിരുന്ന സ്കൂളിലെ കെട്ടിട ങ്ങളുടെ നടുവിൽ വലിയ തുറസ്സായ സ്ഥലമുണ്ട്. ഇവിടെയാണ് കുടയൂ രിലെ പുരാതന ടെന്നീസ് കോർട്ട്. പുറംനാടുകൾ കണ്ടുവന്ന കുടയൂർക്കാർ എല്ലാം ചേർന്ന് ഏകദേശം തൊണ്ണൂറുകൊല്ലം മുമ്പു തുടങ്ങിയതാണ് ഈ ടെന്നീസ് കോർട്ട്. പിന്നീട് ഈ സ്ഥലത്തെ വി.ഐ.പികളും വക്കീലന്മാരും മറ്റും പതിവായി കളി തുടങ്ങി. കാലം മാറിയപ്പോൾ, കോർട്ടും പോയി. ഇപ്പോൾ പഴയ ടെന്നീസ് കോർട്ട് ഇല്ല.

അയ്യാധുരൈ അയ്യർ മാഷും കെ.ജി. നാരായണ അയ്യരും കെമിസ്ട്രി നാരായണ മേനോനും മഹാകവി നമ്പ്യാർ വീടനും പരമേശ്വരശാസ്ത്രി കളും ലൂയീസ് മാഷും കള്ളീക്കാടനും ഗോവിന്ദൻകുട്ടിമേനോനും തെരേസ മേഡവും ലക്ഷ്മിക്കുട്ടിഅമ്മയും തുളസിഅമ്മയും സരോജിനി

പിഷാരസ്യാരും ഫുട്ബോൾകളിക്കാരെ ഡസൻ കണക്കിനു സൃഷ്ടിച്ചിരുന്ന കരിംമാഷും മറ്റും ഇപ്പോൾ വെറും ഓർമ്മകൾ മാത്രം. എന്തിനു പറയുന്നു, ക്വിറ്റ് ഇന്ത്യ സമരക്കാലത്ത് സ്കൂളിൽ കയറിയ പോലീസുകാരെ ചങ്കൂറ്റത്തോടെ തടഞ്ഞുനിറുത്തിയ ഹരിഹരൻമാഷെപോലും കുടയൂർക്കാർ മറന്നിരിക്കുന്നു.

"ചരിത്രത്തിൽ വലിയ കഴമ്പില്ല, മാഷേ" എന്ന് ഒരു പുതിയ തലമുറക്കാരൻ കുടയൂർക്കാരൻ പറയുന്നതും കേൾക്കാൻ ഇടയായി!

■

ഒരു നാഴികക്കല്ല്

കുടയൂരിലേക്കുള്ള ഒരു യാത്രയിൽ, എന്റെ കസിൻ പറഞ്ഞു: "ചേട്ടാ, നമ്മടെ ഖാദറുടെ കട പൊളിച്ചുമാറ്റാൻ പോകുന്നു. അവിടെ ഒരു വലിയ ഷോപ്പിങ് കോംപ്ലെക്സ് പണിയാൻ ഉള്ള പ്ലാൻ ആണെന്നു തോന്നുന്നു."

നാട്ടിൽ ബാക്കിയുള്ള ഒരേ ഒരു കുടുംബാംഗമാണ് ആ കസിൻ. കുടുംബത്തിൽപെട്ട എഴുപതോളം വീടുകളിൽ ഒന്നുരണ്ടെണ്ണമേ ഇപ്പോൾ കുടയൂരിൽ ബാക്കിയുള്ളൂ. ബാക്കിയെല്ലാവരും ഭാഗം കഴിച്ചുകിട്ടിയതു വിറ്റു കാശാക്കി പരദേശങ്ങളിലേക്കും വിദേശങ്ങളിലേക്കും പോയിക്കഴിഞ്ഞു.

ഏക്കറുകൾ വിസ്താരത്തിൽ കിടന്നിരുന്ന പഴയ തറവാട്ടുവീടുകൾ ഇപ്പോൾ ഇല്ല. പകരം മറുനാട്ടിൽനിന്നു വന്ന പല പുതിയ കുടയൂർക്കാരുടെ കൊച്ചുകൊച്ചു കോട്ടേജുകൾ മാത്രം. പഴയ കുടുംബക്കാർ പലർക്കും കുടയൂർ ഒരു ഓർമ്മ മാത്രമായി അവശേഷിക്കുന്നു. അവർ ഫെയിസ് ബുക്കുകളിൽ കണ്ടുമുട്ടുന്നു. ചിലർ പരസ്പരം തിരിച്ചറിയുന്നു. മറ്റുള്ളവർ 'യുസീംഫമിലിയർ' എന്ന കമന്റിൽ അവസാനിപ്പിക്കുന്നു. പക്ഷേ എല്ലാവരുടെയും മനസ്സിൽ 'ഖാദറുടെ കട' അല്ലെങ്കിൽ 'കാദർ കടൈ' കുടയൂരിലെ പഴയ ആ കുടുംബത്തിന്റെ ഒരു ലിങ്ക് ആയി ഇപ്പോഴും കിടപ്പുണ്ട്.

എഴുപതോളം ബ്രാഹ്മണകുടുംബങ്ങൾക്കു നടുവിൽ, തറവാട്ടിലെ ഒരു കാരണവരുടെ 'വഴിയമ്പലത്തോട്' ചേർന്ന് മൂന്നു മുറികൾ ഉള്ള ഈ പല ചരക്കുകട നൂറ്റിൽചില്വാനം കൊല്ലങ്ങളായി ഖാദറുടെ കുടുംബത്തിനു വാടകയ്ക്കു കൊടുത്തിരിക്കുകയായിരുന്നു. വഴിയമ്പലത്തിനുവേണ്ട മോരും മറ്റു വസ്തുക്കളും ഇവരാണ് കൊടുത്തിരുന്നത് - ചിലവുകൾ വഹിച്ചിരുന്നത് കാരണവരുടെ കുടുംബവും. കുടയൂർ ചന്തയെയും അറബിക്കടലിനെയും ബന്ധിക്കുന്ന വലിയ ഒരു പാത, ഈ കുടുംബങ്ങൾക്കിടയിൽകൂടെ കിഴക്കുപടിഞ്ഞാറായി കിടക്കുന്നു. ഈ പാതയുടെ ഓരം ചേർന്നാണ് വഴിയമ്പലം.

ചന്തദിവസങ്ങളിൽ - ബുധനും ശനിയും - ചന്തയ്ക്കുപോകുന്നവരും വരുന്നവരും കാവുകളിൽ സാധനങ്ങൾ കൊണ്ടുപോകുന്നവരും ഇവിടുത്തെ സംഭാരവും കുടിച്ചു വിശ്രമിക്കാറുണ്ട്. പിന്നീട് ബസ്സും ലോറിയും എല്ലാം വന്നപ്പോൾ സംഭാരം കുടിക്കാൻ ആളില്ലാത്തത് കൊണ്ട് വഴിയമ്പലം ഒരു 'ആനക്രോനിസം' ആയിത്തീർന്നു. പക്ഷേ, ഖാദറുടെ കട

തുടർന്നുകൊണ്ടിരുന്നു - ഞാൻ നാടു വിട്ടശേഷം പത്തുപതിനൊന്നു കൊല്ലം വരെ. ഇപ്പോൾ ഇതാ ഓർമ്മകളുടെ ഈ നാഴികക്കല്ല് എന്നെന്നേക്കുമായി നഷ്ടപ്പെടുന്നു.

അബ്ദുൾ ഖാദർ എന്ന 'കാദർ മാപ്ല'യുടെ അച്ഛനെ കണ്ട ഒരു നേരിയ ഓർമ്മ മനസ്സിൽ ഉണ്ട്. ഒരിക്കൽ കൽക്കട്ടയിൽനിന്നും വന്നിരുന്ന എന്റെ അച്ഛനും ഞാനും ചെട്ടിപ്പറമ്പിലെ ഗേൾസ് സ്കൂൾ ഭാഗത്തേക്കു പോകുന്ന കയറ്റത്തിൽ നടന്നുകയറുമ്പോൾ മുമ്പിൽനിന്നും വളരെ പ്രായമുള്ള ഒരാൾ വരുന്നുണ്ടായിരുന്നു. പച്ചനിറത്തിലുള്ള കള്ളിമുണ്ടും അരയിൽ വീതിയുള്ള ബെൽട്ടും നെറ്റിയിൽ നിസ്ക്കാരത്തഴമ്പും വെളുത്ത താടിയുമുള്ള ഒരു സായ്‌വ്. അച്ഛനോട് ഒരുപാടുനേരം ഒരു പ്രത്യേക മലയാളത്തിൽ അങ്ങോർ സംസാരിച്ചു. പിന്നെ പതുക്കെ കുന്നിറങ്ങി പടിഞ്ഞാട്ടു പോയി. അച്ഛൻ പറഞ്ഞാണ് അറിഞ്ഞത് അത് 'വലിയ സായ്‌വ്' ആണെന്ന്. അച്ഛൻ അയാളോട് വളരെ ബഹുമാനത്തിലാണ് സംസാരിച്ചത്. അയാളും ഒരു കാരണവരുടെ ടോണിൽ വാത്സല്യത്തോടെയാണ് അച്ഛനോടു സംസാരിച്ചതും. അയാൾ പിന്നീടു മരിച്ചുപോയപ്പോൾ വലിയച്ഛന് കടയും വഴിയമ്പലവും തുടർന്നുപോകാൻ അയാളുടെ മകൻ അബ്ദുൾ ഖാദറെ ഏല്പിച്ചു. ഇതായിരുന്നു 'കാദർ മാപ്ല' എന്ന് നാട്ടുകാർ വിളിച്ചിരുന്ന ഞങ്ങളുടെ 'കാദർ സായ്‌വ്'.

പൊക്കം കുറഞ്ഞ്, സ്വല്പം കറുത്താണ് ഹിറ്റ്ലർ മീശയുള്ള ഞങ്ങളുടെ രണ്ടുമൂന്നു തലമുറകളെ അടുത്തറിയുന്ന കാദർ സായ്‌വ്. ഖാദർ നിക്കാഹു കഴിച്ചു, ഗേൾസ് സ്കൂളിന്നടുത്തു താമസമാക്കി, കുട്ടികളും ആയി. അവരിൽ ചിലരെല്ലാം, ഞങ്ങളുടെയും ഞങ്ങളുടെ താഴെയുള്ളവരുടെയും കൂടെ സ്കൂളിൽ പഠിച്ചിരുന്നു.

കുടുംബത്തിലെ എല്ലാ ആഘോഷങ്ങളിലും സുഖങ്ങളിലും ദുഃഖങ്ങളിലും ഖാദർ പങ്കെടുത്തിരുന്നു - കുടുംബത്തിലെ ഒരു അംഗത്തെപോലെ. ഞങ്ങൾ കുട്ടികൾ വളർന്നു വലുതായി ഉദ്യോഗമായി പല സ്ഥലങ്ങളിലേക്കും പോയി. കല്യാണം കഴിച്ചു, കുട്ടികൾ ആയി, ചിലർ മുത്തശ്ശന്മാരും/മുത്തശ്ശികളും ആയി.

ഇതിന്നിടയിൽ കുടൽരോഗത്തിൽ കാദർ സായ്‌വ് മരിച്ചു. പിന്നെ കുറെക്കാലം മകൻ സേതുമുഹമ്മദ് കട നടത്തി. പിന്നെ വിറ്റു, ദുബായ്ക്കു പോയി. ഒരു ക്രിസ്ത്യൻ ചെറുപ്പക്കാരനാണ് പിന്നീട് കട നടത്തിയിരുന്നത്. അയാളും കട വേറെ ആർക്കോ വിറ്റു. ഇതാ ഇപ്പോൾ അതു പൊളിച്ചുമാറ്റാനും പോകുന്നു. കുടയൂരിലെ തെക്കേകരയുടെ വലിയ ഒരു കുടുംബ-ചരിത്രത്തിന്റെ ഒരു നാഴികക്കല്ല് കൂടി നഷ്ടപ്പെടുന്നു!! ■

ഭൂതങ്ങളുടെ കുന്ന്

കുടയൂരിന്റെ വടക്കേ അതിർത്തിയിൽ ഉയർന്ന് എത്രയോ ഏക്കറുകളിൽ വിസ്തരിച്ചു കിടക്കുന്നു മങ്ങാടികുന്ന്. കുന്നു മുഴുവൻ കശുമാവിൻ തോപ്പാണ്. മഞ്ഞയും ചുകന്നതുമായി കൊതിപ്പിക്കുന്ന പഴുത്ത കശു മാങ്ങകൾ ദൂരെനിന്നുതന്നെ കാണാം. പക്ഷേ, ആരും കുന്നിൽ കയറി അതു പറിക്കാൻ ധൈര്യപ്പെടാറില്ല. കാരണം ഉണ്ട്. കുന്നു മുഴുവൻ ഭൂത -പ്രേതങ്ങൾ അലഞ്ഞുതിരിഞ്ഞു നടക്കുന്ന സ്ഥലം ആണ്. വസൂരി പിടിച്ചു ചത്തവരുടെയും അനാഥകളുടെയും സർക്കാർ ആശുപത്രിയിലെ അവ കാശികൾ ഇല്ലാതെ മരിച്ചവരുടെയും ശവങ്ങൾ ഇവിടെയാണ് നിക്ഷേപി ക്കാറ്. അതുകൊണ്ട്, എല്ലാവർക്കും കുന്നിനെ ഭയമായിരുന്നു. ആരും കുന്നിൻഭാഗത്തേക്കു പോകാറില്ല - നട്ടുച്ചയ്ക്കുപോലും!

ഒരു ദിവസം രാവിലെ പത്തു-പതിനൊന്നുമണിക്ക് കുടയൂർക്കാർ ഒരു അദ്ഭുതക്കാഴ്ച കണ്ടു. ഒരു കറുത്ത കാർ വന്ന്, കുന്നിന്റെ അടിവാര ത്തിൽ നിന്നു. കാറിൽനിന്നും തവിട്ടുനിറത്തിൽ ഉള്ള ളോഹ ഇട്ട രണ്ടു പാതിരികൾ ഇറങ്ങി. ഒരു പാതിരി കുറച്ചു പ്രായം ഉള്ള ആൾ ആയിരുന്നു. പക്ഷേ, മറ്റേ പാതിരി ചടച്ചു പൊക്കമുള്ള ചെറുപ്പക്കാരൻ ആയിരുന്നു.

"എന്റെ ദൈവേ, ഇതാരപ്പാ ഇത്? മന്ത്രവാദം ചെയ്യുന്ന കടമറ്റത്തെ അച്ചന്മാരോ? ഏതോ പ്രേതത്തിനെ പിടിച്ചുകെട്ടാൻ ഇറങ്ങിയതാവും. ഇന്ന് എന്തെങ്കിലും നടക്കും."

നാട്ടുകാർ തമ്മിൽ പറഞ്ഞു. കുന്നിൻചെരിവിൽ പാടത്തെ കൃഷിയുടെ മേൽനോട്ടം നടത്തിയിരുന്ന ഈനാശു മാപ്ല, പണിക്കാരോട് അച്ചന്മാരെ ചൂണ്ടി പറഞ്ഞു: "ഏത് ചെകുത്താനെ പിടിക്കാൻ ആണാവോ അച്ചന്മാര് ഇറങ്ങിയിരിക്കണേ? നിങ്ങള് ഒന്നും അങ്ങിട് നോക്കണ്ടാട്ടോഡാ" എന്ന് പണിക്കാർക്കു സൂചന കൊടുത്തു. ചെറുപ്പക്കാരനായ അച്ചൻ മറ്റേ അച്ചന്റെ കൈയും പിടിച്ച് കുന്നു മുഴുവൻ നടത്തി എന്തൊക്കെയോ കാണിച്ചു കൊടുത്തുകൊണ്ട് എന്തെല്ലാമോ പറയുന്നുണ്ടായിരുന്നു.

"സുറിയാനിയിൽ മന്ത്രം ചൊല്ലുകയായിരിക്കും." നാട്ടുകാർ പറഞ്ഞു. തിരിച്ചു വന്ന് അച്ചന്മാർ കുന്നിറങ്ങിയപ്പോൾ നാട്ടുകാർ കൂടി. "ഈശോ മിശിഹായ്ക്കു സ്തുതി ആയിരിക്കട്ടെ", നസ്രാണികൾ അച്ചന്മാരെ വന്ദിച്ചു. മറ്റവർ കൈക്കൂപ്പി തൊഴുതു. അച്ചന്മാരും തിരിച്ചു തൊഴുതു.

ചടച്ച അച്ചൻ പറഞ്ഞു: നല്ല ഭംഗിയുള്ള കുന്ന്. നിങ്ങൾ കയറി കണ്ടിട്ടുണ്ടോ?"

"കുന്നിമ്മേ പൂവേ?! എന്തൂട്ടാ അച്ചൻ പറയണേ?" നാട്ടുകാർ ഐക്യകണ്ഠ്യേന ചോദിച്ചു.

"കുന്നിമ്മേ അപ്പിടി ചെകുത്താന്മാരാ, അച്ചോ. ആരും കയറി പൂവ്വാറില്ല. പോയവർ തിരിച്ചുവരില്ലന്നാ പറയണേ. പിന്നെ പണ്ടാരശവം ഇടാൻ മാത്രം മുനിസിപ്പാലിറ്റി തൊട്ടികൾ പൂവും. ശവം കുഴീലിക്കി എറിഞ്ഞിട്ട്, പോരും."

നിമിഷങ്ങൾക്കകം വാർത്ത പരന്നു. നാട്ടുകാർ എല്ലാം പള്ളി ആലിന്റെ അടുത്തും ചന്തക്കുന്നിലും ഡാണാവിലും കൂടി - വിവരം അറിയാൻ. നാട്ടുകാർ എല്ലാം പള്ളിലേക്കു പോയി, അവിടെ വിവരം അറിയിക്കാൻ. അവിടെ കണ്ട കാഴ്ച കൂടുതൽ അമ്പരപ്പിച്ചു. കുന്നുകയറി വന്ന അച്ചന്മാർ അവിടെ ഇരുന്ന് പള്ളിയിലെ അച്ചനുമായി സംസാരിച്ചിരിക്കുന്നു. കൂട്ടത്തിൽ സ്ഥലത്തെ നായർ-പട്ടർ-നസ്രാണിപ്രമാണിമാരും ഉണ്ടായിരുന്നു.

"എന്തോ കണ-കുണ ഇണ്ടെന്നാ തോന്നണേ" കൂട്ടത്തിൽ നിന്നും വരീദ് മാപ്ല പറഞ്ഞു. "ശരിയാട്ടോ" കൃഷ്ണൻ നായർക്കും അങ്ങനെ തന്നെ തോന്നി.

ഇത്ര അധികം നാട്ടുകാരെ കണ്ടപ്പോ പ്രമാണികൾക്കും സന്തോഷമായി - അച്ചന്മാർക്കും. "നന്നായി, എല്ലാരും കൂടി വന്നത്." ഒരു പ്രമാണി പറഞ്ഞു.

"ഈ അച്ചന്മാർ ഇവിടെ മ്മടെ കുന്നിന്റെ മോളിൽ ഒരു കോളേജ് തുടങ്ങണൂത്രേ. നല്ല കാര്യായി ഇല്ലേ? മ്മടെ കുട്ട്യോൾക്ക് പഠിക്കാൻ ഒരു സ്ഥലായില്ലോ. വെറുതെ, കാശും ചെലവാക്കി, തൃശ്ശൂർക്കും എറണാകുളത്തും പോണ്ടല്ലോ വീട്ടുമുറ്റത്തെന്നെ പഠിക്കാല്ലോ. എന്ത് പറയുന്നു എല്ലാരും?"

അപ്പോഴാണ് നാട്ടുകാർക്കു സംഗതി മനസ്സിലായത്.

"സംഗതി ബെസ്റ്റാട്ടോ", പൊറിഞ്ചു ഏട്ടൻ പറഞ്ഞു. പക്ഷേ, അയാൾ ഒരു സംശയം പ്രകടിപ്പിച്ചു: "അപ്പൊ ചെയ്താന്മാരെ എന്തുട്ടാ ചെയ്യാ?"

"അതൊക്കെ വെറും തോന്നലാ. അവിടെ ഒന്നും ഇല്ല. ഒരു ഭാഗത്ത് ശവം വെക്കാറുണ്ട് അത്രതന്നെ. അതൊക്കെ നമുക്കു മാറ്റിയെടുക്കാം." ചടച്ച, തവിട്ടു ളോഹയിട്ട അച്ചൻ ചിരിച്ചുകൊണ്ടു പറഞ്ഞു.

കോളേജ് വരുന്നത് നല്ലതാണ് എന്ന കാര്യത്തിൽ ആർക്കും ഒരു സംശയവും ഇല്ല. ഭൂതവും പിശാചും ഒന്നും ഇല്ല എന്ന് അച്ചൻ പറഞ്ഞതിൽ അവർക്ക് സ്വല്പം വിശ്വാസക്കുറവ് ഉണ്ടായിരുന്നു.

ഒന്നുരണ്ടു ദിവസം കഴിഞ്ഞ് 'എക്സ്പ്രസ്സിൽ' കുടയൂർക്കാർ വായിച്ചു:

"കുടയൂരിൽ ആൺകുട്ടികൾക്കു വേണ്ടി ഒരു പുതിയ കോളേജ് ഇക്കൊല്ലത്തേക്കു യൂണിവേഴ്സിറ്റി അനുവദിച്ചു."

അച്ചന്മാർ മഴക്കാലത്തിനു മുൻപേ കോളേജിന്റെ പകുതി ഭാഗം പണി തീർത്തു. മഴ കഴിഞ്ഞ ഉടനെ പുതിയ ക്ലാസ്സുകൾ തുടങ്ങും എന്ന് പ്രസ്താവനകൾ പത്രത്തിൽ വന്നു. പത്രത്തിൽ കണ്ടപോലെ മഴയ്ക്കു മുമ്പ് ഒന്നാം നിലയുടെ പകുതി പണി കഴിഞ്ഞു. ജൂൺ മാസത്തിൽ ക്ലാസ്സുകൾ തുടങ്ങും എന്നും ആയി. അച്ചന്മാരെ സഹായിക്കാൻ ഒരു പൗരസമിതിയും ഉണ്ടായി. അങ്ങനെ ജൂൺ മാസം പതിനഞ്ചിനുതന്നെ മൂന്നു ക്ലാസുകൾ തുടങ്ങി, ചടച്ചു പൊക്കത്തിലുള്ള അച്ചൻ.

“അപ്പ, ചെയ്ത്താന്മാരെയെല്ലാം എന്തു ചെയ്തു, അച്ചോ?” എന്ന ചോദ്യത്തിന് അച്ചൻ പതിവുപോലെ പുഞ്ചിരിച്ചുകൊണ്ടു പറഞ്ഞു: “ഒന്നും ഉണ്ടാവില്ലന്നെ, ഞാനല്ലേ പറയണേ. എല്ലാം വിശേഷാവും. പേടിക്കണ്ട.”

കുന്നിൽ ഇപ്പോൾ ചെകുത്താന്മാരില്ല, പണ്ടാരശവങ്ങളും ഇല്ല. അവിടെ കുന്നിൻമുകളിൽ തലങ്ങും വിലങ്ങും കെട്ടിടങ്ങളും കോളേജും ഗ്രൗണ്ടുകളും ഹോസ്റ്റലുകളും പഠിത്തവും കായികവിനോദങ്ങളും കലാപരിപാടികളും മറ്റും മാത്രമേയുള്ളൂ. അച്ചൻ പറഞ്ഞപോലെ, എല്ലാം വിശേഷായി!

എങ്കിലും, കുടയൂരിന്റെ മാത്രമായ ആ ഭൂതങ്ങളും പ്രേതങ്ങളും നഷ്ടപ്പെട്ട വിഷാദത്തിലായിരുന്നു കുടയൂരിലെ ചരിത്രകാരൻ ഇപ്പോഴും!! ■

സ്റ്റെനോഗ്രാഫി

ചുരുക്കെഴുത്തും അച്ചടിയും കുടയൂരിലെ പുരാതന കലകൾ ആയിരുന്നു എന്ന് ഒരു പറച്ചിൽ ഉണ്ട്. ഒരുകാലത്ത് ഇത് തമിഴ് ബ്രാഹ്മണരുടെ കുത്തക ആയിരുന്നു. പത്താം ക്ലാസ്സ് പാസ്സായാൽ 'കൊട്ടും പാട്ടും' (ഇങ്ങനെയാണ് കുടയൂർക്കാർ സ്റ്റെനോഗ്രാഫിയെ വിളിച്ചിരുന്നത്) പഠിച്ച് പട്ടകുട്ടികൾ നാടുവിടും എന്ന് കുടയൂർക്കാർ പറയും. മിക്കവാറും എല്ലാ ദിവസവും ബ്രാഹ്മണ കുടുംബങ്ങളിൽനിന്നും ഒന്നുരണ്ട് കുട്ടികൾ കല്ല്വെട്ടാംകര യിലെ റെയിൽവേ സ്റ്റേഷനിൽനിന്നും ബോംബെക്കോ മദ്രാസിലേക്കോ കൽക്കട്ടയിലേക്കോ ഡൽഹിയിലേക്കോ വണ്ടി കയറുക സാധാരണം ആയിരുന്നു.

ഈ വടക്കോട്ടുള്ള യാത്ര ഇരുപതാം നൂറ്റാണ്ടിന്റെ ആദ്യ കാലങ്ങളിൽ തുടങ്ങിയതാണെന്നു പറയുന്നു. അക്കാലങ്ങളിൽ തെന്നിന്ത്യരുടെ (പ്രത്യേ കിച്ച് തമിഴ്ബ്രാഹ്മണരുടെ) ഭേദപ്പെട്ട ഇംഗ്ലീഷും സ്റ്റെനോഗ്രാഫിയിലെ മിടുക്കും അന്നത്തെ കമ്പനികളുടെ നടത്തിപ്പുകാരായ സായിപ്പന്മാർക്ക് ഇഷ്ടപ്പെട്ടുകാണണം. അതുകൊണ്ടുതന്നെ ആയിരിക്കണം ആ കാല ഘട്ടങ്ങളിൽ ഒരുപാട് തെന്നിന്ത്യർ - കുടയൂർക്കാരും - വടക്കേ ഇന്ത്യ യിൽ ജോലിയായി അവിടുത്തെ സ്ഥിരതാമസക്കാർ ആയത്. രാമസ്വാമി അയ്യർ, കൃഷ്ണ അയ്യർ, അംബി അയ്യർ, രാശപ്പൻ സ്വാമി തുടങ്ങിയവർ ആയിരുന്നു കുടയൂരിൽനിന്നും ആദ്യമായി വടക്കോട്ടു പോയവർ.

പിന്നെ ഇവരുടെ പിന്നീടുള്ള തലമുറകളും ഈ പ്രയാണം തുടർന്നു കൊണ്ടിരുന്നു. അവരുടെ കൂടെതന്നെ അയൽക്കാരുടെയും അറിയു ന്നവരുടെയും കുട്ടികളും സ്റ്റെനോഗ്രാഫി പഠിച്ച് വടക്കോട്ടു പോയി. (അക്കാലത്ത് മലയയിലേക്കും സിലോണിലേക്കും ബർമ്മാക്കും മറ്റുമുള്ള യാത്രകൾ തുടങ്ങിയിട്ടില്ല.)

ഈ 'എക്സോഡസ്സിന്റെ' പുറകിലെ സ്ഥായിയായ കാരണം എന്താ യിരിക്കും എന്ന് ഞാൻ അദ്ഭുതപ്പെടാറുണ്ട്. തിരുവനന്തപുരത്തോ തൃശ്ശിനാ പ്പിള്ളിയിലോ മദ്രാസ്സിലോ ഉന്നത വിദ്യാഭ്യാസം നേടാൻ കഴിവില്ലാത്തവർ ആയിരുന്നില്ല വടക്കോട്ടു പോയ കുടയൂർക്കാരുടെ മുൻഗാമികൾ. ഇവർ എല്ലാവരും സാമാന്യം സൗകര്യമുള്ള കുടുംബങ്ങളിൽനിന്നും ആയിരുന്നു. അതുകൊണ്ട്, മറുനാട്ടിൽ ചെന്ന് കുടുംബത്തിൽനിന്നും കാശു വരുത്തി

പഠിക്കുന്നതിലും ഭേദം, അന്തസ്സും സ്റ്റയിലും ഉള്ള മറുനാടൻ ജീവിതം ആണെന്നു തോന്നിയിരിക്കാം അവർക്ക്.

അവർ മിക്കവാറും സായിപ്പന്മാരെ പോലെയുള്ള ശമ്പളവും മറ്റു സൗകര്യങ്ങളും നേടിയെടുത്തതുകൊണ്ട് കൂടുതൽ വിദ്യാഭ്യാസത്തിന്റെ ആവശ്യം അവർക്കു തോന്നിയിട്ടുണ്ടാവില്ല. (പിന്നെ ഒരു നൂറ്റാണ്ട് മുമ്പിലത്തെ മെട്രിക്കുലേഷൻ ഒരു വലിയ യോഗ്യതയും ആയിരുന്നിരുന്നല്ലോ). പിന്നീട് ജോലി എടുക്കാൻ ആളുകൾ കൂടുകയും സ്പെഷലിസ്റ്റുകളും വിദ്യാഭ്യാസ യോഗ്യത കൂടുതൽ ഉള്ളവരും ധാരാളമായി ലഭിച്ചു തുടങ്ങുകയും മറ്റും ആയപ്പോൾ 'സ്റ്റെനോഗ്രാഫിയുടെ' വില സ്വല്പം ഇടിഞ്ഞു തുടങ്ങി. വളരെ കുറച്ച് സ്റ്റെനോഗ്രാഫർമാർക്കു മാത്രം പേഴ്സണൽ സെക്രട്ടറിമാരും എക്സിക്യൂട്ടീവുകളും മറ്റുമായി ഉയരുവാൻ കഴിഞ്ഞുള്ളൂ.

ആദ്യ കാലങ്ങളിൽ തമിഴ് ബ്രാഹ്മണരുടെ സ്പെഷ്യാലിറ്റി ആയിരുന്നു എങ്കിലും, പിന്നീട് ചുരുക്കെഴുത്ത് പത്താം ക്ലാസ് കഴിഞ്ഞ എല്ലാവരും അഭ്യസിച്ചു തുടങ്ങി. കുട്ടികളെ 'കൊട്ടും-പാട്ടും' പഠിപ്പിക്കുന്ന പല ഇൻസ്റ്റിറ്റ്യൂട്ടുകൾ ഉണ്ടായിരുന്നു എങ്കിലും, രണ്ട് ഇൻസ്റ്റിറ്റ്യൂട്ടുകൾ ആയിരുന്നു വളരെ പ്രസിദ്ധമായവ. ഒരെണ്ണം പള്ളി ആലിന്റെ അടുത്തും മറ്റേത് അമ്പലത്തിന്റെ അടുത്ത് മെയിൻറോഡിലും ആയിരുന്നു. പക്ഷേ, ആദ്യത്തെത് അധിക കാലം നിന്നില്ല. എന്നാൽ, രണ്ടാമത്തേതു വർഷങ്ങളോളം സ്റ്റെനോഗ്രാഫർമാരെ സൃഷ്ടിച്ചുകൊണ്ടിരുന്നു. അത് നടത്തിയിരുന്ന സ്വാമിയുടെ ഡിസിപ്ലിൻ, ഇംഗ്ലീഷിൽ അദ്ദേഹത്തിന്റെ അറിവും പരിചയവും മറ്റും എല്ലാം കുടയൂർക്കാരെയും ആകർഷിച്ചിരുന്നു.

1945 മുതൽ 1980 വരെയുള്ള കാലം വരെ സ്വാമിമാഷുടെ ഇൻസ്റ്റിറ്റ്യൂട്ട് ഭംഗിയായി ഓടി. പിന്നീട് അദ്ദേഹത്തിന്റെ വാർദ്ധക്യവും മറ്റു സാഹചര്യങ്ങളും കാരണം അതു നിറുത്തി.

ആദ്യകാലങ്ങളിൽ നഗരങ്ങളിൽ വന്നെത്തിയ സ്റ്റെനോഗ്രാഫറായ കുടയൂർക്കാർ സായിപ്പന്മാരുടെ കമ്പനികളിൽ അന്നുതന്നെ മാനേജർമാരും മറ്റും ആയിത്തീർന്നിരുന്നു. പിന്നീടുള്ള തലമുറകൾക്ക് അത്രയും ഉയരത്തിൽ എത്താൻ സാധിച്ചില്ലെങ്കിലും അവരും വളരെ നല്ല നിലകളിൽ എത്തി വൻനഗരങ്ങളിൽ സ്ഥിര താമസക്കാരുമായി. ബാക്കിയുള്ളവർ നഗരങ്ങളിൽ ഒരുവിധം സുഖമായും കഴിഞ്ഞുകൂടി. അതുകൊണ്ടാണത്രെ കുടയൂരിൽ ബ്രാഹ്മണർ തീരെ കുറഞ്ഞുപോയത് എന്ന് സ്ഥിതിവിവരക്കണക്കുകൾ പറയുന്നു.

എങ്കിലും കുടയൂർക്കാർ ഇവരെ മറന്നിട്ടില്ല; അവർ കുടയൂരിനെയും.

'അമ്പലത്തിൽ ഉത്സവത്തിനു കൊടി കേറിയാ സാമിമാർ കുടയൂരിൽ എത്തും' എന്ന് കുടയൂർക്കാർ വിശ്വസിക്കുന്നു.

സ്ഥിരം ചരിത്രകാരൻ അന്തോണി പറയുന്നത് ഇങ്ങനെയാണ്: "മ്മടെ പട്ടന്മാര് ബെസ്റ്റ് ആണ്ടാ. കണ കുണ എടവാട് ഒന്നും ഇല്ല ഡാ."

■

കുറുപ്പും അവാർഡും

പഴയ കൊച്ചി സംസ്ഥാനത്ത് ബസ്സുകൾ ഓടിത്തുടങ്ങിയത് കുടയൂരിൽ നിന്നുമാണെന്ന് മുൻപൊരിക്കൽ പറഞ്ഞുവല്ലോ. ഈ ബസ് ട്രാൻസ്പോർട്ട് നടത്തിയിരുന്ന - ബസ്സുകൾ ഓട്ടിയിരുന്ന - ഒരുപാട് ആൾക്കാർ കുടയൂരിൽ ഉണ്ടായിരുന്നു. അവരിൽ പലരെയും കുടയൂർക്കാർക്ക് മറക്കാൻ സാധിക്കും എന്നു തോന്നുന്നില്ല. അതിലൊരാളാണ് കുറുപ്പ്. കുറുപ്പിന്റെ യഥാർത്ഥ പേരും കുടുംബപേരും ഒന്നും ഓർമ്മയില്ല എനിക്ക്. എങ്കിലും എനിക്ക് ഓർമ്മയുള്ള കാലംതൊട്ട് കുറുപ്പ് കൃഷ്ണയ്യൻസ്വാമിയുടെ ഒരേ റൂട്ടിൽ ഉള്ള ഒരേ ബസ്സ് പത്തമ്പതു കൊല്ലത്തോളം ഓട്ടി ഇരുന്നു എന്നതാണ് ഒരു സവിശേഷത. കുറുപ്പിന്റെ ജീവിതം വളരെ കൃത്യനിഷ്ഠ ഉള്ളതായിരുന്നു - സിസ്റ്റെമാറ്റിക് എന്നു പറയാവുന്ന കൃത്യനിർവ്വഹണം. കൃത്യം അഞ്ചു മണിക്ക് എഴുന്നേറ്റ് കുളിച്ചു തൊഴുതു ബസ്സ് സ്റ്റാന്റിൽ ഉള്ള നായർ ടീ ക്ലബ്ബിൽ എത്തുന്നു. ഒരു ചായയും ഒരു പുഴുങ്ങിയ നേന്ത്രപ്പഴവും കഴിക്കുന്നു. അതിനകം 'പറങ്കി അന്തോണി' ബസ്സെല്ലാം തുടച്ചു വൃത്തിയാക്കി, റേഡിയേറ്ററിലെ വെള്ളവും എഞ്ചിൻ ഓയിലും മറ്റും ചെക്ക് ചെയ്തു റെഡിയാക്കിവെയ്ക്കുന്നു. കൃത്യം അഞ്ചേ അമ്പത്തിയഞ്ചിനു ഡ്രൈവർ സ്ഥാനത്തിരുന്ന് എല്ലാം ചെക്കു ചെയ്ത് കൃത്യം ആറുമണിക്കു 'പോം പോം... പോം' മൂന്നു പ്രാവശ്യം ഹോൺ അടിച്ച് കുറുപ്പ് ബസ്സ് സ്റ്റാർട്ടാക്കുന്നു. (അതിനകം യാത്രക്കാർ ബസ്സിൽ കയറി ഇരിക്കണം, കണ്ടക്ടർ ഭാസ്ക്കരൻ ടിക്കറ്റുകൾ കൊടുത്തിരിക്കണം).

ഇതെല്ലാം കൊല്ലങ്ങളോളം കിറുകൃത്യം ആയി നടന്നിരുന്ന ചിട്ടകൾ ആയിരുന്നു. ഒരു മാറ്റവും ഈ കാലയളവിൽ ഉണ്ടായിട്ടില്ല - ഉണ്ടാവും എന്നു തോന്നിയിട്ടും ഇല്ല ആർക്കും.

കുറുപ്പിന് ആകെ മൂന്നേമൂന്നു ട്രിപ്പുകളെ ഒരു ദിവസം ഉള്ളൂ. പത്തു കിലോമീറ്റർ കിഴക്കുള്ള കല്ലുവെട്ടാംകര തീവണ്ടി ആപ്പീസിൽ വരുന്ന മൂന്നു തീവണ്ടികളുടെ സമയത്ത് ആൾക്കാരെ കൊണ്ടുപോവുക, വണ്ടിയിൽനിന്ന് ഇറങ്ങുന്നവരെ കുടയൂർ ടൗണിലേക്കു കൊണ്ടുവരിക. ഇത്ര മാത്രം. പത്തു കിലോമീറ്റർ ദൂരം പോകാൻ കുറുപ്പിനു കൃത്യം ഒരു മണിക്കൂർ വേണം. കാരണം, കുറുപ്പ് എന്ന ഡിസിപ്ലിന്റ് ഡ്രൈവർ ഒരിക്കലും പതിനഞ്ചു കിലോമീറ്റർ അധികം സ്പീഡിൽ പോകില്ല. മറ്റു വണ്ടികളെ

ഒരിക്കലും ഓവർടേക്ക് ചെയ്യില്ല. പുറകിൽനിന്ന് ബസ്സോ കാറോ വന്നാൽ തന്റെ ബസ്സ് ഇടതോരം ചേർത്ത് ഒതുക്കി നിർത്തും അവയ്ക്കു കടന്നു പോകാൻ വേണ്ടി.

ഒരിക്കൽ ഒരു സംഭവം ഉണ്ടായി. ഒരു മുൻസിഫ് പണിക്കരുടെ ബസ്സിൽ ഡ്രൈവറുടെ അടുത്തുള്ള മുൻസീറ്റിൽ ഇരിക്കുകയായിരുന്നു. സ്വല്പം ധൃതിക്കാരൻ ആയ മുൻസിഫിന് കുറുപ്പിന്റെ ഡ്രൈവിങ് രസിച്ചില്ല. അദ്ദേഹം ഇടയ്ക്കിടെ കുറുപ്പിനോട് "ഒന്നു വേഗാട്ടെ കുറുപ്പേ" എന്നു പറഞ്ഞുകൊണ്ടിരുന്നു. കുറുപ്പ് ഒന്നും മിണ്ടാതെ വണ്ടി ഇടതുവശത്ത് പാർക്ക് ചെയ്ത് പിന്നിൽ വന്നിരുന്ന ബസ്സിനെ കൈകാട്ടി നിറുത്തി, മുൻസിഫിനോടു പറഞ്ഞു: "ഏമാന് അത്ര ധൃതിയാണെങ്കില് ആ ബസ്സിൽ പൊക്കോളൂ." മുൻസിഫ് മുഖം കൂർപ്പിച്ച് മറ്റേ ബസ്സിൽ കയറി പ്പോയി എന്നാണ് കണ്ടക്ടർ ഭാസ്ക്കരനും കിളിയായ പറങ്ങി അന്തോ ണിയും പറഞ്ഞത്. ഈ കഥ എത്ര കണ്ടു ശരിയാണെന്ന് എനിക്ക് അറി ഞ്ഞുകൂടാ. പക്ഷേ ഒരു കാര്യം തീർച്ചയായിരുന്നു. പൊക്കാളിപാടങ്ങളുടെ ഇടയിൽകൂടി ദിവസത്തിൽ മൂന്നു പ്രാവശ്യം കുന്നു കയറിയും ഇറങ്ങിയും പോയിരുന്ന കുറുപ്പിന്റെ വണ്ടിക്കു നാല്പതുകൊല്ലക്കാലം - കുറുപ്പ് ജോലിയിൽ നിന്നു വിരമിക്കുന്നവരെ ഒരു ആക്സിഡെന്റുപോലും ഉണ്ടാ യിട്ടില്ല എന്നും തുടർച്ചയായി എല്ലാ കൊല്ലവും 'സേഫ് ഡ്രൈവിങ്ങിനുള്ള അവാർഡ്' കുറുപ്പ് ആയിരുന്നു അടിച്ചു എടുത്തിരുന്നത് എന്നതും പച്ച പരമാർത്ഥം മാത്രം ആണ് എന്ന് കുടയൂർക്കാർ പറയുന്നു...

■

ഗുപ്താസാർ

കുടയൂരിൽ കോളേജു തുടങ്ങിയപ്പോൾ മുതൽ നെട്ടോട്ടം ആയിരുന്നു പ്രിൻസിപ്പാൾ അച്ചൻ - എല്ലാ വിഷയത്തിലെയും ഏറ്റവും നല്ല അധ്യാപകരെ കണ്ണുപിടിച്ച് അവരെ എങ്ങനെയെങ്കിലും കുടയൂർ കോളേജിൽ എത്തിക്കാൻ. ഇംഗ്ലീഷിന് അണ്ണാമലൈ സർവകലാശാലയിലെ മുൻ പ്രൊഫസർ ഷേക്സ്പിയർ അയ്യങ്കാറും ഫിസിക്സിന് പരമേശ്വരയ്യരും കെമിസ്ട്രിക്കു അവുസേപ്പ് സാറും സുവോളജി പ്രൊഫസർ അച്ചനും മലയാളത്തിനു തിരുമേനി സാറും മറ്റും ആയിരുന്നു അവർ... ഹിന്ദി അവിടെ പഠിപ്പിക്കപ്പെട്ടിരുന്ന ഒരു പ്രധാന വിഷയം ആയിരുന്നു. അതു പഠിക്കാൻ വിദ്യാർത്ഥികളും ധാരാളം ഉണ്ടായിരുന്നു. അതുകൊണ്ട് ഹിന്ദി പഠിപ്പിക്കാൻ നല്ല ഒരു ഉത്തരേന്ത്യൻ പ്രൊഫസ്സർ തന്നെ വേണമെന്നു തീരുമാനിച്ചു കോളേജുകാർ. അതിനു പറ്റിയ ഒരു പ്രൊഫസ്സറെ ഉത്തർ പ്രദേശിൽ നിന്നും കണ്ടുപിടിച്ചുകൊണ്ടുവന്നു അവർ - ശ്രീ കിഷൻലാൽ ഗുപ്തയെ. ഗുപ്താജി ഹിന്ദി സാഹിത്യത്തിലെ ഒരു ഉഗ്രനും മൈഥിലി ശരൺ ഗുപ്തയുടെ പിൻഗാമിയും ആയിരുന്നു എന്നാണ് അന്നത്തെ കുടയൂരിലെ ഹിന്ദി വിദഗ്ദ്ധരുടെ അഭിപ്രായം. അതൊന്നും കുട്ടികളായ ഞങ്ങൾക്ക് അറിയില്ലായിരുന്നു.

തുടക്കത്തിൽ ഗുപ്താജിയുടെ പേരുതന്നെ ഒരു പ്രശ്നം ആയിരുന്നു കുട്ടികൾക്കും നാട്ടാർക്കും. ഗുപ്ത എന്ന പേര് ലോക്കൽ ജനങ്ങളുടെ നാവുകളിൽകൂടി പുറത്തുവരുമ്പോൾ 'കുത്താ' എന്ന് ആയിത്തീരുന്നതുകൊണ്ട് അദ്ദേഹത്തെ അവർ ബഹുമാനപുരസ്സരം 'കുത്തസാർ' എന്ന് പലപ്പോഴും സംബോധന ചെയ്തിരുന്നു. അതുകൊണ്ട് ചില കുട്ടികൾ (അറിഞ്ഞോ അറിയാതെയോ) അദ്ദേഹത്തിന്റെ പേര് അങ്ങനെയാണ് ഉച്ചരിച്ചിരുന്നത്. സ്ഥലത്തെ ഹിന്ദിപ്രേമി മണ്ഡലക്കാർ ഇടപെട്ടിട്ടാണ് ഗുപ്തസാർക്ക് നഷ്ടപ്പെട്ട പേരു തിരിച്ചുകിട്ടിയത്. ഗുപ്തസാറിനു ഹിന്ദുസ്ഥാനി മാത്രമേ സംസാരിക്കാനും എഴുതാനും കഴിയുമായിരുന്നുള്ളൂ. അതുകൊണ്ട് ലോക്കൽ കമ്മ്യൂണിക്കേഷൻ വലിയ പ്രശ്നം ആയിരുന്നു. അതുകൊണ്ട് ഹിന്ദിപ്രേമി മണ്ഡലത്തിലെ ആരെങ്കിലും അദ്ദേഹത്തിന്റെ കൂടെ എപ്പോഴും ഉണ്ടാകും ദ്വിഭാഷി ആയിട്ട്. പക്ഷേ, ക്ലാസ്സുകളിൽ ദ്വിഭാഷികൾ ഉണ്ടാവില്ലല്ലോ. അതുകൊണ്ട് അദ്ദേഹം ഒരു നോട്ടുപുസ്തകത്തിൽ എഴുതിവച്ചിട്ടുള്ള ചില

മലയാള വാക്കുകളുടെ സഹായത്തോടെ 'പഞ്ചവടി'യിലെ 'ചാരൂചന്ദ്രകീ ചൻച്ചല് കിരനെ....” എന്ന മനോഹരമായ വരികൾ എക്സ്പ്ലയിൻ ചെയ്യുമായിരുന്നു. പക്ഷേ, ഇടയ്ക്കിടെ അദ്ദേഹത്തിന്റെ “ആയീബാത് സമജ്മേ?” എന്ന ചോദ്യങ്ങൾക്ക് കുട്ടികളുടെ മറുപടി എന്നും “ബെസ്റ്റ് ആയി സാറേ” എന്നായിരുന്നു. ഹിന്ദിസിനിമകൾ കണ്ടു പരിചയം ഉണ്ടായിരുന്ന ഒന്നുരണ്ടു പേര് ചിലപ്പോൾ സിനിമയിലെ ബോംബയ്യഹിന്ദിയിൽ എന്തൊക്കയോ പറയാൻ ശ്രമിക്കാറുണ്ട്. പക്ഷേ, ഗുപ്തസാർക്ക് അതിനെക്കാൾ ഭേദമായി തോന്നിയിരുന്നു അവരുടെ മലയാളം. പക്ഷേ ആരും പ്രതീക്ഷിക്കാത്തവിധം ഗുപ്തസാർ മലയാളം പഠിച്ചു “ബെസ്റ്റ് കുടയൂർ ഭാഷ”. പിന്നെ ക്ലാസ്സുകൾ എല്ലാം സുഗമമായി തുടങ്ങി. സാറ് സുഖമായി ഉച്ചസ്ഥായിയിൽ ലോക്കൽ ഭാഷയിൽ പഞ്ചവടി പഠിപ്പിച്ചു: “ബെസ്റ്റ് ചന്ദ്രന്റെ ആടി ആടി വരുന്ന വെളിച്ചം ലോകത്തിലും ആകാശത്തിലും ലയിറ്റ് അടിച്ചുകൊണ്ട്....” ഇങ്ങനെ പോകുന്നു ഗുപ്തകവിതകൾ.

ഇതിനെക്കുറിച്ച് ആരോ പിന്നീട് പ്രിൻസിപ്പാൾ അച്ചനോടു പറഞ്ഞപ്പോൾ അദ്ദേഹം ചിരിച്ചുകൊണ്ടു പറഞ്ഞുവത്രേ: “കുട്ടികൾ ഹിന്ദി പഠിച്ചോ എന്നറിഞ്ഞൂടാ. പക്ഷേ, ഹിന്ദിസാർ അസ്സലായിട്ട് വലിയ അങ്ങാടി മലയാളം പഠിച്ചു. അതാണ് ഉണ്ടായത്.”

ഇതിനകം കേരളത്തിൽ എവിടെയോ ജോലി കിട്ടി 'ഗുപ്താജി' രായ്ക്കുരാമാനം പോയി അത്രേ. ബയോഡാറ്റയിൽ എക്സെലന്റ് നോളെജ് ഇൻ മലയാളം എന്നും അദ്ദേഹം ചേർത്തിരുന്നു എന്നു പറയുന്നു ചിലർ. അദ്ദേഹം സ്ഥലം വിട്ടപ്പോൾ, സ്പോർട്സുകാരായ ചില കുട്ടികൾ മാത്രം ദുഃഖിച്ചു. അവർ പറഞ്ഞുവത്രേ: “ഹിന്ദി പോയി തുലയട്ടെ ഡാ. ഹോക്കി അറിയാവുന്ന ഒരേയൊരു കോച്ച് ഉണ്ടായിരുന്നതു പോയീ അതാ കഷ്ടായത്.” ■

സോൾജ്ജറുടെ ട്യൂഷൻ

കുടയൂരിൽ വലിയ അങ്ങാടിയിലെ ഹൈസ്കൂളിനും ചെട്ടിപ്പറമ്പിലെ ഗേൾസ് ഹൈസ്കൂളിനും പുറമേ ഒരുപാട് സ്കൂളുകൾ വന്നു. കന്യാസ്ത്രീകളുടെ മഠംസ്കൂളും നായർസമാജം എന്ന നാഷണൽ സ്കൂളും ഡോൺബോസ്കോ, എസ്.എൻ. തുടങ്ങിയ മറ്റു സ്കൂളുകളും വന്നു.

കുടയൂരിന്റെ വടക്കേ അതിർത്തിയിലെ മങ്ങാടിക്കുന്നിനു മുകളിൽ അച്ചന്മാരുടെ കോളേജു കൂടാതെ ചെട്ടിയാർ കനാൽ ബേസിന്ന് അടുത്തായി പെൺകുട്ടികളുടെ ഒരു കോളേജും വന്നു. ഒന്നുരണ്ടു ദശാബ്ദങ്ങൾക്കുള്ളിൽ കുടയൂർ വിദ്യാഭ്യാസ സ്ഥാപനങ്ങളെ കൊണ്ടു നിറഞ്ഞു. അടുത്തുള്ള ചെറുപട്ടണങ്ങളിൽനിന്നും ഒരുപാട് വിദ്യാർത്ഥികളുടെ കുടുംബങ്ങളും പുതിയ മാഷന്മാരും ടീച്ചർമാരും കുടയൂരിലേക്കു സ്ഥിരതാമസത്തിനു വന്നു ചേർന്നു. ഗൾഫുകാരും പുതിയ കുടിയേറ്റക്കാരും പുതിയ ഡോക്ടർമാരും ആശുപത്രികളും എല്ലാം കൂടി ആയപ്പോൾ കുടയൂരിലെ പൊക്കാളി-മുണ്ടകൻ പാടങ്ങളും കായൽ ഭാഗങ്ങളും കുന്നുകളും മറ്റും ഇല്ലാതായി. പല ഡിസൈനുകളിൽ ചെറുതും വലുതുമായ കെട്ടിടങ്ങളും ബംഗ്ലാവുകളും ഇവിടെ നിറഞ്ഞു. പഴയ ചങ്ങാതി തെക്കുംപറമ്പൻ ഈനാശു ഏട്ടന്റെ ഭാഷയിൽ, പറഞ്ഞാൽ “മ്മടെ കുടയൂര് എവിട്യാണ്ടാ?” എന്ന് അന്വേഷിക്കേണ്ട കാലവും വന്നു കൂടിയിരിക്കുന്നു.

കൂടുതൽ വിദ്യാഭ്യാസസ്ഥാപനങ്ങൾ വന്നതോടെ കൂടുതൽ വിദ്യാർത്ഥികൾ പരീക്ഷകളിൽ തോൽക്കാൻ തുടങ്ങുകയും അവരെയെല്ലാം ശ്രദ്ധാപൂർവം ‘കോച്ച്’ ചെയ്യാനും മറ്റുമായി ധാരാളം ട്യൂഷൻ ക്ലാസ്സുകളും ട്യൂട്ടോറിയൽ ക്ലാസ്സുകളും പട്ടണത്തിൽ വരികയും ചെയ്തു. ഇവയെകൂടാതെ, ‘ഫ്രീലാൻസ്’ ട്യൂഷൻ മാഷന്മാരും/ടീച്ചർമാരും ധാരാളം ഉണ്ടായിരുന്നു. ഇതെല്ലാം ഉണ്ടാകുന്നതിന് എത്രയോ കാലംമുമ്പുതന്നെ ഇവിടെ ഒരു ട്യൂഷൻ മാസ്റ്റർ ഉണ്ടായിരുന്നു. പലരും മറന്നുപോയിട്ടുണ്ടാകും ഈ മാസ്റ്ററെ.

എന്റെ അച്ഛന്റെ മാഷ് ആയിരുന്നു അദ്ദേഹം. എന്റെ ആദ്യത്തെ ട്യൂഷൻ മാസ്റ്റർ. ‘സോൾജ്ജർ’ എന്ന ഓമനപ്പേരുള്ള ഹരിഹര അയ്യർ സ്വാമി ആയിരുന്നു അത്. എനിക്ക് മൂന്നോ നാലോ വയസ്സുള്ളപ്പോളാണ്

സോൾജ്ജർ മാഷ് വന്നു തുടങ്ങിയത്. ചടച്ചു നീണ്ടുനിവർന്ന ഒരു ആജാനുബാഹു. മിക്കവാറും കഷണ്ടി ആയ തലയുടെ പിൻഭാഗത്തായി ഒരുപിടി നരച്ച രോമങ്ങളുടെ ഒരു പിൻകുടുമ, ഷർട്ട് ഇടാത്ത തോളത്ത് വടക്കയർ പോലെയുള്ള വെളുത്ത പൂണൂലും ഒരു തോർത്തു മുണ്ടും കയ്യിൽ ഒരു മണിചൂരലും എപ്പോഴും ഉണ്ടാകും. അന്ന്, വയസ്സ് അറുപതു കഴിഞ്ഞിരുന്നു. ഋജുവായ നീണ്ട ശരീരം, കൂർത്ത മൂക്ക്, രൂക്ഷമായ തിളങ്ങുന്ന കണ്ണുകൾ - ഇതെല്ലാം കൂടിയാൽ സോൾജ്ജർ മാഷായി. ഈ മാഷ് ഒരിക്കലും അടിച്ചിട്ടില്ല. പക്ഷേ, 'തന്റെ വജ്രായുധം' ആയ മണിചൂരൽ മേശപ്പുറത്തു വച്ച് അതിനെ ഒന്നു തലോടും, പിന്നെ പറയും: "ഇന്ന് അമ്പലത്തിലെ വിശേഷ ദിവസം ആണ്. ഇന്ന് ഞാൻ കുട്ടികളെ തല്ലില്ല. പക്ഷേ, നാളെ പഠിക്കാത്ത കുട്ടികളെ ചുട്ട പെട പെടക്കും." എന്നും കുട്ടികളെ തല്ലാതിരിക്കാൻ ഒരു കാരണം ഉണ്ടാവും മാഷക്ക്. എങ്കിലും അടികൊണ്ടേക്കാവുന്ന നാളെകളെക്കുറിച്ച് എന്നും ഭയം ആയിരുന്നു എനിക്ക്. അതുകൊണ്ട് നന്നായി പഠിച്ചിരുന്നു ഞാൻ.

നല്ല ഇംഗ്ലീഷ് ആയിരുന്നു മാഷുടേത് - സുന്ദരൻ ഡിക്ഷൻ, നല്ല പ്രൊനോൺസിയേഷൻ. കൂടാതെ, ബ്രിട്ടീഷ് രീതിയിൽ സ്വല്പം വലത്തോട്ട് ചെരിഞ്ഞ സുന്ദരമായ ഇംഗ്ലീഷ് കൈയ്യെഴുത്ത്. (ഇപ്പോൾ ആലോചിക്കുമ്പോൾ തോന്നുന്നു അദ്ദേഹം റൈറ്റ് ഹോനറബിൾ സർ ശ്രീനിവാസശാസ്ത്രിയുടെ മറ്റൊരു അവതാരം ആയിരുന്നിരിക്കണം എന്ന്). തെറ്റുകൾ ഇല്ലാത്ത ഇംഗ്ലീഷ് എഴുത്തും വായനയും സോൾജ്ജർ മാഷ് പഠിപ്പിച്ചു തന്നതായിരുന്നു. സ്കൂളിൽ പഠിക്കുമ്പോൾ നല്ല ഇംഗ്ലീഷ് കയ്യക്ഷരത്തിനുള്ള എക്സ്ട്രാ മാർക്കുകൾ കിട്ടുമ്പോൾ എല്ലാം പഴയ സോൾജ്ജർ മാഷെ ഓർമ്മ വരുമായിരുന്നു. മാഷ് പഠിപ്പിച്ചു തന്ന ഇംഗ്ലീഷിലെ ഓരോ വാക്കുകളുടെ അക്ഷരങ്ങൾക്കും മുന്നിലും പിന്നിലും ഒരു വാൽ ഉണ്ടായിരുന്നു. എന്തിനാണെന്നോ? അക്ഷരങ്ങളെ പരസ്പരം കൂട്ടിച്ചേർക്കാൻ - വാക്കുകൾ ഉണ്ടാക്കാൻ. ആ 'വാലുകൾ' നഷ്ടപ്പെടാതിരിക്കാൻ ഞാൻ ഇപ്പോഴും വളരെ ശ്രദ്ധിക്കും.

എത്രയോ മാസ്റ്റർമാർ ട്യൂഷനും അല്ലാതെയും ജീവിതത്തിൽ കടന്നുവന്നു. പൊടി വലിക്കുന്ന തലയുടെ മുൻഭാഗം 'റ' പോലെ വടിച്ച മാണിക്ക അയ്യർ, പട്ടചാരായത്തിന്റെയും ബീഡിയുടെയും നാറ്റം അടിക്കുന്ന കണക്കിന്റെ എക്സ്പർട്ട് പണ്ടാരൻ മാഷ്, മൃദുവായി സംസാരിച്ച് ശാസ്ത്രത്തിലെ വലിയ കാര്യങ്ങൾ മനസ്സിലാക്കി തന്നിരുന്ന രാധാകൃഷ്ണൻ മാഷ്, മലയാള സാഹിത്യത്തെ അവലോകനം ചെയ്ത് കഥകൾ രൂപത്തിൽ മനസ്സിലാക്കിത്തന്നിരുന്ന രാമനാഥൻ മാഷ്, ചരിത്രത്തെ ഓർമ്മിക്കുവാൻ പാകത്തിൽ പറഞ്ഞുതന്ന ഗോവിന്ദൻകുട്ടിമാഷ്, സമുദ്രശാസ്ത്രത്തിന്റെ വാതിലുകൾ തുറന്ന് അതിലെ അദ്ഭുതലോകത്തെ കാണിച്ചുതന്ന പാതിരിയച്ചൻ അങ്ങനെ ഒരുപാടുപേർ ഉണ്ടായിരുന്നു അന്ന് പലതും പഠിപ്പിച്ചു തരുവാൻ.

കാലക്രമത്തിൽ, ട്യൂഷൻ ഒരു 'ഓർഗനൈസ്ഡ് സെക്ടർ' ആവുകയും പല ട്യൂട്ടോറിയൽ കോളേജുകൾ കുടയൂരിൽ ജനിക്കുകയും ഉണ്ടായി. (ഒരു ട്യൂട്ടോറിയൽ കോളേജിൽ ഞാനും കുറച്ചുകാലം 'മാഷ്' ആയിരുന്നു) പക്ഷേ, എന്തുകൊണ്ടോ സോൾജ്ജർമാഷ് പഠിപ്പിച്ചതെല്ലാം ഇന്നും മനസ്സിൽ പാറപോലെ ഉറച്ചുകിടക്കുന്നു!!

■

സിനിമ

കുടയൂരിൽ സിനിമ 'കോട്ട' എന്നു വിളിച്ചിരുന്ന ആദ്യത്തെ തിയേറ്റർ ഉണ്ടാക്കുന്നത് 1948ൽ ആയിരുന്നു. നട എന്നു പൊതുവേ അറിയപ്പെട്ടിരുന്ന (അമ്പലത്തിന്റെ) കിഴക്കേനടയിൽ നാലുംകൂടുന്ന വഴിയോടു ചേർന്ന ഒരു പെട്രോൾ പമ്പിന്റെ മതിലോടു ചേർന്നാണ് ചരിത്രപ്രാധാന്യമുള്ള ആദ്യത്തെ തിയേറ്റർ - പയനീർ - ഉണ്ടായത്. ഈ തിയേറ്റർ വരുന്നതിനു മുൻപ് ഇവിടെ സിനിമ ഉണ്ടായിരുന്നില്ലേ എന്നു ചോദിച്ചാൽ, ഇല്ല എന്നു പറയാൻ ബുദ്ധിമുട്ടാണ്. ഇന്നത്തെ മുനിസിപ്പൽ സ്റ്റേഡിയം വെറും പുഞ്ചപ്പാടം ആയിരുന്ന കാലത്ത് - മകരകൊയ്ത്തു കഴിഞ്ഞ് പാടം ഒരു മൈതാനത്തെ പോലെ കിടന്നിരുന്ന സമയത്ത് - അടുത്ത ഇടവപ്പാതി വരെ ഉള്ള സമയത്താണ് കുടയൂരിൽ ഫുട്ബോൾ ടൂർണമെന്റുകൾ, സ്പോർട്സ് മുതലായവ നടത്തിയിരുന്നത്.

അക്കാലത്ത് അവിടെ ചിലപ്പോൾ ഓല മേഞ്ഞ കൊട്ടകളിൽ തമിഴ് നാടകങ്ങളും ടൂറിസ്റ്റ് ടെന്റുകളിൽ തെലുങ്ക്-തമിഴ് സിനിമകളും ചിലപ്പോൾ വരാറുണ്ടായിരുന്നു. ആ സമയം കുടയൂർകാർക്കു പൊതുവേ ഒരു ഉത്സവ കാലം ആയിരുന്നു. ചിലപ്പോൾ സർക്കസ്സുകളും വരാറുണ്ടായിരുന്നു അവിടെ.

പാടത്ത് ടൂറിസ്റ്റ് സിനിമ ആദ്യമായി കൊണ്ടുവന്നത് ഒരു പുരാതന ക്രിസ്ത്യൻ കുടുംബത്തിലെ, പട്ടാളത്തിൽ പോയി മടങ്ങി എത്തിയ ചാക്കോച്ചേട്ടൻ ആയിരുന്നുവത്രേ. ഈ വിവരം ഈ അടുത്ത കാലത്ത് കുടയൂരിൽ ചെന്നപ്പോൾ അദ്ദേഹത്തിന്റെ എൺപത്തിയേഴു കവിഞ്ഞ മകൻ പറഞ്ഞാണ് അറിഞ്ഞത്. "എന്റെ അപ്പൻ ആണ് മ്മടെ നാട്ടില് ആദ്യത്തെ ടൂറിംഗ് സിനിമ കൊണ്ടുവന്നത്, അറിയോ, സാമിക്കി?" എന്ന അദ്ദേഹത്തിന്റെ ചോദ്യത്തിനു മുമ്പിൽ ഞാൻ തികച്ചും അജ്ഞനായി നിന്നു കൊടുത്തു.

കാരണം ഈ ചാക്കോച്ചേട്ടൻ ഹൈസ്കൂളിൽ ടെന്നീസ്കോർട്ടിൽ കളിക്കുന്നതു കണ്ട ചെറിയ ഓർമ്മയെ എനിക്കുള്ളൂ.

ടൂറിസ്റ്റ് ടെന്റുകളിലും തമിഴോ തെലുങ്കോ സിനിമകൾ മാത്രമേ വന്നിരുന്നുള്ളൂ. ചിലപ്പോൾ ഒന്നുംതന്നെ സംസാരിക്കാത്ത സായിപ്പിന്റെയും മദാമ്മകളുടെയും ചില സിനിമകളും വരുമായിരുന്നു. സിനിമ ടെന്റിൽ

അച്ഛനമ്മമാരുടെ കൂടെ ഇരുന്ന് എൻ.എസ്. കൃഷ്ണൻ എന്നു പേരുള്ള ഒരു കോമാളി കാട്ടിക്കൂട്ടുന്ന വിക്രിയകൾ കണ്ട് എല്ലാവരും ചിരിക്കുമ്പോൾ, ടെന്റിന്റെ മുകളിൽ ഉണ്ടായിരുന്ന ദ്വാരങ്ങൾ വഴി നക്ഷത്രങ്ങളെ കണ്ടു പിടിക്കാനായിരുന്നു എനിക്കു താത്പര്യം.

ഓല മേഞ്ഞ കൊട്ടകളും ടെന്റുകളും മാത്രം കണ്ടിരുന്ന കുടയൂർ ക്കാർക്ക് പുതിയ പയനീയർ തിയേറ്റർ ഒരു ഹരം ആയിരുന്നു. വെട്ടുകല്ലു കൊണ്ടു നിർമ്മിച്ച ഭംഗിയിൽ പ്ലാസ്റ്ററും പെയിന്റും ചെയ്ത തിയേറ്റർ കാണാൻ നല്ല ഭംഗി ഉണ്ടായിരുന്നു.

അകത്ത് നല്ല തൂവെള്ള സ്ക്രീനും അതിനു ചുറ്റും തവിട്ടുനിറത്തിൽ ഉള്ള ഡിസൈനുകളും സ്ക്രീനിന് ഇരുവശത്തും കയ്യിൽ തംബുരുവും ആയുള്ള മീരാബായിയുടെ മനോഹര ചിത്രങ്ങളും ഇന്നും കുടയൂർക്കാർ ഓർമ്മിക്കുന്നു. അകത്ത് ഇരുവശത്തും വരി വരിയായി ഫാനുകളും ഉണ്ടാ യിരുന്നു തിയ്യറ്ററിൽ. സ്ക്രീനിന്റെ മറ്റേ അറ്റത്ത് കുടയൂരിലെ കുടുംബ ക്കാർക്ക് ഇരിക്കാൻ സൗകര്യത്തിൽ ബോക്സുകളും ഉണ്ടായിരുന്നു. ദിവസവും വൈകിട്ട് ആറുമണിക്കും ഒമ്പതുമണിക്കും ഓരോ കളികൾ പതിവാണ്. പക്ഷേ, ഞായറാഴ്ച മാത്രം ഉച്ചയ്ക്ക് മൂന്നു മണിക്ക് മാറ്റിനിയും ഉണ്ടായിരുന്നു. തിയേറ്റർ തയ്യാറായപ്പോൾ കുടയൂർക്കാർ അഭിമാനത്തോടെ പറഞ്ഞുവത്രേ:

“ഇനി സിനിമ കാണാൻ തൃശൂർ വരെ പോണ്ടല്ലോ!!”

പയനൂർ തിയേറ്ററിന്റെ ഉടമസ്ഥൻ കുടുംബസുഹൃത്തായ ഒരു സ്വാമി ആയിരുന്നു. (അദ്ദേഹത്തിന് ബസ് ട്രാൻസ്പോർട്ട്, പെട്രോൾ പമ്പ് തുടങ്ങിയ ബിസിനസ്സുകളും ഉണ്ടായിരുന്നു). അടുത്ത ബന്ധുക്കളെ പോലെ ആയിരുന്ന ഞങ്ങൾക്ക് അവിടെ സിനിമ കാണാൻ കാശു കൊടു ക്കേണ്ടായിരുന്നു. അതുകൊണ്ട്, ഞങ്ങൾ കുട്ടികൾ ഇടയ്ക്കിടെ അവിടെ ചെന്ന് സിനിമ കാണുമായിരുന്നു.

ദൈവഭക്തനായ അദ്ദേഹം തിയേറ്ററിൽ ആദ്യം കാണിച്ചത് ‘ശ്രീമുരു കൻ’ എന്ന ഒരു തമിഴ് ചിത്രം ആയിരുന്നു. പരമശിവന്റെയും പാർവതി യുടെയും ഈ ഇളയമകൻ ഒരു മയിലിന്റെ പുറത്തുവന്ന് കയ്യിലുള്ള ‘വേലു’ കൊണ്ട് രാക്ഷസന്മാരെ നിഷ്പ്രയാസം കൊന്നൊടുക്കുമ്പോൾ ജനം കൈ അടിച്ച് ആഘോഷിക്കുമായിരുന്നു. പക്ഷേ, ശ്രീമുരുകന്റെ പ്രേമ ഭാജനമായ വള്ളി എന്ന കാട്ടിലെ രാജകുമാരി കയ്യിന്റെ മേൽഭാഗങ്ങൾ പ്രദർശിപ്പിച്ച് പാട്ടു പാടുമ്പോൾ തറവാടികൾ പറയുമത്രേ: “കുട്ടികൾ ഒക്കെ ഇരിപ്പുണ്ട്. അടുത്ത സീൻ കാണിക്കടോ!!” സ്ഥലത്തെ കുട്ടികൾക്കുള്ള സ്റ്റണ്ട് പടങ്ങളും കോമാളിചിത്രങ്ങളും പയനീയറിൽ ചിലപ്പോളൊക്കെ കണ്ടിരുന്നു.

അമ്പതുകളുടെ തുടക്കത്തിൽ മറ്റൊരു സുന്ദരൻ തിയേറ്ററും കുടയൂ രിൽ വന്നു. ഞങ്ങളുടെ ഒരു മാഷായിരുന്നു അതിന്റെ ഉടമസ്ഥൻ. അവിടെ ധാരാളം ഇംഗ്ലീഷ് പടങ്ങളും ഹിന്ദി പടങ്ങളും കാണിക്കുമായിരുന്നു.

പ്രേംനാഥ്, ദിലീപ്കുമാർ, രാജ്കപൂർ, നർഗീസ് തുടങ്ങിയ അഭിനേതാക്കളെ കുടയൂർക്കാർ അറിയുന്നതും നൗഷാദ് അലിയുടെയും ചിത്രഗുപ്തയുടെയും രാമചന്ദ്രയുടെയും മറ്റും സംഗീതം ആൾക്കാർ കേൾക്കുന്നതും ഈ തിയേറ്ററുകൾ വഴി ആയിരുന്നു. റാഫിയെയും ലതാമങ്കേഷ്കറെയും മുകേഷിനെയും മറ്റും കുടയൂർക്കാർ അറിഞ്ഞിരുന്നത് ഈ തിയേറ്ററുകളിൽകൂടിയാണത്രെ. എന്റെ കുട്ടിക്കാലത്ത് 'തൂ മേരാ ചാന്ദ് മേ തേരി ചാന്ദ്നി' തുടങ്ങിയ പാട്ടുകൾ കുടയൂർക്കാർ മൂളുന്നതു കേട്ടിട്ടുണ്ട്.

പിന്നെ തമിഴ് സിനിമകളുടെ പ്രവാഹം കൂടയൂരിൽ തുടങ്ങുന്നത് ജെമിനിയുടെ 'ചന്ദ്രലേഖ' എന്ന പ്രസിദ്ധ സിനിമയോടെയായിരുന്നു. പിന്നീട് ജെമിനി ഗണേശനും എം.ജി.ആറും പിന്നെ ശിവാജി ഗണേശനും മറ്റും കുടയൂരിലെ ആരാധനാപാത്രങ്ങളായിത്തീർന്നു.

പക്ഷേ, 'നല്ല തങ്ക' എന്ന ചിത്രത്തിനുശേഷം 'ജീവിതനൗക' തുടങ്ങിയ ചിത്രങ്ങൾ ഇറങ്ങിയതോടെ തമിഴ് സിനിമകളുടെ പോപ്പുലാരിറ്റി കുറഞ്ഞു തുടങ്ങി. പ്രേംനസീറിന്റെ സിനിമകൾ വന്നു തുടങ്ങിയപ്പോഴേക്കും എന്റെ തലമുറക്കാർ കുടയൂർ വിട്ടിരുന്നു.

പക്ഷേ, ഒരു കാര്യം ഇപ്പോളും മറന്നിട്ടില്ല. മാഷുടെ തിയേറ്ററിൽ സ്കൂൾ കുട്ടികൾക്ക് സ്വാതന്ത്ര്യദിവസവും റിപ്പബ്ലിക് ദിവസവും ഫ്രീയായി സിനിമ കാണാമായിരുന്നു.

കുടയൂരിലെ പഴയ സിനിമ തിയേറ്ററുകളെക്കുറിച്ച് ഓർക്കുമ്പോൾ ഇവർ ഇവിടെ സിനിമ കാണിച്ചിരുന്നത് സ്വന്തം ലാഭത്തിനല്ല. നാട്ടുകാരെ രസിപ്പിക്കാനായിരുന്നു എന്നു തോന്നിപ്പോവും.

അല്ലെങ്കിലും, അക്കാലത്ത് കാശിനേക്കാൾ പ്രാധാന്യം മനുഷ്യബന്ധങ്ങൾക്ക് ആയിരുന്നല്ലോ!! ■

കോടതി-വക്കീൽമാർ

എന്തുകൊണ്ടാണെന്നറിഞ്ഞുകൂടാ, കുടയൂരിൽ പണ്ട് മുതൽക്കേ ധാരാളം വക്കീലന്മാർ ഉണ്ടായിരുന്നു. താലൂക്കിന്റെ തലസ്ഥാനം ആയതു കൊണ്ട് താലൂക്ക് ആപ്പീസ്, സർക്കാർ ട്രഷറി, തഹസിൽദാർ ആപ്പീസ്, സപ്ലൈ ആപ്പീസ്, മുൻസിഫ് കോടതി മുതലായ സർക്കാർ ആപ്പീസുകൾ കൊച്ചിതമ്പുരാൻ ഭരിച്ചിരുന്ന കാലം മുതൽക്കുതന്നെ ഉണ്ടായിരുന്നു. മജിസ്ട്രേറ്റ് കോടതി പിന്നീട് വന്നതാണെന്നു പറയുന്നു പഴമക്കാർ...

പഴയ കുടയൂർ, കിഴക്ക് പറയൻകുന്നു മുതൽ പടിഞ്ഞാറ് ബ്രഹ്മകുളം വരെയും വടക്ക് മങ്ങാടിക്കുന്ന് മുതൽ തെക്ക് ചെട്ടിയാർ കനാലുവരെയും ഉള്ള സ്ഥലങ്ങൾ ഉൾക്കൊണ്ട ഒരു വലിയ ഗ്രാമമായിരുന്നു. ആ കാലത്തു തന്നെ ആവശ്യത്തിൽ അധികം വക്കീലന്മാർ ഉണ്ടായിരുന്നു ഇവിടെ. ഡാണാവു മുതൽ പള്ളിയാൽ വരെയുള്ള വലിയങ്ങാടിയിൽ ക്രിസ്ത്യാനി വക്കീലന്മാരും പള്ളിയാൽ മുതൽ പടിഞ്ഞാട്ടും നട മുതൽ തെക്കോട്ട് ചെട്ടിപ്പറമ്പ്-തെക്കേകരവരെയും തമിഴ്ബ്രാഹ്മണരും തറവാടി നായന്മാരും അമ്പലത്തിനു ചുറ്റുമായി സ്ഥാനിനായന്മാരും പാലിയത്ത് അച്ചന്മാരും വാരിയർമാർ, പിഷാരടികൾ തുടങ്ങിയവരും ആയ വക്കീലന്മാർ എന്നു വേണമെങ്കിൽ ക്ലാസിഫൈ ചെയ്യാം ഇവരെ. ഈ ഇട്ടാവട്ട സ്ഥലത്തിന് എന്തിന് ഇത്രയധികം വക്കീലന്മാർ എന്നു പലരും പല സമയത്തും ചോദിക്കാറുണ്ടായിരുന്നു. ഞാനും കുടുംബത്തിലെ ഒരു കാരണവരോട് ഒരിക്കൽ ചോദിക്കുകയുണ്ടായി. അദ്ദേഹം പറഞ്ഞുതന്ന കാരണങ്ങൾ ഇതാണ്:

ഒന്ന്: അക്കാലത്ത് പത്താംക്ലാസ്സ് കഴിഞ്ഞാൽ ഒരു ഉപരിപഠനം ആയിരുന്നു പ്ലീഡർഷിപ് എന്നു വിളിച്ചിരുന്ന വക്കീൽ ഉദ്യോഗം.

രണ്ട്: ഭൂസ്വത്തുക്കൾ ധാരാളം ഉണ്ടായിരുന്ന കൂട്ടുകുടുംബങ്ങൾ ആയിരുന്നു അന്നത്തെ കുടയൂരിൽ. അതിലെല്ലാം ഒരുപാട് മൈനർമാർ അടക്കമുള്ള അവകാശികളും. അതുകൊണ്ട് വഴക്കും വക്കാണങ്ങളും അവകാശതർക്കങ്ങളും സർവ്വ സാധാരണമായിരുന്നു. അതുകൊണ്ട് എല്ലാ കുടുംബങ്ങൾക്കും സ്ഥിരമായി ഒന്നും രണ്ടും വക്കീലന്മാർ വേണ്ടി വന്നിരുന്നുവത്രെ.

മൂന്ന്: കുറച്ചധികം പണം ഉള്ളവർ പ്ലീഡർഷിപ്പ് പാസ്സായി ഒരു അന്തസ്സിനുവേണ്ടി - സ്റ്റാറ്റസ് സിമ്പോൾ ആയി - വക്കീൽ ബോർഡും വച്ച്

ഇരുന്നിരുന്നു. (പക്ഷേ അവർ കോടതി കണ്ടിട്ടുപോലും ഉണ്ടാകില്ല എന്ന് ചില അസൂയാലുക്കൾ പറയാറുണ്ട് - അതത്ര കാര്യമാക്കേണ്ടതില്ല). കാരണം എന്തായാലും കുടയൂരിൽ വക്കീലന്മാർ ഒരുപാട് ഉണ്ടായിരുന്നു എന്ന കാര്യത്തിൽ ആർക്കും തർക്കമില്ല. ആ സ്ഥിതിക്ക്, ഒരു വക്കീലിനു രണ്ടോ മൂന്നോ ഗുമസ്തന്മാർ എന്ന തോതിൽ ഗുമസ്ത വർഗ്ഗത്തിന്റെ ഒരു ബറ്റാലിയൻ തന്നെയുണ്ടായിരുന്നു ഇവിടെ.

കുടയൂരിലെ വലിയ അങ്ങാടിയിലെ ഒരു ക്രിസ്ത്യാനി കുടുംബത്തിലെ ഒരംഗം പണ്ട് പഠിക്കാൻ പോയ കഥയുണ്ട്. അതു പറഞ്ഞത് മറ്റാരും അല്ല. അദ്ദേഹത്തിന്റെ പൗത്രൻ തന്നെയാണ്. രണ്ടാമത് പറഞ്ഞ കക്ഷി ബോംബെയിലെ ഒരു ബ്രിട്ടീഷ് എഞ്ചിനീയറിംഗ് സ്ഥാപനത്തിന്റെ എം.ഡി. ആയിരുന്നു എൺപതുകളിൽ. ഞാൻ ആപ്പീസു കാര്യങ്ങൾക്കായി അവിടെ പോകുമ്പോൾ കുറച്ചു സമയം അദ്ദേഹത്തിന്റെ കൂടെ ചിലവഴിക്കാറു പതിവായിരുന്നു. അദ്ദേഹത്തിന്റെ മുത്തച്ഛനു പഠിക്കാൻ വലിയ മോഹമായിരുന്നത്രേ. പക്ഷേ, കച്ചവടം ആയിരുന്നല്ലോ അന്നത്തെ ക്രിസ്ത്യാനികൾക്ക് പറഞ്ഞിട്ടുള്ള ജോലി; അതുകൊണ്ട് അപ്പൻ അതിനു സമ്മതിച്ചില്ല. കച്ചവടത്തിൽ താത്പര്യം ഇല്ലാത്ത മകനെ കൊണ്ട് പൊറുതി മുട്ടി ഒരു ദിവസം അപ്പൻ ഒരു 'കിഴി' കാശ് മകന്റെ മുഖത്തേക്ക് എറിഞ്ഞു പറഞ്ഞു വത്രേ: "നീയ് പഠിക്ക്യ്യ്. കഴുവിന്മേല് കേറ്യ്യ് എന്താ വേണ്ടേച്ചാ ചെയ്തോഡാ ശവി." പക്ഷേ, മകൻ ചില്ലറക്കാരൻ ആയിരുന്നില്ല. പഠിക്കാൻ മിടുക്കനായിരുന്നു. ആ കാശുകൊണ്ട് പ്ലീഡർ പരീക്ഷയ്ക്ക് പഠിച്ചു പാസ്സായി ഒന്നാംതരം വക്കീലായി. പിന്നീട് ഉയർന്നുയർന്ന് പഴയ കൊച്ചി സംസ്ഥാനത്തെ ഒരു പ്രസിദ്ധനായ ജഡ്ജിയും ആയത്രേ.

കുട്ടിക്കാലത്തിലെ ഓർമ്മയിൽ രണ്ടു വക്കീലന്മാർ കുടുംബത്തിൽ തന്നെ ഉണ്ടായിരുന്നു. അച്ഛന്റെ രണ്ടു ചെറിയച്ഛന്മാർ. ഇതിൽ ഒരാൾ കുടയൂരിൽ ഗവൺമെന്റ് പ്ലീഡറും മറ്റെയാൾ എറണാകുളത്ത് ജഡ്ജിയും ആയിത്തീർന്നു. തലയിൽ തലപ്പാവും കഴുത്തിൽ വെളുത്ത ബാന്റും കറുത്ത കോട്ടും നെറ്റിയിൽ ചന്ദന-കുങ്കുമ പൊട്ടും ആയി നിൽക്കുന്ന ഈ കാരണവർമാരുടെ ചിത്രങ്ങൾ കുടുംബത്തിലെ മിക്കവാറും എല്ലാ വീടുകളിലുമുണ്ടായിരുന്നു. ഇതിൽ ജഡ്ജി ആയിരുന്ന കാരണവർ നേരത്തെ മരിച്ചുപോയി. പക്ഷേ, മറ്റേ ആൾ എന്റെ കുട്ടിക്കാലത്തു ജീവിച്ചിരിപ്പുണ്ടായിരുന്നു. (അദ്ദേഹമായിരുന്നു കുട്ടികളായിരുന്ന ഞങ്ങൾക്ക് മുക്കാൽ (3/4), അര (1/2), കാല് (1/4), അരക്കാൽ (1/8), മാഹാണി (1/16), മുണ്ടാണി (1/32) തുടങ്ങിയവയുടെ പെരുക്ക-പട്ടികകൾ (Multiplication Tables) പഠിപ്പിച്ചു തന്നിരുന്നതും. ഇംഗ്ലീഷിൽ പാർട്സ് ഓഫ് സ്പീച്ച്, ആക്റ്റീവ് - പാസ്സീവ് വോയ്സ്, പാർസിംഗ്, അനാലിസിസ് മുതലായവ മനസ്സിലാക്കി തന്നിരുന്നതും).

ഞങ്ങൾക്ക് നാലഞ്ചു വയസ്സുള്ളപ്പോൾ നടയിൽ നിന്നും തെക്കേക്കര -കനാൽ വഴിയിൽ റോഡിന്റെ ഇരുവശത്തും വക്കീലന്മാർ ആയിരുന്നു

താമസിച്ചിരുന്നത്. രാമനാരായണ അയ്യർ, നാരായണ അയ്യർ, അച്ചുത മേനോൻ, ഗുപ്തൻ നമ്പൂതിരിപ്പാട്, രാഘവമേനോൻ, പരമേശ്വരമേനോൻ, രാമകൃഷ്ണ അയ്യർ, ഭാസ്കരമേനോൻ, രാമമേനോൻ, തമ്പാൻ, രാമസ്വാമി അയ്യർ എന്നിങ്ങനെ പോകുന്നു കഷ്ടിച്ച് ഒന്നര കിലോമീറ്റർ ദൂരം മാത്രം ഉണ്ടായിരുന്ന റോഡിലെ വക്കീലന്മാരുടെ ലിസ്റ്റ്. പിന്നീട് അന്നത്തെ യുവതലമുറയിൽപ്പെട്ട എന്റെ ഒരു ചെറിയച്ഛൻ, ഗോപാലകൃഷ്ണ അയ്യർ, വിജയൻ മേനോൻ തുടങ്ങിയവരും ഈ ഏരിയയിൽ പ്രാക്ടീസ് തുടങ്ങി. പിന്നെ വലിയ അങ്ങാടിയിലെ തകർപ്പൻ ക്രിമിനൽ വക്കീൽ വാറുണ്ണി, കുഞ്ഞുണ്ണി വറീത്, വർഗ്ഗീസ്, ദേവസ്സി തുടങ്ങിയവരും ഉണ്ടായിരുന്നു.

വല്യ അങ്ങാടിയിലെ കൊച്ചി രാജ്യത്തിന്റെ മുദ്രകൾ കൊത്തിവച്ചിട്ടുള്ള കോടതി കെട്ടിടം വളരെ പ്രസിദ്ധം ആയിരുന്നു. അതിന്നകത്ത് മുൻസിഫ് കോടതി, ട്രഷറി ആപ്പീസ്, തഹസിൽദാർ ആപ്പീസ്, വക്കീലന്മാരുടെ ബാർ ആപ്പീസ്, ഗുമസ്തന്മാരുടെ മുറി തുടങ്ങിയവയും ഉണ്ടായിരുന്നു.

കറുത്ത കോട്ടും ഇട്ട്, വെളുത്ത ബാൻഡും കെട്ടി, കയ്യിൽ നീളത്തിൽ മടക്കിയ ഫുൾസ്കാപ്പ് പേപ്പറുകളും ആയി ഈ വക്കീലന്മാർ കോടതിയിൽ എന്താണു ചെയ്യുന്നത് എന്നു ഞങ്ങൾ അദ്ഭുതപ്പെടാറുണ്ടായിരുന്നു. ഒരു ദിവസം അടുത്ത വീട്ടിലെ വക്കീലിന്റെ മകനും ഒന്നിച്ച് കോടതി വരാന്തയിൽ നിന്നും ചിലതെല്ലാം കണ്ടു. പക്ഷേ, ഒന്നും മനസ്സിലായില്ല.

ഞങ്ങടെ അയല്പക്കക്കാരൻ വക്കീൽ ഇടയ്ക്കിടെ, 'യുവർ ഹോണർ, ദെയർഫോർ, മൈ ഹമ്പിൾ സബ്മിഷൻ ഈസ്' എന്നു തുടങ്ങുന്ന പ്രസംഗം ഇംഗ്ലീഷിൽ തട്ടി വിടുന്നുണ്ടായിരുന്നു. പിന്നീട് ആണ് മനസ്സിലായത് ഇതാണ് കേസ് വാദം എന്ന്. പിന്നീടാണ് വാദി, പ്രതി, സാക്ഷി, വിസ്താരം, ക്രോസ് വിസ്താരം, കോർട്ട് ഓർഡർ തുടങ്ങിയ പല വാക്കുകൾ മനസ്സിലായത്. പതിനഞ്ചു-പതിനാറു വയസ്സായപ്പോഴേക്കും ഞങ്ങൾക്ക് കോടതിയെ കുറിച്ചും അതിലെ കാര്യങ്ങളെക്കുറിച്ചും ഏതാണ്ടൊരു ഐഡിയ കിട്ടി. സിവിൽ കേസും ക്രിമിനൽ കേസും എന്താണെന്ന് മനസ്സിലായി. സിവിൽ കേസുകൾ പൊതുവേ ബോറായിരുന്നു ഞങ്ങൾക്ക്. പക്ഷേ 'ത്രില്ല്' മുഴുവൻ ക്രിമിനൽ കേസുകളിലായിരുന്നു. കത്തി-കുത്ത്, കൊലപാതകം, ഇമ്മോറൽ ട്രാഫിക്, അഡൾട്രി, റേപ്പ് കേസുകൾ തുടങ്ങിയവയുടെ വാദവും വിസ്താരവും എതിർവിസ്താരവും മറ്റും വളരെ രസമുള്ള കാര്യങ്ങളായിരുന്നു. (അന്ന് പ്രായവും അതായിരുന്നു എന്ന് ഓർക്കണം).

ഞങ്ങളുടെ കുടുംബസുഹൃത്ത് ഒരു ഉഗ്രൻ ക്രിമിനൽ വക്കീൽ ഉണ്ടായിരുന്നു. അച്ഛന്റെ പ്രായമായിരുന്നു. അദ്ദേഹം ക്രിമിനൽ കേസുകളെക്കുറിച്ച് പറയാൻ തുടങ്ങിയാൽ ഒരു ഡിറ്റക്ടീവ് നോവൽ വായിക്കുന്ന അനുഭൂതി ഉണ്ടാകുമായിരുന്നു. കുട്ടികൾ അദ്ദേഹത്തോട് റെയിപ്പ്, അഡൽട്രി കേസുകളുടെ വിശദാംശങ്ങളെക്കുറിച്ചു ചോദിക്കും. അദ്ദേഹം

അതു ഭംഗിയായി വിസ്തരിച്ചു വർണ്ണിക്കുകയും ചെയ്യും. പക്ഷേ, സെൻസർ ബോർഡിന്റെ പരിധിക്കു പുറത്തുകടക്കും എന്നാവുമ്പോൾ അദ്ദേഹത്തിന്റെ ഭാര്യയുടെ ശബ്ദം അടുക്കളയിൽനിന്നും ഉയരും. "ഒന്ന് നിർത്തുന്നുണ്ടോ, കുട്ടികളെ ചീത്തയാക്കണ കഥകൾ?" അതോടെ കേസു വിശേഷങ്ങൾ പെട്ടെന്ന് അവസാനിക്കും.

ഇപ്പോൾ ആ വക്കീലന്മാർ ഇല്ല. അവരുടെ വീടുകളും എല്ലാം വിറ്റു പോയി അവിടെയെല്ലാം ഗൾഫുകാരുടെയും പുതിയ നാട്ടുകാരുടെയും പുത്തൻ കെട്ടിടങ്ങൾ മാത്രമാണ് ഇപ്പോൾ. കുടയൂർകാർ പഴയ വക്കീലന്മാരെ ഇപ്പോഴും ഓർക്കുന്നുണ്ടോ എന്നു പോലും സംശയിക്കേണ്ടിയിരിക്കുന്നു.

ഇപ്പോഴെല്ലാം കുടയൂരിലെ പുതിയതായി വന്ന ഹോട്ടലിന്റെ മൂന്നാം നിലയിൽ ഉള്ള മുറിയിൽ നിന്നും ഞാൻ ചിലപ്പോൾ തെക്കോട്ടു നോക്കി ഇരിക്കാറുണ്ട്. ഏതെങ്കിലും പഴയ വക്കീലന്മാരുടെ കുട്ടികളെയോ അനന്തിരവന്മാരെയോ കാണാൻ. പക്ഷേ, അവർ ആരും ഇപ്പൊ അവിടെ ഇല്ല.

■

കൊങ്ങിണികൾ

കുടയൂരിലെ പഴയ താമസക്കാരിൽ ധാരാളം കൊങ്ങിണികളും ഉണ്ടായിരുന്നു. ഈ കൂട്ടക്കാർ അധികവും താമസിച്ചിരുന്നത് പഴയ കുടയൂരിന്റെ തെക്കും തെക്കുപടിഞ്ഞാറ് ഭാഗങ്ങളിലും ആയിരുന്നു. കൊങ്ങിണികൾ എന്നു വച്ചാൽ, കൊങ്കൺ അഥവാ ഗോമന്ത രാജ്യത്തുനിന്നുവന്ന, കൊങ്ങിണി മാതൃഭാഷ ആയിട്ടുള്ളവർ എന്നർത്ഥം. ഇവരുടെ ഇടയിലും ബ്രാഹ്മണ–അബ്രാഹ്മണ വ്യത്യാസങ്ങൾ ഉണ്ടായിരുന്നു. പൈ, ഷേണായി തുടങ്ങിയ പൂണൂൽ ഇട്ടവര് ഗൗഡ സാരസ്വത ബ്രാഹ്മണർ എന്ന് അറിയപ്പെട്ടിരുന്നു. പക്ഷേ, മൂപ്പന്മാർ അഥവാ 'കുടുംബികൾ' എന്നറിയപ്പെട്ടിരുന്ന കൊങ്ങിണികൾ അബ്രാഹ്മണരും മിക്കവാറും തൊഴിലാളി വർഗ്ഗവും ആയിരുന്നുവത്രെ. (ഖസാക്കിന്റെ ഇതിഹാസക്കാരന്റെ കുടയൂർ സന്ദർശനസമയത്തെ ഗൈഡ് സന്നാലൻ എന്ന മൂപ്പൻ ആയിരുന്നല്ലോ!!)

പക്ഷേ ഈ രണ്ടു കൂട്ടക്കാരുടെയും മാതൃഭാഷ 'കൊങ്ങിണി' ആയിരുന്നു. ഇവരുടെ ഭാഷയ്ക്ക് ലിപി ഇല്ല. സാധാരണയായി ഇവർ മലയാള ലിപിയിൽ സ്വന്തം ഭാഷ എഴുതുന്നു. ഗോവയിൽനിന്നും പോർത്തുഗീസ് ഉപദ്രവം സഹിക്ക വയ്യാതായപ്പോൾ കടൽമാർഗ്ഗം കൊച്ചിയിൽ എത്തിയവരാണത്രേ ഈ രണ്ടു കൂട്ടരും. കൊച്ചി വാണിരുന്ന തമ്പുരാൻ ഇവർക്ക് അഭയം കൊടുത്തു. കരം ഒഴിവായി സ്ഥലവും കൊടുത്തു – ജീവിക്കാനും കച്ചവടം നടത്താനും. അതുകൊണ്ടൊന്നും തൃപ്തിയായില്ല പൂണൂൽ ഇട്ട ജാതിയായ ഗൗഡ സാരസ്വതർക്ക്. നമ്പൂരിയുടെ സ്റ്റാറ്റസ് വേണമെന്നായി കൊങ്ങിണി പട്ടന്മാർ. "മത്സ്യമാംസം ഭക്ഷിക്കുന്നവരെ ബ്രാഹ്മണർക്ക് തുല്യർ ആക്കാൻ സാധ്യമല്ല" എന്ന് നമ്പൂതിരിമാർ ശഠിച്ചു.

സാരസ്വതർ കൊച്ചി തമ്പുരാൻസമക്ഷം അപ്പീൽ ഫയൽ ചെയ്തു. ഞങ്ങൾ മത്സ്യം മാത്രമേ ഭക്ഷിക്കുന്നുള്ളൂ. ആടും മാടും കോഴിയും പന്നിയും പോർക്കും കഴിക്കാറില്ല. പണ്ട് ഗൗഡദേശത്ത് ക്ഷാമം വന്നു. അരിയും ഗോതമ്പും പച്ചക്കറിയും ഒന്നുംകിട്ടാതെ ആയപ്പോൾ ഞങ്ങളുടെ പരമപിതാവായ സാരസ്വത മുനിവരൻ ഒപ്പിട്ടുതന്ന ഓർഡർ പ്രകാരമാണ് ഞങ്ങൾ ചാളയും മത്തിയും അയിലയും കണ്ടൻ കോരയും കണമ്പും കരിമീനും മറ്റും കഴിക്കുന്നത്. അങ്ങനെ ഒരു ഓർഡറിന്റെ കോപ്പി പെരുമ്പടപ്പ് തമ്പുരാനോ അദ്ദേഹത്തിന്റെ മുൻഗാമിയായിരുന്ന ചേരമാൻ

പെരുമാൾ ചക്രവർത്തിക്കോ കിട്ടിയിട്ടില്ല എന്ന വിവരം ദിവാൻ തമ്പുരാന്റെ 'തിരുചെവിയിൽ' കുശുകുശുത്തു. "കോപ്പി ഉണ്ടോ കയ്യിൽ" എന്ന് ഉറക്കെ മറ്റവരോടും ചോദിച്ചു. ഇല്ലെന്ന് അവർ പറഞ്ഞു. അതുകൊണ്ട് തമ്പുരാൻ തീർത്തു പറഞ്ഞു: "മത്സ്യ-മാംസം കഴിക്കുന്നവരെ ബ്രാഹ്മണർ ആയി പ്രൊമോട്ട് ചെയ്യാൻ പറ്റില്ല. കയറോ വെളിച്ചെണ്ണയോ കൊപ്രയോ പപ്പടമോ എന്തുവേണമെങ്കിലും കച്ചവടം നടത്താം. താമസത്തിനും കച്ചവടത്തിനും നിങ്ങൾ കൊണ്ടുവന്ന തിരുമല ദേവന്റെ അമ്പലത്തിന്റെയും വസ്തു വഹകൾക്ക് നികുതി അടച്ചില്ലേലും സാരം ഇല്ല. പക്ഷേ പ്രമോഷൻ ഇല്ല. തീർച്ച."

ഗൗഡ സംഘം കയ്യിൽ കൊണ്ടുവന്നിരുന്ന തിരുമലദേവനെ പിടിച്ച് ആണയിട്ടു: "ഞങ്ങളോ ഞങ്ങളുടെ പിൻഗാമികളോ ഈ നിമിഷം തൊട്ട് മൃഗത്തെയോ കടൽജീവിയെയോ ഭക്ഷിക്കില്ല, തിരുമല ദേവനാണ് സത്യം." കൊച്ചി രാജ്യത്തെ ഗൗഡ സാരസ്വത ബ്രാഹ്മണർ അന്ന് മുതൽ വെറും സസ്യാഹാരികളായിത്തീർന്നു.

എന്നാൽ കാഷ്മീരിലെയും കന്യകുബ്ജത്തിലെയും ഹിമാലയത്തി ലെയും ഗോമന്ത പ്രദേശങ്ങളിലെയും എന്തിനേറെ മംഗലാപുരത്തിലെയും ഗൗഡ സാരസ്വത ബ്രാഹ്മണർ ഇപ്പോഴും മത്സ്യ ആഹാരികളായി തുട രുന്നു. പക്ഷേ, കൊച്ചിക്കാർ വെറും പച്ചക്കറി മാത്രം കഴിച്ചു വന്നിരുന്നു.

ഇവരുടെ മറ്റൊരു സംഘം കൊങ്ങണത്തു നിന്നും മംഗലാപുരത്തും മലബാറിലും ഇതിനകം വന്നുചേർന്നിരുന്നു. പക്ഷേ, അവർ മത്സ്യം കഴി ക്കുന്നവർ ആയിരുന്നു. അതുകൊണ്ട് കൊച്ചിയിൽ വന്നവർ അവരെ കീഴ്ജാതിയായി കണക്കാക്കിയിരുന്നു എന്നും കേൾക്കുന്നു.

പൈ, ഷേണായി, പ്രഭു, മല്ലര്, കിണി തുടങ്ങിയ പേരുകളിൽ അറിയ പ്പെട്ടിരുന്ന ഇവർ, കൊച്ചിയിലും മട്ടാഞ്ചേരിയിലും ഫോർട്ട് കൊച്ചിയിലും എറണാകുളത്തും കച്ചവടം സ്ഥാപിച്ചു. പിന്നീട്, തെക്കോട്ട് ആലപ്പുഴ, കൊല്ലം ഭാഗങ്ങളിലേക്കുവ്യാപിച്ചു. കച്ചവടം വിപുലമാക്കി. വടക്കോട്ട്, ചെറായി, ചേന്നമംഗലം, പറവൂർ, കൊടുങ്ങല്ലൂർ വഴി തൃശൂർ ഭാഗങ്ങളിൽ എത്തിച്ചേർന്നു. അങ്ങനെയാണ് കൊങ്ങിണി ബ്രാഹ്മണർ കുടയൂർ എത്തി യത്. അവരുടെ കൂടെ അവരുടെ സഹായികൾ ആയി കുടുംബികളും ഉണ്ടായിരുന്നു. പക്ഷേ, കുടയൂരിൽ എത്തിയ ഗൗഡ സാരസ്വതർ മിക്ക വാറും സർക്കാരിലും മറ്റും ജോലിക്കാരായി തീർന്നു. ബാക്കിയുണ്ടായിരു ന്നവർ അല്ലറ ചില്ലറ കച്ചവടങ്ങൾകൊണ്ടു നടന്നു.

ഇത്തരം സങ്കീർണ്ണങ്ങളായ പ്രശ്നങ്ങൾ ഒന്നും 'പ്രൊലിറ്ററിയട്ടു' ആയിരുന്ന (കുടുംബി) മൂപ്പന്മാർക്കു ഉണ്ടായിരുന്നില്ല. പഴയ സ്ഥലത്തും പുതിയ സ്ഥലത്തും 'കോരന്മാർ' മാത്രം ആയിരുന്ന അവർ കുമ്പിളിൽ കഞ്ഞിയും ചുട്ട പപ്പടവും ഭക്ഷിച്ചു ജീവിച്ചു. കുടയൂരിൽ പന്തൽ കെട്ടൽ അവരുടെ കുത്തക ആയിരുന്നു. അങ്ങനെ അമ്പലത്തിൽ ഉത്സവകാലത്തും താലപ്പൊലികൾക്കും വീടുകളിൽ വേനൽക്കാലത്തും കല്യാണങ്ങൾക്കും

നാടകം, മീറ്റിങ്ങുകൾ മുതലായ സംരംഭങ്ങൾക്കും മെടഞ്ഞ ഓല കൊണ്ട് പന്തൽ കെട്ടി അവർ ജീവിച്ചുപോന്നു. ചിലർ എക്സ്ട്രാ വരവിനുവേണ്ടി പപ്പടം ഉണ്ടാക്കൽ, അവിൽ ഇടിക്കൽ തുടങ്ങിയ ജോലികളും നടത്തിയിരുന്നു. ചില മൂപ്പന്മാർ കുളങ്ങളിലും ചാലുകളിലും മീൻപിടിക്കാനും പോയിരുന്നു.

അങ്ങനെ ഞങ്ങളുടെ കുട്ടിക്കാലത്ത് കുടയൂരിൽ ധാരാളം ബ്രാഹ്മണരും അബ്രാഹ്മണരും ആയ നിരവധി കൊങ്ങിണികൾ ഉണ്ടായിരുന്നു. ജനാർദ്ദന പൈ, ശ്രീധര പൈ, ഗിരി പൈ തുടങ്ങിയ സമൂഹത്തിലെ ഉയർന്ന സാരസ്വതരും 'പപ്പു'പൈ എന്ന പത്മനാഭ പൈ തുടങ്ങിയ കച്ചവടക്കാരും വളരെ പരിചിതരായിരുന്നു. പിന്നെ മിന്നൻ, പൊന്നൻ തുടങ്ങിയ കുടുംബികളും അവരുടെ സ്ത്രീജനങ്ങൾ ആയ 'ഭായി'മാരും വീട്ടുജോലികൾക്കു വരാറുണ്ടായിരുന്നു. കുടയൂർ ഹൈസ്കൂളിൽ രാമൻ, ചൈനാ ഗോപാലൻ, ലക്ഷ്മണൻ തുടങ്ങിയ കുടുംബി കുട്ടികളും ഞങ്ങളുടെ കൂടെ പഠിച്ചിരുന്നു.

കൊങ്ങിണികളുടെ മലയാളം അതിവിശേഷം അത്രേ! സിനിമകളിലും നാടകങ്ങളിലും ഇവരുടെ മലയാളം കോമഡിക്കുള്ള ഒരു ഉപാധിയായി കണ്ടുവന്നിരുന്നു അക്കാലത്ത്. ഇക്കാലത്തും അപൂർവമായി എങ്കിലും മലയാള നാടകങ്ങളിലും സിനിമകളിലും 'കൊങ്ങിണി മലയാളം' കടന്നു വരാറുണ്ട്.

വടക്കുപടിഞ്ഞാറൻ ഭാരതത്തിൽനിന്നും ഉദ്ഭവിച്ച്, ഉത്തര ഇന്ത്യ, കാശ്മീർ, ഹിമാചലം വഴി ഗോവയിൽ എത്തി പിന്നീട് ദക്ഷിണ കർണ്ണാടകക്കാരും മലയാളികളും ആയിത്തീർന്ന, 'കൊങ്ങിണികളുടെ' നിരന്തര യാത്രകൾ ഇനിയും തുടർന്നുകൊണ്ടിരിക്കുമോ എന്തോ; ഒന്നും പറയാൻ വയ്യ. ■

മുഹമ്മദീയർ

"മമ്മിളെ മാഷല്ലേ" അബ്ദുള്ളകുട്ടിയുടെ പതിവുള്ള ഫോൺവിളി. "അതെ, അബ്ദുള്ളാ, പറഞ്ഞോളൂ" എന്ന് ഞാൻ.

"ഇതെന്ത് പണിയാ, മാഷേ? ങ്ങള് കുടയൂരിലെ എല്ലാത്തിനേം പറ്റി എഴുതി. ഞമ്മളെ മറന്നാ?"

"കഥ തുടങ്ങിയിട്ടേ ഉള്ളു, അബ്ദുള്ളാ. ഇനി എന്തെല്ലാം ബാക്കിയാണ് എഴുതാൻ. ഏതായാലും, അബ്ദുള്ള പറഞ്ഞ സ്ഥിതിക്ക് ഇത്തവണ അതു തന്നെ ആയിക്കളയാം." ഞാൻ അബ്ദുള്ളയ്ക്കു വാക്കു കൊടുത്ത പ്രകാരം എഴുതി, കുടയൂരിലെ മുസ്ലീമുകളെക്കുറിച്ച്.

കുടയൂരിലെ ഡാണാവിൽനിന്നും വടക്കോട്ടു പോകുന്ന വഴിയിലാണ് ജമാത്തിന്റെ മുസ്ലീം പള്ളി. ഈ പ്രദേശങ്ങളിലും പടിഞ്ഞാട്ടുമുറിയിലും കടലിലോട്ടു പോകുന്ന വഴിയിലും ധാരാളം മുസ്ലീമുകൾ താമസിച്ചിരുന്നു കുടയൂരിൽ. പൊതുവേ പറഞ്ഞാൽ, കുടയൂരിൽ രണ്ടു തരത്തിൽ ഉള്ള ഇസ്ലാമുകൾ ഉണ്ടായിരുന്നു. ഒന്ന് മലയാളം സംസാരിക്കുന്നവർ. ഇവരെ സാധാരണയായി 'ജോനകൻ മാപ്പിളമാർ' എന്നു വിളിച്ചിരുന്നു. രണ്ടാമത്തെ കൂട്ടർ തമിഴ് സംസാരിച്ചിരുന്ന തമിഴ് പ്രദേശങ്ങളിൽനിന്നും വന്നവർ. ഇവർ രാവുത്തർ എന്ന പേരിലാണ് അറിയപ്പെട്ടിരുന്നത്. ഇവർ രണ്ടു കൂട്ടരെയും കുടയൂർകാർ 'സായ്‌വ്' എന്നാണു സംബോധന ചെയ്തിരുന്നത്. (സാഹെബ് എന്ന ഉർദു/ഹിന്ദി വാക്കിൽനിന്നും ഉത്ഭവിച്ചതായിരിക്കണം ഈ വാക്ക്.)

ഞങ്ങളുടെ തെക്കെകരയുടെ ഒത്ത നടുക്കുള്ള കട നടത്തിയിരുന്ന അബ്ദുൽ കാദർ അദ്ദേഹത്തിന്റെ കുടുംബക്കാർ, പോസ്റ്റ്മാൻ മൊഹമ്മദ് അയാളുടെ കുടുംബക്കാർ, പ്രഖ്യാതൻ ആയ വക്കീലും ഹാജിയാരുമായിരുന്ന ഹൈദ്രോസ് മുതലാളിയും കുടുംബവും റെവന്യൂ ആപ്പീസിലെ അഹമ്മു, കോടതി കോമ്പൗണ്ടിൽ കണ്ണട-ഫൗണ്ടൻ പേന വ്യാപാരി തുടങ്ങിയവർ ആയിരുന്നു ഞാൻ അറിയുന്ന അന്നത്തെ മലയാളം സംസാരിക്കുന്ന ജോനകൻ മാപ്പിളമാർ. എന്റെ വിനീത ശിഷ്യൻ അബ്ദുള്ളകുട്ടിയും ശാസ്ത്രജ്ഞന്മാർ ആയ ആലികുഞ്ഞിസാറും അനുജന്മാർ മൊഹമ്മദ്, ഇബ്രാഹിം തുടങ്ങിയവരും അവരുടെ കുടുംബങ്ങളും എല്ലാം ഈ കൂട്ടത്തിൽ പെടും. ഇവരുടെ കുടുംബങ്ങൾ എല്ലാം വളരെ

പുരാതനങ്ങളും പഴയ ഹിന്ദു കുടുംബങ്ങളുമായി ബന്ധപ്പെട്ടവയും ആയിരുന്നു. ഒരുപക്ഷേ ചേരമാൻ പെരുമാളുടെ കാലത്ത് ഇസ്ലാം മതം സ്വീകരിച്ച് മാർക്കം കൂടിയവരുടെ പിൻഗാമികൾ ആയിരിക്കാം ഇവർ. അല്ലെങ്കിൽ പ്രബലന്മാർ ആയിരുന്ന ഹിന്ദു കുടുംബങ്ങൾ പിന്നീട് മതം മാറിയതുമായിരിക്കാം. ഈ കൂട്ടത്തിൽ ചേരമാൻ ചക്രവർത്തിയുടെ കാലത്ത് അറേബിയയിൽ നിന്നും കൊടുങ്ങല്ലൂരിലും പരിസര പ്രദേശങ്ങളിലും വന്നു താമസമാക്കിയ ആദിമ മുസൽമാന്മാരുടെ പിൻഗാമികളും ഉണ്ടായിരിക്കാം. കാരണം കുടയൂരിലെ പ്രമാണിമാരായ മുസ്ലിം കുടുംബങ്ങൾ എല്ലാം അമ്മ വഴിക്കോ അച്ഛൻ വഴിക്കോ കൊടുങ്ങല്ലൂരും കോട്ടപ്പുറവും മറ്റുമായി ബന്ധം ഉണ്ടായിരുന്നു. എന്റെ വിനീത ശിഷ്യൻ അബ്ദുള്ളക്കുട്ടിയുടെ ഉപ്പാപ്പ പറഞ്ഞിരുന്നത് അങ്ങോരുടെ ഉപ്പാപ്പ കൊടുങ്ങല്ലൂരിലെ നമ്പൂതിരിമാർ മാർക്കം കൂടിയ കുടുംബത്തിൽപെട്ടതായിരുന്നു എന്നാണ്.

രാവൂത്തന്മാരുടെ കഥ മറ്റൊന്നാണ്. തമിഴ്നാട്ടിലെ തിരുനെൽവേലി, കടലൂർ, രാമനാഥപുരം, തഞ്ചാവൂർ, ആർക്കാട്ട് തുടങ്ങിയ തീരപ്രദേശങ്ങളിൽ താമസമാക്കിയ അറബി മുസ്ലീമുകളുടെയും മതം മാറിയ ഹിന്ദു കുടുംബങ്ങളുടെയും പിൻഗാമികളായിരുന്നു ഇവർ എന്നു പറയപ്പെടുന്നു. തമിഴ്നാട്ടിൽനിന്നും പാലക്കാട് ചുരം വഴി കേരളത്തിൽ വന്നു താമസിച്ചവർ ആയിരിക്കണം ഇവർ. തമിഴ്നാട്ടുകാർ ആയിരുന്നതുകൊണ്ട്, അവരുടെ മാതൃഭാഷ ഇപ്പോഴും തമിഴ് ആണ്. പക്ഷേ, അവരുടെ തമിഴും (തമിഴ് ബ്രാഹ്മണരുടെ പോലെ) ഇപ്പോൾ 'തമ-യാളം' അല്ലെങ്കിൽ ത-ലയാളം ആയി തീർന്നിരിക്കുകയാണ്. പാലക്കാട് ജില്ലയിലും തൃശൂർ ജില്ലയിലും അടുത്തുള്ള കോയമ്പത്തൂർ, പൊള്ളാച്ചി തുടങ്ങിയ സ്ഥലങ്ങളിലും ഇവർ ധാരാളമുണ്ട്. (ഒ.വി. വിജയന്റെ 'ഖസാക്കിലെ' മുഖ്യ കഥാപാത്രങ്ങൾ പാലക്കാട് ജില്ലയിലെ തമിഴ് സംസാരിക്കുന്ന രാവൂത്തർ സമുദായക്കാർ ആയിരുന്നുവല്ലോ). എന്തായാലും സംസ്ക്കാരങ്ങളുടെയും മതങ്ങളുടെയും 'മൂശ' (മെൽട്ടിങ് പോട്ട്) എന്ന് ചരിത്രകാരന്മാർ വിളിച്ചിരുന്ന മധ്യകേരളത്തിന്റെ ഈ കഥകൾ തൽക്കാലം നമുക്കു ചരിത്രകാരന്മാർക്കു വിട്ടുകൊടുക്കാം.

കുടയൂരിലെ ചില മുസൽമാന്മാർ ഇപ്പോഴും ഓർമ്മയിൽ തങ്ങിനിൽക്കുന്നു. ഒരു നൂറ്റാണ്ട് കാലത്തോളം, കുടയൂരിലെ തെക്കേകരയിലെ ബ്രാഹ്മണ കുടുംബങ്ങൾക്ക് ഉപ്പു തൊട്ട് കർപ്പൂരം വരെ സപ്ലൈ ചെയ്തിരുന്ന അബ്ദുൽ കാദരിനെയും കുടുംബത്തെയും പ്രഖ്യാതനായ വക്കീൽ ഹൈദ്രോസ് ഹാജിയുടെ തറവാടിത്തം ഉള്ള വലിയ കുടുംബത്തെയും പോസ്റ്റ്മാൻ സായ്വിന്റെ ആത്മാർത്ഥതയെയും കുറിച്ചെല്ലാം പല സന്ദർഭങ്ങളിലും പലരും പറഞ്ഞിട്ടുണ്ട്.

കുടയൂരിലെ ആദ്യത്തെ മിലിട്ടറി ഹോട്ടൽ (നോൺ വെജിറ്റേറിയൻ ഹോട്ടൽ) തുടങ്ങിയത് ജമാലുദ്ദീൻ എന്ന സായ്വ് ആയിരുന്നു. അഞ്ചാറു പതിറ്റാണ്ടുകൾ കാലത്തോളം കുടയൂർക്കാർക്ക് വൃത്തിയും വെടുപ്പുമായി

പത്തിരിയും പറോട്ടയും മത്സ്യ-മാംസ ഭക്ഷണങ്ങളും ബന്നും കേക്കും ബ്രഡ്ഡും എല്ലാം സപ്ലൈ ചെയ്തിരുന്നു 'ഇസ്ലാമിയ' എന്ന ഈ ഹോട്ടൽ. കുടയൂരിലെ മുന്തിയ തറവാടുകളിലെ അംഗങ്ങൾ പോലും രഹസ്യമായും പരസ്യമായും ഈ ഹോട്ടലിലെ പറ്റുകാർ ആയിരുന്നു. അതുകൊണ്ട് ഒരു രസികൻ ഈ ഹോട്ടലിന്റെ പേര് 'ഇസ്ലാം അയ്യർ ഹോട്ടൽ' എന്നു മാറ്റിയത്രെ. ജമാൽ സാഹെബ് ഹോട്ടലിൽ നിന്ന് ബേക്കറിയിലേക്കും കണ്ണട വ്യാപാരത്തിലേക്കും മെഡിക്കൽ ഷോപ്പുകളിലേക്കും 'ഡൈവേർസിഫൈ' ചെയ്തുകൊണ്ടിരുന്നപ്പോഴും ഇസ്ലാമിയ ഹോട്ടൽ കോടികെട്ടി പറന്നിരുന്നു.

ജമാലുദ്ദീൻ സായ്‌വിന്റെ മൂത്ത മകൻ - കരീം മാഷ് - വലിയങ്ങാടിയിലെ ഹൈസ്കൂളിൽ കൊല്ലങ്ങളോളം ഫിസിക്കൽ ഡയറക്ടർ ആയിരുന്നു. അദ്ദേഹം വാർത്തെടുത്ത കുടയൂരിലെ അതിപ്രസിദ്ധമായ ഫുട്ബോൾ ടീമിനെ തോല്പിക്കാൻ അന്ന് കൊച്ചിരാജ്യത്ത് വേറെ ടീമുകൾ ഉണ്ടായിരുന്നില്ല. കുടയൂർ സ്കൂളിന് തുടർച്ചയായി സ്റ്റേറ്റ് കപ്പു വാങ്ങികൊടുത്തത് കരീംമാസ്റ്ററുടെ ട്രെയിനിങ്ങും പ്രോത്സാഹനവും ആയിരുന്നു എന്ന കാര്യം കുടയൂർകാർ മറക്കില്ല.

കൂട്ടത്തിൽ പറയട്ടെ, എന്റെ കൂടെ പഠിച്ച ഷാഹുൽ ഹമീദ് എന്ന പാട്ടുകാരൻ - അന്നത്തെ കാലത്ത് - തമിഴ്, മലയാളം, ഹിന്ദുസ്ഥാനി പാട്ടുകൾ പല വേദികളിലും ഒരുപാട് കാലം പാടിയിരുന്നു.

കുടയൂർ ഹൈസ്കൂളിൽ മുസ്ലിം കുട്ടികൾക്ക്, (മലയാളം, സംസ്കൃതം എന്നപോലെ തന്നെ) അറബിയും പഠിപ്പിച്ചിരുന്നു. അറബി സെക്കന്റ് ലാംഗ്വേജ് ആയി എടുത്താൽ ധാരാളം മാർക്കു കിട്ടും എന്ന് ആരോ പറഞ്ഞു. ഞങ്ങൾ കുറച്ചു കുട്ടികൾ ഹിറ്റ്ലർ മീശയും വലിയ തലപ്പാവും ഉള്ള അറബിമാഷെ രഹസ്യമായി കണ്ടു ചോദിച്ചു അറബി ക്ലാസിൽ ഞങ്ങളും ചേരട്ടെ എന്ന്. "പതിനഞ്ചു വിഷയങ്ങൾ നിങ്ങൾക്കു പഠിക്കണം. അത് പാസ്സാകാൻതന്നെ ബുദ്ധിമുട്ടാ. പിന്നെന്തിനാ ഒരു വിഷയവും കൂടി കൂട്ടണേ?" എന്നായിരുന്നു മൗലവിസാറിന്റെ മറുപടി.

■

മത്സ്യ പുരാണം

വടക്ക്-പടിഞ്ഞാറൻ കടൽത്തീരത്ത് ഒരു പുത്തൻ സംസ്ഥാനം രൂപം കൊണ്ടപ്പോൾ, അവിടുത്തെ സർക്കാരിന്റെ ഉത്തരവ് അനുസരിച്ച് ഒരു ഇന്റർവ്യൂവിനു ഹാജർ ആയി. ബോംബെയിലെ ഒരു സുപ്രസിദ്ധ ടയർ കമ്പനിയിൽ സെയിൽസ് അസിസ്റ്റന്റ് ആയി ജോലി ശരിയാക്കി അപ്പോയിന്റ്മെന്റ് ഓർഡറും വാങ്ങി കയ്യിൽ വച്ച് കാത്തിരുന്ന അമ്മാമനെ ഒരു വിധം സമാധാനിപ്പിച്ചിട്ട് ആണ് വടക്കോട്ട് ഓടിയത്. ഇവിടെ ജോലി കിട്ടിയില്ലെങ്കിൽ കാരണവരുടെ തല്ലു കിട്ടും എന്നത് ഉറപ്പ്. അതുകൊണ്ട് ഇന്റർവ്യൂവിൽ കുറച്ച് നെർവസ് ആയിരുന്നു.

ഇന്റർവ്യൂ ബോർഡിൽ മൂന്നു പേർ ഉണ്ടായിരുന്നു. സമുദ്രസമ്പത്തുകളുടെ വകുപ്പിന്റെ അന്നത്തെ ഡയറക്ടർ ഐ.എ.എസ്സുകാരൻ തത്തമംഗലം സ്വദേശി ഒരു കിടുകിടുപ്പൻ സ്വാമി ആയിരുന്നു ചെയർമാൻ. അയാളെക്കുറിച്ച് ഒരുപാട് കേട്ടിട്ടുണ്ടായിരുന്നു. ജപ്പാനിൽ പോയി ജാപ്പനീസ് മാധ്യമത്തിൽ ഇംപീരിയൽ യൂണിവേഴ്സിറ്റിയിൽ നിന്നും മാസ്റ്റേഴ്സ് ഡിഗ്രി എടുത്ത് മൂപ്പർ, ഏഴു കൊല്ലം അവിടെ ഐ.എൻ.എയിൽ സുഭാഷ്ചന്ദ്രബോസിന്റെ സെക്രട്ടറിയായി ജോലി ചെയ്തു. പിന്നീട് രണ്ടാം ലോകമഹായുദ്ധത്തിൽ ജപ്പാൻ ആക്രമിക്കപ്പെട്ടപ്പോൾ അവിടെ നിന്ന് രക്ഷപ്പെട്ട് പഴയ ബർമ്മ വഴി ഇന്ത്യയിൽ എത്തി. പിന്നെ കുറച്ചു കാലം വടക്കുപടിഞ്ഞാറൻ തീരത്തെ ഒരു നാട്ടുരാജ്യത്തിന്റെ പഴയ സമുദ്ര വകുപ്പിൽ ഡയറക്ടർ ആയി.

ഇന്ത്യക്ക് സ്വാതന്ത്ര്യം കിട്ടിയപ്പോൾ, ആദ്യത്തെ ബാച്ചിൽ തന്നെ ഐ.എ.എസ്. എഴുതി എടുത്തു ഈ ഉഗ്രൻ ബ്രാഹ്മണൻ. ശരിക്കും പറഞ്ഞാൽ വളരെ മെറ്റിക്കുലസ് ആയ ഒരു ടെക്നോ-അഡ്മിനിസ്ട്രേറ്റർ.

സ്വാമി എന്റെ ബയോഡാറ്റ നോക്കിയിട്ട്, ആദ്യത്തെ ചോദ്യം ഷൂട്ട് ചെയ്തു.

"സോ, യൂ ഹെയിൽ ഫ്രം എ കൺസർവേറ്റീവ് ഫാമിലി!! വാട്ട് ഡു യു നോ എബൗട്ട് അവർ ഫുഡ് റിസോർസസ്സ് ഫ്രം ദി സീസ്?"

(താൻ ഒരു യാഥാസ്ഥിതിക കുടുംബത്തിൽ നിന്നാണ് അല്ലേ? കടലിലെ ഭക്ഷ്യസമ്പത്തുകളെക്കുറിച്ച് എന്തറിയാം?)

കുടയൂർകാരനായ എനിക്ക് ആശ്വാസമായി. കുടയൂരിന്റെ എട്ടു കിലോ മീറ്റർ മാത്രം ദൂരത്തിലുള്ള കടലിനെയും അതിൽ മീൻപിടിക്കുന്ന മുക്കുവ ന്മാരെയും ആ കാലത്ത് നടന്നിരുന്ന മാർക്കറ്റിങ്ങിനെയും കുറിച്ച് പച്ചവെള്ളം പോലെ പറഞ്ഞു. സ്വാമിക്ക് എവിടെയോ തെറ്റുപറ്റി എന്ന് മുഖം കണ്ട പ്പോൾ മനസ്സിലായി.

അദ്ദേഹം തുടർന്നു. “അമേസിങ്!! നിങ്ങൾ ഇതെല്ലാം എങ്ങനെ മനസ്സി ലാക്കി?”

“കുട്ടിക്കാലം മുതൽക്കേ അറിയാമായിരുന്നു” എന്ന എന്റെ മറുപടിയും അദ്ദേഹത്തിന് മറ്റൊരു സർപ്രൈസ് ആയിരുന്നിരിക്കണം.

എന്റെ മറുപടിയിൽ തീരെ തെറ്റില്ലായിരുന്നു. കാരണം ഞാൻ ഒരു കുടയൂർക്കാരൻ ആണ്. അതുകൊണ്ട്!!

കുടയൂരും മത്സ്യവും ആയി ഒരുപാട് ബന്ധം ഉണ്ടെന്ന് എനിക്കു കുട്ടി ക്കാലം മുതൽക്കുതന്നെ തോന്നിയിട്ടുണ്ട്. അതിനു കാരണങ്ങൾ ഉണ്ട്. ഭൂമിശാസ്ത്രപരമായി നോക്കിയാൽ അറബിക്കടലിന്റെ കിഴക്കായി കൃത്യം എട്ടുകിലോമീറ്റർ ദൂരെയാണ് കുടയൂർ എന്ന വലിയ ഗ്രാമം. കിഴക്ക് പറ യൻകുന്നിൽനിന്നും തുടങ്ങുന്ന റോഡ് ചന്തക്കുന്നും ചെട്ടിപ്പറമ്പിലെ ഇറ ക്കവും ഇറങ്ങി നേരെ പടിഞ്ഞാട്ടു കടലിൽ ചെന്നുചേരുന്നു. ഇടയിൽ കുറുകെ വരുന്ന കനോലി സായിപ്പിന്റെ കനാൽ കടന്നുവേണം കടലിൽ എത്താൻ. പണ്ടെല്ലാം വഞ്ചിയിൽ ആയിരുന്നു കനാൽ കടന്നിരുന്നത്. ഇപ്പോൾ കനാലിനു മുകളിൽ ഒരു പാലം ഉള്ളതുകൊണ്ട് അത് ആവശ്യം ഇല്ല. ചന്തക്കുന്നിൽനിന്നും നേരെ കടൽത്തീരംവരെ ഒരു തടസ്സവും ഇല്ലാതെ പോകാം.

മഴയെല്ലാം അടങ്ങി ചിങ്ങമാസം ആകുന്നതോടെ കടലോരത്ത് വഞ്ചി കളുടെ ബഹളം ആയിരിക്കും. ആ സമയത്താണ് കുട്ടകൾ നിറയെ പല ജാതിയിൽപെട്ട മത്സ്യങ്ങൾ ഇറങ്ങുന്നതും.

പണ്ടുകാലത്ത്, യന്ത്രവത്കൃത ബോട്ടുകളും ആധുനികരീതിയിൽ ഉള്ള മീൻപിടിത്ത പദ്ധതികളും മറ്റും ഇല്ലായിരുന്നു. കടൽത്തീരത്ത് ഇറങ്ങുന്ന മത്സ്യങ്ങളെ സൂക്ഷിക്കാൻ ഐസോ ശീതീകരണ സൗകര്യമോ ഉണ്ടായിരുന്നില്ല. (അന്ന് ഇൻഡോ-നോർവീജിയൻ പ്രോജക്ടോ മറ്റു വികസന പദ്ധതികളോ ഒന്നും തുടങ്ങിയിരുന്നില്ല കേരളത്തിൽ).

നാടൻ സമ്പ്രദായത്തിൽ പണിതിട്ടുള്ള ഓടങ്ങളും വഞ്ചികളും വള്ള ങ്ങളും വലകളും മറ്റും ഉപയോഗിച്ചാണ് മീൻ പിടിച്ചിരുന്നത്. കടൽത്തീ രത്തുതന്നെ ലേലം ചെയ്തു മത്സ്യത്തെ നൂറിൽപ്പരം കാവുകളിലും കാളവണ്ടികളിലും കിഴക്കോട്ടു പോകുന്ന ചന്തക്കുന്നു റോഡിൽ കൂടെ കുടയൂർ ചന്തയിലേക്ക് എത്തിക്കുന്നു. പോകുന്ന വഴിയിൽ താമസി ക്കുന്ന ആവശ്യക്കാരും ഇവരിൽനിന്നാണ് മീൻ വാങ്ങിയിരുന്നത്. ഈ റോഡിന്റെ ഇരുവശത്തും ഒന്നൊന്നര കിലോമീറ്റർ ദൂരത്തേക്ക് ഒരു പുരാതന തമിഴ് ബ്രാഹ്മണകുടുംബത്തിലെ മഠങ്ങൾ ആയിരുന്നു. കൂടാതെ

ആ കുടുംബക്കാരുടെ വകയായ ഒരു തണ്ണീർപന്തലും അവിടെ ഉണ്ടായിരുന്നതുകൊണ്ട്, മിക്കവാറും കാവുകൾ എല്ലാം കുറച്ചു സമയം അവിടെ ഇറക്കിവെയ്ക്കാറും ആ ഭാഗത്തെ താമസക്കാർ അവർക്ക് ആവശ്യമുള്ള മീൻ വാങ്ങാറും പതിവുണ്ട്. ഈ സമയത്ത് സസ്യഭുക്കുകൾക്കും ബ്രാഹ്മണർക്കും അതിലെ കടന്നുപോകാൻ കുറച്ചു വിഷമം തന്നെ ആയിരിക്കും.

ഏതാണ്ട് ഈ കാലഘട്ടത്തിലാണ് എനിക്ക് മത്സ്യങ്ങളെക്കുറിച്ച് അറിയാനുള്ള താത്പര്യം തോന്നിത്തുടങ്ങിയത്. നല്ല തിളങ്ങുന്ന വെള്ളി നിറമുള്ള മത്തികളും ഓറഞ്ചുനിറവും വായിൽ വലിയ പല്ലുകളുമുള്ള ഇടത്തരം ചെമ്പല്ലികളും ധാരാളം കൊമ്പുകളും അനവധി കാലുകളുമുള്ള വെള്ള, ചുകപ്പു നിറങ്ങളിലുള്ള ചെറുതും വലുതുമായ ചെമ്മീനുകളും, പച്ചയും തവിട്ടുനിറവും വലിയ കൊമ്പും കാലുകളും ശരീരത്തിൽ ചെറിയ മുള്ളുകളുമുള്ള വലിയ 'ലോബ്സ്റ്ററു"കളും മറ്റും നോക്കി നിൽക്കാൻ എനിക്കു രസമായിരുന്നു. കൂടാതെ കാളവണ്ടികളിൽ കൊണ്ടുപോയിരുന്ന കൊമ്പുള്ളതും ഇല്ലാത്തതും ടി (T) എന്ന ഇംഗ്ലീഷ് അക്ഷരത്തിനെപോലെ തലയുള്ളതുമായ കൂറ്റൻ സ്രാവുകളെയും പരന്ന ശരീരവും വലിയ വാലുമുള്ള തിരണ്ടികളെയും കാണുമ്പോൾ വളരെ അദ്ഭുതം തോന്നാറുണ്ടായിരുന്നു.

ഒരു ദിവസം വലിയ ഉത്സാഹത്തോടെ അമ്മയോട് മത്സ്യങ്ങളെക്കുറിച്ച് വർണ്ണിച്ചുകൊണ്ടിരുന്നപ്പോൾ അമ്മയുടെ മുഖത്ത് ഭാവഭേദം ശ്രദ്ധിക്കാൻ മറന്നു. അടുത്ത ദിവസം രാവിലെ മീൻ വരുന്നതു കണ്ടുകൊണ്ടിരുന്ന എന്നെ പലചരക്കുകടക്കാരൻ അബ്ദുൽ ഖാദർ വിരട്ടിയോടിച്ചു. (ഇത് അമ്മയുടെ നിർദ്ദേശപ്രകാരമായിരുന്നു എന്ന് പിന്നീടാണ് അറിഞ്ഞത്).

ഒരുപാട് പ്രതിബന്ധങ്ങൾ ഉണ്ടായിരുന്നിട്ടും മത്സ്യങ്ങൾ എന്റെ ഒരു വലിയ 'ഒബ്സേഷൻ' ആയിത്തീർന്നു. പല കലണ്ടറുകളിൽനിന്നും വെട്ടിയെടുത്ത മത്സ്യങ്ങളുടെ പടങ്ങളും ഞാൻ ശേഖരിച്ചു വച്ചിരുന്നു. "ഇവൻ മുക്കുവനായി ജനിക്കേണ്ടതായിരുന്നു" എന്ന് കുടുംബത്തിലെ മുതിർന്നവർ ഇടയ്ക്കിടെ പറയുന്നതു കേട്ടിട്ടുണ്ട്. ഡിഗ്രിക്ക് കെമിസ്ട്രി പഠിക്കണം എന്നായിരുന്നു കുടുംബക്കാരുടെ തീരുമാനം. ഞാൻ കെമിസ്ട്രിക്ക് അപ്ലിക്കേഷനും കൊടുത്തു. പക്ഷേ, ദൈവംതമ്പുരാന് അതു രസിച്ചില്ല എന്നു തോന്നുന്നു. അദ്ദേഹം പ്രിൻസിപ്പലും ജന്തുശാസ്ത്ര പ്രൊഫസ്സറുമായ ഒരു അച്ചനെകൊണ്ട് അതു തിരുത്തിച്ചു. ജന്തുശാസ്ത്രം എന്ന് ആക്കിപ്പിച്ചു. മത്സ്യങ്ങളെക്കുറിച്ചു പഠിക്കാൻ പിന്നെയും ധാരാളം അവസരം കിട്ടിക്കൊണ്ടിരുന്നു.

ഇതൊന്നും കൂടാതെ എല്ലാ മലയാളികളെയും മീൻപിടിത്തക്കാരുടെ ജീവിതരീതികളെയും സോഷ്യോ എക്കണോമിക്സിനെയും കുറിച്ച് പഠിപ്പിക്കുന്ന ഒരു ഉഗ്രൻ നോവൽ ജ്ഞാനപീഠം കയറിയ തകഴി എഴുതിയിട്ടുണ്ടല്ലോ.

ഇതെല്ലാം തത്തമംഗലത്ത് ജനിച്ച് ടോക്കിയോയിലും മറ്റും ജീവിച്ചിരുന്ന സ്വാമി എങ്ങനെ അറിയാൻ!! ■

മാഷ്

പഠിപ്പിക്കുന്ന ആണുങ്ങളെ 'മാഷ്' എന്നും പെണ്ണുങ്ങളെ 'മേഡം' എന്നുമാണ് അന്ത കാലത്തിൽ നാട്ടുകാർ വിളിച്ചിരുന്നത്. 'സർ', 'ടീച്ചർ' തുടങ്ങിയ പദങ്ങൾ ഞങ്ങടെ നാട്ടിൽ എത്തുന്നതുതന്നെ ഇന്ത്യക്കു സ്വാതന്ത്ര്യം കിട്ടി, തിരു-കൊച്ചി സംസ്ഥാനം ഉണ്ടായ ശേഷമാണെന്ന് പറയുന്നതിൽ തെറ്റില്ല. തിരുവിതാംകൂറിൽനിന്നും ഒരുപാട് ആൾക്കാർ – ആണുങ്ങളും പെണ്ണുങ്ങളും – ഇവിടെ സർക്കാർ ആപ്പീസുകളിലും സ്കൂളുകളിലും മറ്റും ട്രാൻസ്ഫർ ആയി വന്നതുകൊണ്ടും പിന്നീട് അവരിൽ ചിലർ എന്നെന്നേക്കുമായി ഞങ്ങടെ നാട്ടിൽ താമസമാക്കുകയും ചെയ്തതുകൊണ്ട് ഞങ്ങൾക്ക് നഷ്ടപ്പെട്ടത് ഞങ്ങടെ ഭാഷയായിരുന്നു. "എന്തൂട്ട് ഭാഷയാ ഇവർ സംസാരിക്കണേ?" എന്നു പുതിയ ഭാഷ കേൾക്കുമ്പോൾ പഴയ നാട്ടുകാർ ഇപ്പോഴും വിസ്മയിക്കാറുണ്ട്.

പക്ഷേ, പണ്ട് എം.പി. ഉദയഭാനു സാറ് എഴുതിയപോലെ 'ഭാഷകളും അർത്ഥങ്ങളും അനർത്ഥങ്ങളും' ഇവിടെ ധാരാളം സംഭവിച്ചുകൊണ്ടിരുന്നു. കാലക്രമത്തിൽ 'മാഷ്' 'സാർ' ആയും 'മേഡം' ടീച്ചർ ആയും മാറി. നമ്മുടെ കഥകൾ നടക്കുമ്പോൾ 'മാഷ്' മാഷായും 'മേഡം' മേഡമായും മാത്രമേ അറിയപ്പെട്ടിരുന്നുള്ളൂ.

പത്താംക്ലാസ്സ് പാസ്സായ കാലം തൊട്ട് നാടു വിടുന്നവരെ കുറെ കാലം ഞാനും ഒരു 'മാഷ്' ആയിരുന്നു. പിന്നീട് മദ്രാസിലെ ഒരു കോളേജിൽ കുറച്ചു ദിവസങ്ങളും ചില ഗവൺമെന്റ് ട്രെയിനിംഗ് സെന്ററുകളിലും കുറെ കാലവും ഈ മാഷ് സ്ഥാനം തുടർന്നുകൊണ്ടിരുന്നു. റിട്ടയർ ചെയ്ത ശേഷവും ചില സ്ഥാപനങ്ങളിലും ഗവേഷണ സംഘടനകളിലും ഏതാണ്ടൊക്കെ ഒരുതരം പഠിപ്പിക്കൽ തുടരുകയും ചെയ്തു. പക്ഷേ, ഇവിടത്തെ വിദ്യാർത്ഥികൾ പ്രായമായ ഉദ്യോഗസ്ഥന്മാരും ഉദ്യോഗസ്ഥകളും ആയിരുന്നു എന്നു മാത്രം.

ഈ രംഗത്ത് പ്രവേശിച്ചതുതന്നെ വളരെ യാദൃച്ഛികം ആയിട്ടായിരുന്നു. എങ്കിലും, ഇഷ്ടപ്പെട്ട ഒരു പ്രൊഫഷൻ ആയിരുന്നു 'ടീച്ചിംഗ്'. എന്റെ ആദ്യത്തെ വിദ്യാർത്ഥി ഞങ്ങളുടെ ഡോക്ടറുടെ അഞ്ചു വയസ്സുള്ള പേരക്കിടാവായിരുന്നു. മിടുക്കത്തിയായിരുന്നു ആ കുട്ടി. പഠിക്കാൻ വളരെ ഷാർപ്പും നല്ല ഗ്രഹണശക്തിയും ഉണ്ടായിരുന്നു ആ കുട്ടിക്ക്. ഇംഗ്ലീഷ്

ആയിരുന്നു വിഷയം. അഞ്ചാറു മാസത്തിനകം ഭംഗിയായി നല്ല വെടുപ്പുള്ള കയ്യക്ഷരത്തിൽ ഇംഗ്ലീഷ് എഴുതാനും വാക്കുകൾ ശരിയായ ഉച്ചാരണത്തോടെ വായിക്കാനും തുടങ്ങി ആ കുട്ടി. "താൻ ആള് ചില്ലറക്കാരൻ അല്ലെല്ലോഡോ" എന്ന ഡോക്ടറുടെ സർട്ടിഫിക്കറ്റു കിട്ടിയപ്പോഴേ എനിക്കു സമാധാനം ആയുള്ളൂ.

രണ്ടാമത്തെ വിദ്യാർത്ഥി എന്നേക്കാൾ പത്തു വയസ്സ് താഴെയായിരുന്ന ഒരു കസിൻ തന്നെ ആയിരുന്നു. ആള് മിടുക്കൻ ആയിരുന്നു. പക്ഷേ സ്കൂളും പഠിത്തവും അത്തം-ചതുർത്ഥി ആയിരുന്നു മൂപ്പർക്ക്. അവന്റെ അച്ഛന് - ഒരു വലിയ കാരണവർ - അവനെ പഠിപ്പിക്കാൻ പറഞ്ഞപ്പോൾ എനിക്കു ഭയമായിരുന്നു.

കാരണം അവനെ ജയിപ്പിച്ചു തരണം എന്നാണ് അങ്ങോരു പറഞ്ഞത്. അവന്റെ സ്കൂൾ റെക്കോർഡുകളിൽ മൂന്നു ശതമാനത്തിൽ കൂടുതൽ മാർക്ക് അവൻ വാങ്ങിയിട്ടില്ല. അവനെക്കൊണ്ട് മുപ്പത്തിയഞ്ചു ശതമാനം മാർക്ക് വാങ്ങിപ്പിക്കുക എന്നത് നടക്കുന്ന കാര്യമായി തോന്നിയില്ല. പക്ഷേ, ഒരു പുളിവാറും കയ്യിൽ പിടിച്ചു, മുഖത്ത് 'രൗദ്ര ഭീമന്റെ' ഭാവവും വരുത്തി ഇരുന്നാൽ പയ്യൻ കിടുകിടാ വിറച്ചുകൊണ്ട് സ്കൂളിലെ എല്ലാ ഹോംവർക്കും ഞാൻ കൊടുത്തിരുന്ന വർക്കും കിറുകൃത്യമായി ചെയ്തു തീർത്തിരുന്നു. ഭാഗ്യത്തിന്, അക്കൊല്ലത്തെ പരീക്ഷയിൽ, എന്തായാലും അവന് 38-40 ശതമാനം മാർക്കോടെ ജയിച്ചു. അവന്റെ വീട്ടുകാർക്ക് വിശ്വസിക്കാൻ കഴിഞ്ഞില്ല. കാരണവർ അന്തംവിട്ടുപോയി. ഈ സംഭവം എനിക്ക് 'നല്ല ഒരു മാഷ്' എന്ന പേരും സമ്പാദിച്ചു തന്നു.

ഫസ്റ്റ് ഇയറിൽ പഠിക്കുമ്പോളാണ് പ്രിയ ശിഷ്യൻ അബ്ദുള്ളക്കുട്ടി വന്നു ചാടുന്നത്. അവന്റെ അച്ഛൻ ഒരു കച്ചവടക്കാരൻ ആയിരുന്നു. കുടുംബത്തിൽ പലരെയും അയാൾക്ക് അറിയാം. അയാളുടെ മകൻ ഇംഗ്ലീഷിൽ മോശം ആണെന്നും അവനെ ഇംഗ്ലീഷ് പഠിപ്പിക്കാൻ ആരെങ്കിലും 'നല്ല മേഷു' ഉണ്ടോ എന്നും അന്വേഷിക്കുന്ന കൂട്ടത്തിൽ ആണ് കണ്ടുമുട്ടിയത്. ശനിയും ഞായറും മാത്രം ഈരണ്ടു മണിക്കൂർ പഠിച്ചു അബ്ദുള്ളക്കുട്ടി. എന്റെ ക്രിസ്തുമസ് മുടക്കങ്ങളിൽ ദിവസവും വന്നിരുന്നു. പരീക്ഷയിൽ അറുപത്തിരണ്ടു ശതമാനം മാർക്കും വാങ്ങി അയാൾ. പക്ഷേ, ഇംഗ്ലീഷു വായിക്കുമ്പോൾ അബ്ദുള്ളക്കുട്ടിക്ക് അറിയാതെ മുസ്ലിം ഉച്ചാരണം വരുമായിരുന്നു. അതുകൊണ്ട് അവനെ എന്നോട് ഇംഗ്ലീഷു മാത്രം സംസാരിപ്പിച്ചു. ബുദ്ധിമുട്ടിയാണെങ്കിലും അവൻ ഒരുവിധം ഭേദപ്പെട്ടു.

റിട്ടയർ ചെയ്ത എന്റെ ഒരു മാഷുടെ ട്യൂട്ടോറിയൽ കോളേജ് ആയിരുന്നു അടുത്തത്. അവിടെ കുറച്ചു അധികം കാലം (നാടു വിടുന്ന വരെ) പഠിപ്പിച്ചിരുന്നു - ഇംഗ്ലീഷും ജന്തുശാസ്ത്രവും രസതന്ത്രവും. അവിടുത്തെ കാര്യങ്ങൾ അത്ര എളുപ്പമല്ലായിരുന്നു. കാരണം, അവിടെ പഠിച്ചിരുന്ന കുട്ടികൾ മിക്കവാറും എന്റെ പ്രായക്കാർ തന്നെ ആയിരുന്നു.

ചിലർ എന്നേക്കാൾ പ്രായം കൂടിയവരും പത്താംതരത്തിൽ രണ്ടുമൂന്നു പ്രാവശ്യം തോറ്റു കിടക്കുന്നവരുമായിരുന്നു. കൗമാരപ്രായം കടന്നു കഴിഞ്ഞവർ ആയിരുന്നതുകൊണ്ട് ഈ കൂട്ടത്തിലെ ചില കുട്ടികൾ വേറെ ചില ബുദ്ധിമുട്ടുകളും ഉണ്ടാക്കിയിരുന്നു. ഈ കടമ്പകൾ എല്ലാം കഴിഞ്ഞ് കുറെ ദിവസം മദ്രാസിലെ ഒരു കോളേജിൽ പഠിപ്പിക്കുന്ന സമയത്ത് കറുത്തുതടിച്ച ചെട്ടിയാർ പെണ്ണുങ്ങളുടെ തലയ്ക്കുള്ളിൽ ശാസ്ത്രം അടിച്ചുകയറ്റാൻ നന്നേ ബുദ്ധിമുട്ടി.

പക്ഷേ, ഇതെല്ലാം നല്ല ഒരു എക്സ്പീരിയൻസ് ആയിരുന്നു. ഇതിൽ നിന്നും പലതും പഠിച്ചു. ഒരു റഫറൻസിന്റെ സപ്പോർട്ടും ഒന്നും ഇല്ലാതെ ഏതു വിഷയങ്ങളെയും കൈകാര്യം ചെയ്യാൻ ഈ മുൻപരിചയങ്ങൾ സഹായിച്ചു. ശരിക്കും പറഞ്ഞാൽ എന്റെ വിദ്യാർത്ഥികൾ എന്നെ പഠിപ്പിക്കുക ആയിരുന്നു. ഒരുവിധം ഭേദപ്പെട്ട രീതിയിൽ പഠിപ്പിക്കാൻ അവരിൽനിന്നാണ് ഞാൻ പഠിച്ചത്.

പക്ഷേ, ഇപ്പോഴും ഞങ്ങളുടെ ട്രെയിനിംഗ് കാലത്ത് ഇംഗ്ലീഷ് കുറച്ചു മാത്രമറിയാമായിരുന്ന ജാപ്പനീസ് ടെക്നിക്കൽ ആപ്പീസറുടെ കുറച്ചു സംസാരവും ബാക്കി കഥകളി മുദ്രകളും ആയുള്ള പഠിപ്പിക്കലിന്റെ നിലവാരത്തിൽ എത്തിച്ചേരാൻ എനിക്ക് ഇതുവരെ സാധിച്ചിട്ടില്ല. അദ്ദേഹത്തിന്റെ 'അയ് സ്പീക്ക് യു ഷട്ട് അപ്പ്, യൂ സ്പീക് ഐ ഷട്ട് അപ്പ്' എന്ന പഠിപ്പിക്കൽ രീതി പഠിക്കാൻ ഇതുവരെയും സാധിച്ചിട്ടില്ല എനിക്ക്!!

■

തൈ പൂശം - തൈ പൂയം

"ടാക്സീ നോട്ട് കമിംഗ് ഹിയർ, ലാ... റോഡ് ബ്ലോക്ക് ലാ. ഗോ ദേയർ ആ" (ഇവിടെ ടാക്സി വരില്ല. റോഡു ബ്ലോക്കാണ്. അങ്ങോട്ടു പോകൂ) മുസ്തഫയിലെ സെക്യൂരിറ്റിക്കാരൻ പറഞ്ഞു. "വൈ?" എന്ന് ഞാൻ ചോദിച്ചപ്പോൾ "യു ഫ്രം ബുദ്ധാസ് പ്ലേസ്, ഡോണ്ട് നോ തായ് പൂശാം?" ശ്രീബുദ്ധ ഭഗവാന്റെ നാട്ടുകാരൻ ആയ തനിക്കു തൈ പൂശം/പൂയം അറിയില്ലേ? എന്നാണ് ചോദ്യം. കൊള്ളാം. സെലൻഗൂർ റോഡു മുഴുവൻ ബ്ലോക്ക് ചെയ്തിട്ടും തൈ പൂശം ആഘോഷിക്കുന്നവരുടെ നാട്ടുകാരൻ ആയ എനിക്കൊരു വിവരവും ഇല്ലല്ലോ എന്നാണ് അയാൾ പറഞ്ഞതിന്റെ പൊരുൾ.

അപ്പോഴാണ് ഓർമ്മ വന്നത് ഇന്ന് 'തൈ'മാസത്തിലെ പൂശം ആണെന്ന് (മകരത്തിലെ പുഷ്യം/പൂയം നക്ഷത്രദിവസം) മറക്കാൻ പാടി ല്ലാത്ത ദിവസം. പലതും മറന്നുപോയ കൂട്ടത്തിൽ 'തൈ പൂയവും' മറന്നു പോയി എന്ന് കൂട്ടിയാൽ മതി.

ടാക്സി ഡ്രൈവർ ചൈനാക്കാരൻ ആണ് സിംഗപ്പൂരിലെ തെന്നിന്ത്യ ക്കാരുടെ വിശേഷ ദിവസം ആയ തൈ പൂശത്തെ കുറിച്ച് വഴിനീളെ വിസ്തരിച്ചുകൊണ്ടിരുന്നത്. (അയാൾ പറഞ്ഞതിൽ പകുതിയിൽ കൂടുതലും മനസ്സിലായില്ല - ചൈനീസ് ഇംഗ്ലീഷ് ആയിരുന്നതു കൊണ്ട്). അമ്പലങ്ങളിൽ നിന്നുമുള്ള കാവടികളും ശരീരം മുഴുവൻ തുളച്ചു കയറ്റിയ ശൂലങ്ങളും മറ്റും വഹിച്ച് ഭക്തന്മാർ തീയിൽ കൂടെ നട ക്കുകയും മറ്റും ചെയ്യും എന്നാണ് അയാൾ പറഞ്ഞതിന്റെയെല്ലാം രത്ന ചുരുക്കം.

മലേഷ്യയിൽ കോലാലംപൂരിലെ തമിഴന്മാർ ഇതിലും ഗംഭീരമായി തൈ പൂശം ആഘോഷിക്കുന്നത് കണ്ടിട്ടുണ്ട്. കാവടികൾ വഹിച്ചു ഘോഷയാത്രയായി 'പാദു' മലകളിൽ ഉള്ള സുബ്രഹ്മണ്യ ക്ഷേത്രത്തി ലേക്കു പോകുന്നത് പല പ്രാവശ്യം കാണാൻ ഇട വന്നിട്ടുണ്ട്. പക്ഷേ, ഇത്രയും കാലത്തിനകത്ത്, സിംഗപ്പൂരിലെ തൈ പൂയം ആഘോഷം ആദ്യമായിട്ടാണ് കാണുന്നത്. എന്തായാലും, കുടയൂരിൽ 'മകരമാസ ത്തിലെ' തൈ പൂയം ആണ് ഓർമ്മ വന്നത്. ഓർക്കാൻ പല കാരണങ്ങ ളുണ്ട്.

'തൈ പൂയത്തിന്റെ' മുമ്പിലത്തെ ദിവസം 'മകരത്തിലെ പുണർതം' നക്ഷത്രത്തിൽ ആണത്രേ ഞാൻ ജനിച്ചത്. അതുകൊണ്ട് ആ ദിവസം രാവിലെതന്നെ അമ്പലത്തിൽ കുളിച്ചു തൊഴുത് പുഷ്പാഞ്ജലി നടത്തണം എന്ന കാര്യത്തിൽ അമ്മയ്ക്കു നിർബന്ധമായിരുന്നു. നാടു വിടുന്ന വരെ ആ ചിട്ടകൾ നടന്നു. പിന്നെ മകരമാസവും നക്ഷത്ര ദിവസങ്ങളും എല്ലാം മറവിയുടെ തിരശ്ശീലയ്ക്കു പിന്നിൽ പോയി ഒളിച്ചു. പിന്നീട് ഇംഗ്ലീഷ് മാസത്തിലെ ജനന തീയതിയായി പിറന്നാൾ ദിവസം. അന്ന് കുളിച്ചു തൊഴലും പുഷ്പാഞ്ജലിയും ഒന്നുമില്ല. 'ഹാപ്പി ബർത്ത് ഡേ' ആശംസിച്ചുകൊണ്ടുള്ള ചില ഫോൺ വിളികൾ വരും. ചിലർ ഗ്രീറ്റിങ്സ് കാർഡുകൾ അയക്കും. അത്രതന്നെ. വീട്ടിൽ ഒരു കേക്ക് മുറിക്കൽ. ഭാര്യയും കുട്ടികളുമായി നല്ല ഒരു ഹോട്ടലിൽ ഒരു ഡിന്നർ. അങ്ങനെ ബർത്ത് ഡേ 'ഹാപ്പി' ആകുന്നു.

ഇത് തുടരാറുണ്ടെങ്കിലും അടുത്ത ദിവസത്തെ 'പൂയം' നക്ഷത്രത്തെയും പൂയാഘോഷത്തെയും പാടെ മറന്നുകളഞ്ഞിരുന്നു. പക്ഷേ, ഇക്കൊല്ലം സിംഗപ്പൂർ തൈ പൂശത്തിന്റെ ആഘോഷങ്ങൾ കണ്ടപ്പോൾ, കുടയൂരിലെ ഞങ്ങളുടെ കുട്ടിക്കാലത്തെ 'തൈ പൂയം' ഓർമ്മ വന്നു. കുടയൂരിലെ 'ചെറു ത്രിക്കു' എന്ന ചെറു മുക്കിൽ സുബ്രഹ്മണ്യന്റെ ഒരു അമ്പലമുണ്ട്. നന്നേ ചെറിയ ഒരമ്പലം. ആരാണ് അതു കെട്ടിയത്. എപ്പോഴാണ് അതുണ്ടായത് എന്നൊന്നും അറിയില്ല. ഏതാണ്ട് ഇരുനൂറു കൊല്ലങ്ങൾക്കു മുമ്പ് പാണ്ഡ്യ ദേശത്തു നിന്നും ഇവിടെ കച്ചവടവുമായി വന്നു താമസമാക്കിയ 'പാണ്ടി ബ്രാഹ്മണർ' (പാണ്ടി പട്ടമ്മാർ) ആകാൻ സാദ്ധ്യത ഉണ്ട്. പക്ഷേ, കുടയൂരിൽ തമിഴ് മാതൃഭാഷ ആയിട്ടുള്ളവർ മാത്രമല്ല പൊതുവേ എല്ലാവരും വളരെ പ്രാധാന്യം കൊടുത്തിരുന്ന ഒരു അമ്പലമാണ് അത്. പാണ്ടി തമിഴ് ബ്രാഹ്മണർ, തെക്കേക്കരയിലെ ചോളദേശ തമിഴ് ബ്രാഹ്മണർ (തഞ്ചാവൂർ-തൃശ്ശിനാപ്പിള്ളിയിൽനിന്നും ഇവിടെ കുടിയേറി പാർത്തവർ), ചെട്ടിയാന്മാർ, വാണിയാന്മാർ, തമിഴ് പിള്ളകൾ തുടങ്ങിയവർ ഈ അമ്പലത്തിനു വളരെ വിശേഷത കല്പിക്കുന്നു. (ഈ അമ്പലത്തിന്റെ തെക്കുഭാഗത്ത് ഉണ്ടായിരുന്ന വലിയ ഒരു കുഴിയിലാണ് കവളപ്പാറ കൊമ്പൻ എന്ന ആനയെ ദഹിപ്പിച്ചത് എന്നും കേട്ടിട്ടുണ്ട്). തൈപൂയത്തിന്റെ ദിവസം ഈ അമ്പലത്തിൽ ചെറിയ തോതിൽ ഒരു ഉത്സവം തന്നെ ആയിരിക്കും.

അതിരാവിലെ അഞ്ചു മണിയോടെ തമിഴ് ഭക്തന്മാർ ഉടുക്ക്, തകിൽ, നാദസ്വരം തുടങ്ങിയ വാദ്യങ്ങളോടു കൂടി, വലിയ ആഘോഷത്തോടെ ഘോഷയാത്രയായി, കാവടികളിൽ പാൽ, പനിനീർ, കരിക്ക്, തേൻ, പഞ്ചാമൃതം, ശർക്കര തുടങ്ങിയവ അമ്പലത്തിലേക്കു കൊണ്ടുവന്ന് സുബ്രഹ്മണ്യ വിഗ്രഹത്തിന് അഭിഷേകം നടത്തുന്നു. (ഈ ഘോഷയാത്രകൾ കാണാൻ കുടയൂർക്കാർ അതിരാവിലെതന്നെ കാത്തിരിക്കാറുണ്ടായിരുന്നു ഒരു കാലത്ത്). ചെന്തമിഴ് ഭാഷയിലുള്ള അരുണ ഗിരിയുടെയും

മറ്റും ഭക്തിഗാനങ്ങൾ ഈ ഘോഷയാത്രകളിലെ ഒരു പ്രധാന ഘടകം ആയിരുന്നു.

ആര്യന്മാർ കൊടി കെട്ടി വാണിരുന്ന കുടയൂരിൽ ഈ ആഘോഷങ്ങൾ അവിടെ ദ്രാവിഡ സംസ്ക്കാരത്തിന്റെ പ്രാധാന്യത്തെ ഓർമ്മിപ്പിച്ചിരുന്നോ അതോ 'ചേരത്തിൽ' ചോഴ-പാണ്ട്യ സംസ്കാരത്തിന്റെ ഒരു ഓർമ്മപ്പെടുത്തൽ ആയിരുന്നോ എന്ന് അറിഞ്ഞുകൂടാ. ■

മലയാ ഗോവിന്ദൻ

കാഴിഞ്ഞ ഏഴെട്ടു കൊല്ലങ്ങളായി ദക്ഷിണ-പൂർവ ഏഷ്യയിലെ പല സ്ഥലങ്ങളിലെ യാത്രയും താമസവുമായി കഴിഞ്ഞുകൊണ്ടിരിക്കെ, പല സ്ഥലത്തും കുടയൂർക്കാരെ കണ്ടുമുട്ടുമായിരുന്നു. ചിലരെല്ലാം വർഷങ്ങൾക്കുമുമ്പ് ഇവിടെ കുടിയേറിപ്പാർത്ത കുടയൂർക്കാരുടെ രണ്ടാമത്തെയോ മൂന്നാമത്തെയോ തലമുറകൾ. വേറെ ചിലർ ഈ അടുത്ത കാലത്ത് ഇവിടെ വന്നവർ. പറഞ്ഞു പിടിച്ചു വന്നാൽ ചിലർക്ക് ഞങ്ങളുടെ കുടുംബത്തെയോ ഏതെങ്കിലും കുടുംബാംഗത്തെയോ അറിയാം. ഒന്നുരണ്ടുപേർക്ക് ഞാൻ - കണ്ടിട്ട് ഇല്ലെങ്കിലും - പരിചിതനാണ്. ശിഷ്യൻ അബ്ദുള്ളക്കുട്ടിയുടെ ചില ബന്ധുക്കളും ഉണ്ട് കൂട്ടത്തിൽ. മറ്റു ചിലർ, കുടയൂരിന്റെ അടുത്തുള്ള കൊടുങ്ങല്ലൂർ, മാള, അന്നമനട, അഷ്ടമിച്ചിറ, കാട്ടൂർ, ചാലക്കുടി, ഊരകം, ചേർപ്പ് തുടങ്ങിയ സ്ഥലത്തിൽനിന്നും ഉള്ളവരാണ്.

സിംഗപ്പൂരിലെ ഒരു ലൈബ്രറിയിൽ വായിച്ചുകൊണ്ടിരിക്കുമ്പോളാണ് കുടയൂരിലെ ഒരു പഴയ തറവാട്ടുകാരൻ മേനവന്റെ അടുത്ത തലമുറക്കാരൻ വന്നു ചാടിയത്. വിദേശത്തു ജനിച്ചു വളർന്നതാണെങ്കിലും അയാളിൽ 'നാടത്വം' തീരെ അറ്റുപോയിട്ടില്ല.

ആളുടെ കുടുംബത്തിലെ പലരെയും എനിക്കറിയാം. പക്ഷേ, അയാൾക്ക് എന്നെ അറിയില്ല - അയാളുടെ അച്ഛന്റെയോ ചെറിയച്ഛന്റെയോ അമ്മാമന്മാരുടെയോ തലമുറയിൽപെട്ടതായിരുന്നു ഞാൻ.

വർത്തമാനങ്ങൾക്കിടയിൽ അയാൾ പറഞ്ഞു: "അച്ഛൻ ഈയിടെ പറഞ്ഞു ബോംബെയിലെ ഒരു വെബ്സൈറ്റിൽ ഒരാൾ തുടർച്ചയായി കുടയൂരിലെ സംഭവങ്ങളെക്കുറിച്ച് എഴുതാറുണ്ടെന്ന്."

"എങ്ങനെ ഉണ്ടത്രേ? നന്നോ?" ഞാൻ ഒരു ഫീലർ ഇട്ടു കൊടുത്തു.

"കൊള്ളാം എന്നാണ് അച്ഛൻ പറഞ്ഞത്. പക്ഷേ, അതിലെ കഥാപാത്രങ്ങൾ എല്ലാം പഴയ കാലത്ത് ജീവിച്ചിരുന്നവർ ആയതുകൊണ്ട് പലരെയും അച്ഛൻ മറന്നിരിക്കുന്നു. നിങ്ങൾക്ക് അറിയാമായിരിക്കുമല്ലോ അവരിൽ ചിലരെയെങ്കിലും". അയാൾ കൂട്ടിച്ചേർത്തു. "ആ കഥകളിൽ വന്നിട്ടുള്ള എല്ലാവരെയും എനിക്കറിയാം കുട്ടി. പിന്നെ അച്ഛനോടെ

പറഞ്ഞേക്ക് കുടയൂരിൽ മഠത്തിലെ അപ്പൻ ആണ് അത് എഴുതുന്നത് എന്ന്."

"ഒരു ഉപകാരം ചെയ്യാമോ, അങ്കിൾ?" അയാൾ ചോദിച്ചു. "പേരും ടെലിഫോൺ നമ്പറും ഒന്നു കുറിച്ചു തരാമോ?" ഞാൻ കുറിച്ചു കൊടുത്തു. പിന്നീട് ഇക്കാര്യം മറന്നും പോയി.

രണ്ടു മൂന്നു ദിവസം കഴിഞ്ഞ് രാവിലെ പത്തുമണിയോടെ ടെലിഫോൺ 'റിങ്' ചെയ്തു. അപ്പുറത്തുനിന്ന് ഒരു ചോദ്യം: "അപ്പൻ ആണോ?"

എനിക്ക് ആളെ മനസ്സിലായി. "അതെയല്ലോ" ഞാൻ.

"എടാ എന്നെപ്പറ്റി വല്ലതും എഴുതി പിടിപ്പിക്കല്ലേ, കൊന്നു കളയും ഞാൻ നിന്നെ."

"എടോ ഗോവിന്ദൻകുട്ടിമേന്നെ, തന്നെപ്പറ്റി കുടയൂരിലെ എല്ലാ ചരിത്രക്കാരും എത്രയോ വാല്യങ്ങൾ എഴുതിക്കഴിഞ്ഞിരിക്കുന്നു. മുറപ്പെണ്ണിന്റെ കയ്യിൽനിന്നും സ്വർണ്ണമാല കടം വാങ്ങി രാക്ക് രാമാനം, മലയക്കാരൻ ശങ്കുണ്ണിയുടെ കൂടെ ഒളിച്ചോടിയതും എവിടെയോ റബ്ബർ എസ്റ്റേറ്റിൽ ജോലി നോക്കിയിരുന്നു എന്നും പിന്നെ എവിടെയൊക്കെ ചുറ്റിക്കറങ്ങി വന്ന് ഭാര്യവീട്ടുകാരുടെ സഹായത്തോടെ വീണ്ടും ജോലിക്കായി സിംഗപ്പൂരിൽ പോയതും മാത്രമേ എനിക്കറിയുള്ളൂ.... ഒരു സ്റ്റോറിക്കുള്ള മരുന്ന് ഇതിൽ ഇല്ലെന്നു നിനക്ക് അറിയാമല്ലോ. അതുകൊണ്ട് നീ പേടിക്കേണ്ട."

"ന്നാലും നീയ് കലക്കി കളഞ്ഞു" ഗോവിന്ദൻകുട്ടിയുടെ ചിരിച്ചു കൊണ്ടുള്ള കമന്റ്.

പിന്നീട് ഇടയ്ക്കും തലയ്ക്കും വൈകുന്നേരസമയത്ത് 'കോപ്പി ടിയാമിലോ' (കോഫി ക്ലബ്) 'പബ്ബിലോ' മലയാ ഗോവിന്ദന്റെ ഒപ്പം ഇരുന്ന് പഴയ കുടയൂർ കഥകൾ അയവിറക്കൽ ഒരു പതിവായി. അങ്ങനെയാണ് മലയ ഗോവിന്ദന്റെ ശരിയായ കഥകൾ മനസ്സിലാക്കിയത്.

ഗോവിന്ദൻ അമ്മാമന്റെ മകളുടെ മാലയും അടിച്ചുകൊണ്ടു പോയി എന്നതു സത്യം തന്നെ. ശങ്കുണ്ണിയുടെ കൂടെ (പഴയ) മലയായിലേക്കു പോയി എന്നതും ശരി തന്നെ. അവിടെ റബ്ബർ തോട്ടത്തിൽ ഒരു സൂപ്പർവൈസറായി ജോലിയും കിട്ടി.

തുംഗു അബ്ദുൽ റഹ്മാന്റെ കാലം. ലീ കുവാൻഗ് യുവിന്റെ സിംഗപ്പൂർ രാജ്യവും ഇന്ന് മലയായുടെ ജോഹോർ ഡിവിഷനിലെ ഡിസ്ട്രിക്റ്റ് മാത്രം. റബ്ബർ പ്ലാന്റേഷനിലെ ചൈനക്കാരും തമിഴരും മലയാളികളും അവരുടെ അവകാശങ്ങൾ സ്ഥാപിച്ചു കിട്ടാൻ മലയൻ കമ്മ്യൂണിസ്റ്റ് ഫ്രന്റ് ഉണ്ടാക്കി. സമരങ്ങളും തുടങ്ങി. മലയൻകാടുകളിൽ പോലീസ് അവരെ വേട്ടയാടി. എങ്ങനെയോ ജോഹോറിലെ പാലം കടന്നു സിംഗപ്പൂരിൽ എത്തി. അന്നത്തെ സർക്കാരിൽ ഒരു നല്ല ഉദ്യോഗത്തിലായിരുന്ന മറ്റൊരു മേനോന്റെ സഹായത്തോടെ രഹസ്യമായി അല്ലറ ചില്ലറ

ജോലികൾ ചെയ്തു ജീവിച്ചു. 1965ൽ സിംഗപ്പൂർ സ്വതന്ത്രരാഷ്ട്രം ആയപ്പോൾ ഗോവിന്ദൻ സിംഗപ്പൂരിലെ ഒരു 'ബോണഫൈഡ്' പൗരൻ ആകുന്നു. ഒരു ഭേദപ്പെട്ട സർക്കാർ ഉദ്യോഗവും നേടിയെടുത്തു. പിന്നെയാണ് കല്യാണത്തിന്റെ കാര്യം ഓർത്തത്. ഈ കാലത്തിനുള്ളിൽ അമ്മാമന്റെ മകൾ കൊച്ചിയിലെ നല്ലൊരു ഉദ്യോഗസ്ഥനെ വിവാഹം ചെയ്തു - രണ്ടു മൂന്നു കുട്ടികളും ആയി. സിംഗപ്പൂരിലെ ജോലിയും ഇടയ്ക്കൊന്ന് നാട്ടിൽ ചെന്നു വിലസലും ആയി ഗോവിന്ദൻ കുറെക്കാലം ശോഭിച്ചു. ആയിടയ്ക്കാണ് നാട്ടിലെ പ്രതാപികളായ കുടുംബത്തിലെ പെൺകുട്ടിയുമായി കല്യാണം ഉറച്ചത്. അവിടന്ന് പിന്നെ വച്ചടി വച്ചടി കയറ്റമായിരുന്നു.

ഇന്ന് റിട്ടയർ ചെയ്ത് അന്തസ്സിൽ കഴിയുന്ന ഗോവിന്ദന് ഒരേയൊരു സങ്കടമേയുള്ളൂ. സർക്കാരിന്റെ പക്കൽനിന്നും 'ദാത്തോസേരി' എന്ന സ്ഥാനം - ടൈറ്റിൽ - നേടാൻ കഴിഞ്ഞില്ലല്ലോ എന്ന്.

■

പാമ്പുകൾ

കുടയൂർ, പാമ്പുകളുടെ സാമ്രാജ്യം ആയിരുന്നുവത്രെ വളരെ കാലങ്ങൾക്കു മുമ്പ്. അവിടുത്തെ പാടശേഖരങ്ങളും മരങ്ങളും പൊന്തക്കാടുകളും കുറ്റിക്കാടുകളും മറ്റും തെളിയിച്ചു മാറ്റുന്നതിന് എത്രയോ മുമ്പ്. ഇവിടെ വലിയ മലമ്പാമ്പുകൾ ഉണ്ടായിരുന്നു എന്നും കേട്ടിട്ടുണ്ട്. മഴക്കാലങ്ങളിൽ കിഴക്കുള്ള മലമ്പ്രദേശങ്ങളിൽനിന്നും മലമ്പാമ്പുകൾ ഒലിച്ചു വന്നു. വലിയ തടാകങ്ങളിലും കുളങ്ങളിലും മറ്റും ഒളിച്ചിരിക്കും എന്നു കേട്ടിട്ടുണ്ട്. അമ്പലത്തിനടുത്ത് ഒരു വലിയ കുളത്തിൽനിന്നും വലിയ ഒരു മലമ്പാമ്പിനെ നാട്ടുകാർ പിടിച്ച കഥ ഞങ്ങളുടെ രാമനാഥൻസാർ അദ്ദേഹത്തിന്റെ ഓർമ്മക്കുറിപ്പുകളിൽ എഴുതിയിട്ടുണ്ട്.

ഞങ്ങളുടെ കുട്ടിക്കാലങ്ങളിൽ സാധാരണ കണ്ടുവന്നിരുന്ന കുളങ്ങളിലെ 'നീർക്കോലികളും' പറമ്പുകളിലും വീട്ടിനകത്തെ ഇരുണ്ട സ്ഥലങ്ങളിലും കുളിമുറികളിലും പത്തായപ്പുരകളിലും ഒളിഞ്ഞുകിടന്നിരുന്ന 'ചേര'കളും ചെടികളിലും മറ്റും പറ്റിക്കിടന്നിരുന്ന പച്ചിലപ്പാമ്പുകളും വിഷം ഇല്ലാത്തവയായിരുന്നു.

പക്ഷേ, പറമ്പുകളിലും തുറന്ന സ്ഥലങ്ങളിലും കുറ്റിക്കാടുകളിലും മറ്റും കണ്ടുവന്നിരുന്ന മൂർഖൻ, വെമ്പാല മൂർഖൻ, കരിമൂർഖൻ, പുല്ലാനി മൂർഖൻ തുടങ്ങിയ മൂർഖന്മാരും (നാജാ കുടുംബക്കാർ), അണലി, ചേനത്തണ്ടൻ, മണ്ഡലി തുടങ്ങിയ അണലിവർഗ്ഗക്കാരും (വൈപ്പേർസ്), ഭയങ്കരനായ എട്ടടിവീരൻ/വെള്ളിക്കട്ടനും മറ്റും കടുത്ത വിഷമുള്ളവയായിരുന്നു.

കേരളത്തിലെ മറ്റു നാട്ടുകാരെപോലെതന്നെ, കുടയൂർക്കാരും സർപ്പങ്ങളെ പൂജിച്ചിരുന്നു. ജാതി, മത ഭേദമന്യേ, എല്ലാ വീടുകളിലും പാമ്പിൻകാവുകളും സർപ്പക്കാവുകളും ഉണ്ടായിരുന്നു.

ഏതെങ്കിലും വീടുകൾ വിൽക്കുമ്പോൾ, വിൽക്കുന്ന ആൾ പറയാറുണ്ട്: "പടിഞ്ഞാറെ കോണിൽ കാവാണ്. സൂക്ഷിക്കണം. നല്ല ജാതിയാട്ടോ. കന്നിമാസത്തിൽ പാലും-നൂറും കൊടുക്കാൻ മറക്കണ്ട. അശുദ്ധാക്കണ്ടാ - പ്രത്യേകിച്ച് സ്ത്രീകൾ." വീട് വാങ്ങുന്ന ആളും - അയാൾ ഏതു മതക്കാരൻ ആയിരുന്നാലും - വളരെ നിഷ്ഠയോടെ കാവുകൾ സൂക്ഷിക്കുകയും പൂജാവിധികൾ നടത്തിക്കൊണ്ടിരിക്കയും ചെയ്യും.

പിന്നെ, മറ്റൊരു കാര്യം കൂടിയുണ്ട്. പൊതുവേ, പ്രത്യേകിച്ച് പഴയ തലമുറക്കാർ, റോഡരികിലോ വേലിയോരങ്ങളിലോ പറമ്പുകളിലോ കാണുന്ന പാമ്പുകളെ ഉപദ്രവിക്കാറില്ല. ഒരുപക്ഷേ, അതുകൊണ്ടുതന്നെ ആയിരിക്കും ഇവിടെ പാമ്പുകടിയും അതുകൊണ്ടുള്ള മരണങ്ങളും തുലോം കുറവായിരുന്നു.

എന്റെ സുഹൃത്ത് എടത്തട്ട ഉണ്ണിയുടെ ഭാഷയിൽ പറഞ്ഞാൽ 'കുട യൂരിൽ പാമ്പുകൾക്കും മനുഷ്യർക്കും തമ്മിൽ സമാധാനപരമായ സഹ വർത്തിത്വം നിലവിൽ ഉണ്ടായിരുന്നു' എന്ന് വേണമെങ്കിൽ പറയാം. എങ്കിലും അല്പസ്വല്പം പ്രശ്നങ്ങൾ ഉണ്ടായാൽ തന്നെയും വളരെ പ്രസിദ്ധമായ ഒരു വിഷ വൈദ്യശാലയും ഉണ്ടായിരുന്നു കുടയൂരിൽ.

പാമ്പുകൾക്ക് പല പേരുകളും കൊടുത്തിരുന്നു നാട്ടുകാർ. കാവു കളിലെ പാമ്പുകൾ സർപ്പങ്ങൾ ആയിരുന്നുവത്രേ. 'സരീസൃപം' എന്ന സംസ്കൃത പദത്തിൽനിന്നും ഉത്ഭവിച്ചതാകാം ഈ വാക്ക്. (ഇംഗ്ലീഷിലെ സർപ്പന്റ് എന്ന വാക്കും ലത്തീനിലെ സെർപ്പെൻട്ടസ്സിൽ നിന്നുത്ഭവിച്ചതാ ണല്ലോ, അതുപോലെ). ഇതുപോലെത്തന്നെ മലയാള ഭാഷ സംസ്കൃത ത്തിൽനിന്നും കടം വാങ്ങിയ മറ്റു പദങ്ങളാണ് പാമ്പിന്റെ പര്യായങ്ങളായ ഫണി, പന്നഗം, നാഗം, ഉരഗം തുടങ്ങിയവ.

കുട്ടിക്കാലത്ത് ഒരു കുളത്തിൽ നീന്തുമ്പോളാണ് ഒരു നീർക്കോലി കയ്യിൽ ചുറ്റിപ്പിടിച്ചത്. അതിനെയെടുത്തു കളയാൻ ശ്രമിച്ചപ്പോൾ ഒരു കടിയും തന്നു. പേടിച്ചുപോയെങ്കിലും നാട്ടുകാരും വീട്ടുകാരും വിഷവൈദ്യ ക്കാരി ലക്ഷ്മിക്കുട്ടി അമ്മയും പറഞ്ഞു: "നീർക്കോലിക്ക് വിഷം ഇല്ല. രാത്രി ഭക്ഷണം കഴിക്കണ്ടാ" എന്നു മാത്രം.

"അത്താഴം മുടക്കിയ' ആദ്യത്തെ നീർക്കോലിയെ കണ്ടത് അപ്പോ ളാണ്. ചേരകൾ കാലിൽ ചുറ്റിപ്പിടിക്കുന്നതും കുടയൂരിൽ സർവ്വസാധാ രണമായിരുന്നു - ഞങ്ങളിൽ പലരും കുട്ടിക്കാലത്ത് അനുഭവിച്ചതാണ് ഈ ഉപദ്രവം. മൂർഖന്മാരെയും അണലികളെയും ചേനത്തണ്ടന്മാരെയും ഞങ്ങൾക്കു ഭയമായിരുന്നു. പക്ഷേ, ചില കൂട്ടുകാർ അവയെ കല്ലെറിഞ്ഞ് ഓടിക്കുമ്പോൾ കാരണവന്മാർ ശാസിക്കാറുണ്ടായിരുന്നു. "വെറുതെ സർപ്പ കോപം വാങ്ങിക്കണ്ടാ!!"

അക്കാലത്ത് തുടർച്ചയായി മാതൃഭൂമി ആഴ്ചപ്പതിപ്പിൽ വന്നുകണ്ടി രുന്ന ഡോ. അടിയോടി സാറിന്റെ 'കേരളത്തിലെ വിഷപാമ്പുകൾ' ആയി രുന്നു ഞങ്ങൾക്ക് പാമ്പുകളെക്കുറിച്ച് അറിവു പകർന്നുതന്നത്. പിന്നീട് കോളേജിൽ ജന്തുശാസ്ത്രം പഠിപ്പിക്കുമ്പോൾ പരമേശ്വരൻസാർ (ഡോ. എസ്.പി. അയ്യർ) പഠിപ്പിച്ച ഹെർപ്പറ്റോളജി, പാമ്പുകളുടെ പരിണാമ ചരിത്രം തുടങ്ങിയവ മനസ്സിലാക്കിത്തന്നു. പരിണാമത്തിന്റെ പ്രക്രിയ കളിൽ നശിച്ചുപോയ ഭീകരന്മാരായിരുന്ന ഡൈനോസാറുകളുടെയും അതുപോലത്തെ ഭീകരജന്തുക്കളുടെയും അവശിഷ്ടങ്ങൾ മാത്രമാണ് ഇന്നു കാണുന്ന 'ലിസ്സാർഡുകളും' (ഉടുമ്പുകളും ഓന്തുകളും പല്ലികളും

അരണകളും മുതലകളും മറ്റും) പിന്നെ 'ഒഫിഡീയ' എന്ന് അറിയപ്പെടുന്ന പാമ്പുവർഗ്ഗങ്ങളും എന്നും മനസ്സിലായി.

പക്ഷേ, ഇപ്പോൾ കുടയൂരിൽ പാമ്പുകൾ വളരെ കുറഞ്ഞുപോയി. വളരെ വിരളമായേ പാമ്പുകൾ കാണപ്പെടുന്നുള്ളൂ. പാടങ്ങളിലും പറമ്പുകളിലും നിന്ന് എലികളെയും തവളകളെയും അപകടകാരികളായ ഷഡ്പദങ്ങളെയും മറ്റും ഭക്ഷിച്ച് മനുഷ്യന്റെ ഭക്ഷ്യവസ്തുക്കളായ നെല്ല്, ഗോതമ്പ്, പഴവർഗ്ഗങ്ങൾ തുടങ്ങിയവയെ ഒരു പരിധി വരെയെങ്കിലും രക്ഷിക്കുന്ന പാമ്പുകൾ ആദിമകാലം മുതൽക്കുതന്നെ വളരെ തെറ്റിദ്ധരിക്കപ്പെട്ട ജന്തുക്കളാണ് എന്നത് വളരെ വേദനാജനകം ആണ്. പരിസ്ഥിതി നിയന്ത്രണത്തിനു വിലയേറിയ സംഭാവന ചെയ്യുന്ന പാമ്പുകളെ മനുഷ്യർ നൂറുകണക്കിനു പ്രതിദിനം നശിപ്പിച്ചുകൊണ്ടിരിക്കുന്നു. കൂടാതെ ഇവയുടെ പാർപ്പിടങ്ങളും നശിച്ചുകൊണ്ടിരിക്കുന്നു. ഇങ്ങനെ പോവുകയാണെങ്കിൽ ഡൈനോസോറുകളുടെ ദുരന്തകഥ പാമ്പുകളിലും ആവർത്തിക്കാം എന്ന് ശാസ്ത്രജ്ഞന്മാർ പറയുന്നു. ■

ജ്യോത്സ്യന്മാർ

വളരെ കൊല്ലങ്ങൾക്കു ശേഷം വീണ്ടും വില്ല്യം ഷേക്സ്പിയറുടെ 'മാക്ബത്ത്' വായിക്കാനിടയായി. അണ്ണാമലയ് യൂണിവേഴ്സിറ്റിയിലെ പ്രൊഫസ്സർ ആയിരുന്ന സുപ്രസിദ്ധ ഇംഗ്ലീഷ് അദ്ധ്യാപകൻ ആരവാമുദം അയ്യങ്കാർ പഠിപ്പിച്ചതാണ് പതിനേഴാം (1606–1611) നൂറ്റാണ്ടിലെ ഈ ഷേക്സ്പിയർ നാടകം. പ്രൊഫസ്സറുടെ വിശദീകരണവും ഷേക്സ്പീരിയൻ സംഭാഷണങ്ങളെ സ്വയം അഭിനയിച്ചു പ്രദർശിപ്പിക്കലും ഇടയ്ക്കിടെ ബ്രാഡ്ലിയുടെയും മറ്റു നിരൂപകന്മാരുടെയും കമ്മെന്ററികളിൽ നിന്നുള്ള ഉദ്ധരണികളും മറ്റുമായി മനസ്സിൽ പാറപോലെ ഉറച്ചുപോയ ഒരു നാടകമായിരുന്നു മാക്ബത്ത്.

സ്കോട്ട്ലാന്റിലെ രാജാവായ ഡങ്കന്റെ പ്രഗത്ഭനായ യോദ്ധാവായിരുന്നു മാക്ബത്ത്. അയാളുടെ സഹയോദ്ധാവായിരുന്നു ബാങ്കോ. ഇവരുടെ ജീവിതങ്ങളെ എങ്ങനെയെല്ലാമോ നയിച്ചുകൊണ്ടുപോയി ദുരന്തങ്ങളിൽ എത്തിച്ച മൂന്നു ദുർമന്ത്രവാദിനികളുടെ (witches) ഭവിഷ്യവാണികളാണ് മാക്ബത്ത് നാടകത്തിന്റെ കാതലായ കഥ.

എന്താണെന്നറിയില്ല, ഈ നാടകം വീണ്ടും വായിച്ചപ്പോൾ കുടയൂരിലെ ജ്യോത്സ്യന്മാരെയും മറ്റു ഭാവിപ്രവചനക്കാരെയും ഓർമ്മ വന്നു. അതിനും പുറമേ, അഭിനയ പരിചയം തീരെ ഇല്ലാത്ത കുടയൂർക്കാരൻ നാരായണൻകുട്ടി മേനോൻ അടുത്ത കാലത്ത് ഒരു സിനിമയിൽ ജ്യോത്സ്യനായി അനായാസം അഭിനയിക്കുകയും ഉണ്ടായി.

"ഇത് എങ്ങനെ സാധിച്ചു" എന്ന എന്റെ ചോദ്യത്തിനു കിട്ടിയ മറുപടി ഇങ്ങനെ ആയിരുന്നു. "കുടയൂരിൽ നൂറുകണക്കിന് ജ്യോത്സ്യന്മാരെ കണ്ടു വളർന്നതല്ലേ നമ്മളൊക്കെ, അപ്പൻ? ഏതെങ്കിലും ജ്യോത്സ്യനെ മനസ്സിൽ വിചാരിച്ചാൽ അഭിനയം വളരെ നാച്ചുറൽ ആയി താനേ വന്നോളും കുടയൂർക്കാർക്ക്."

പഴയ കാലങ്ങളിൽ കേരളത്തിൽ പൊതുവേ പ്രശ്നപരിഹാരങ്ങൾക്കും അസുഖങ്ങൾ മാറുവാനും ദൈവപ്രീതിക്കും മറ്റുമായുള്ള വഴികൾ അറിയാൻ സഹായിച്ചിരുന്നത് ജ്യോത്സ്യന്മാർ ആയിരുന്നു. (ഇന്നും അതുപോലെയൊക്കെ തന്നെയാണല്ലോ!) അതിനും പുറമേ തന്റെ

ഭാവിയെക്കുറിച്ച് എന്നും തീരാത്ത ഉത്കണ്ഠ ആണല്ലോ മനുഷ്യന്. നാട്ടുകാരെ ഇക്കാര്യത്തിൽ സഹായിക്കാൻ ജ്യോത്സ്യന്മാർ കാര്യമായ പങ്കുവഹിച്ചിരുന്നു. ഓരോരുത്തരുടെയും ജാതകം ഗണിച്ച് ഉണ്ടാക്കി ആ ജാതകം വച്ച് അയാളുടെ നല്ല കാലവും ചീത്ത കാലവും ആപത്തുകളും ഭാവിയിൽ കണ്ട് ഇതിനെല്ലാം പ്രതിവിധികളും മറ്റും കണ്ടുപിടിക്കലാണ് അവരുടെ ജോലി. ഇതിനെല്ലാം കിട്ടുന്ന പ്രതിഫലമായിരുന്നു ഇവരുടെ ഉപജീവന മാർഗ്ഗം. നെറ്റിയിൽ കുറിയും ചെവിയിൽ തുളസിയോ പൂക്കളോ കയ്യിൽ ഒരു കിഴി നിറയെ കവിടികളും ഒന്നുരണ്ടു ചോക്കുകളും ചില പുസ്തകങ്ങളുമായി നടന്നിരുന്ന ധാരാളം ജ്യോതിഷക്കാർ ഉണ്ടായിരുന്നു ഞങ്ങളുടെ കുട്ടിക്കാലത്ത് കുടയൂരിൽ. മനുഷ്യരുടെ മാത്രമല്ല, ചിലപ്പോൾ, അമ്പലങ്ങളിലെ ദൈവങ്ങളുടെയും കാര്യങ്ങൾക്കുപോലും ഇവർ കവിടി നിരത്തി പരിഹാരം നിർദ്ദേശിക്കാറുണ്ടത്രേ.

എന്തിനേറെ, രാജസ്ഥാനം ത്യാഗം ചെയ്ത് ജ്യോതിഷത്തിൽ സുദീർഘമായ പഠനങ്ങൾ നടത്തിയ ഒരു മഹാരാജാവും ഉണ്ടായിരുന്നു ഞങ്ങൾക്ക്.

കൂടാതെ, മഹാരാജാവിന്റെ ശിഷ്യനും പഴയ കൊച്ചി രാജ്യത്തിലെ തലമൂത്ത ജയിൽസൂപ്രണ്ടും ആയിരുന്ന ഞങ്ങളുടെ മുത്തച്ഛനും ഇവിടെ ഉണ്ടായിരുന്നു. ഇതിനെല്ലാം പുറമേ, തത്തമംഗലത്തുകാരൻ ഒരു പണിക്കരും ചേലക്കരകാരൻ ഒരു സ്വാമിയും ഇടയ്ക്കും തലയ്ക്കും കുടയൂരിൽ വന്നു ജ്യോത്സ്യം നോക്കിയിരുന്നു എന്നും കേട്ടിട്ടുണ്ട്. "മെഡിസിനിലെ പോലെ ജെനെറലിസ്റ്റുകളും (generalists) സ്പെഷ്യലിസ്റ്റുകളും (specialists) ജ്യോതിഷത്തിലും ഉണ്ടായിരുന്നുവത്രേ. തത്തമംഗലവും ചേലക്കരയും മറ്റും സ്പെഷ്യലിസ്റ്റുകളായിരുന്നു എന്ന് കേട്ടിട്ടുണ്ട്. കേസ്സുകൾ വിഷമം പിടിച്ചതാവുമ്പോൾ മാത്രമേ ഇവർ രംഗപ്രവേശം ചെയ്യുകയുള്ളൂ. അതുവരെ ചെറിയ ജ്യോത്സ്യന്മാർ ആയിരിക്കും ഗണിക്കലും ഗുണിക്കലും എല്ലാം.

കുടയൂരിൽ ഇത്രയധികം ജ്യോത്സ്യന്മാർ ഉണ്ടായിരുന്നതിന്റെ കാരണം പറഞ്ഞുതന്നത് ഒരു ജ്യോത്സ്യന്റെ മകനും കുട്ടിക്കാലത്തെ എന്റെ സുഹൃത്തും ആയിരുന്ന ഉണ്ണികൃഷ്ണൻ ആയിരുന്നു. അയാളുടെ കണ്ടുപിടിത്തം വളരെ റാഷനൽ ആയിരുന്നു. "കുടയൂരിലെ പഴയ കുടുംബക്കാർക്ക് ധാരാളം സ്ഥാവര ജംഗമ വസ്തുക്കൾ - നെല്പാടങ്ങളും തെങ്ങിൻതോപ്പുകളും മറ്റും - ഉണ്ടായിരുന്നു. ഇവയെല്ലാം പാട്ടക്കാർ ആയിരുന്നു നടത്തി വന്നിരുന്നത്. പാട്ടം കൃത്യമായി കിട്ടുമോ, കഴിഞ്ഞ കൊല്ലത്തെക്കാൾ കുറയുമോ എന്നെല്ലാം ഉള്ള ചിന്തകൾ ഇവരുടെ മനസ്സിനെ എപ്പോഴും അലട്ടുമായിരുന്നുവത്രേ. അതുകൊണ്ട് ഭാവിഫലങ്ങളെക്കുറിച്ച് ഇടയ്ക്കിടെ ഗണിച്ചറിയാൻ അവർക്ക് ജ്യോത്സ്യന്മാർ എപ്പോഴും വേണ്ടിയിരുന്നു. അതുപോലെത്തന്നെ, ധാരാളം പെൺമക്കളും ഉണ്ടായിരുന്ന

ഇവർ പെൺകുട്ടികൾക്ക് 'പൊടമുറിക്ക്' പറ്റിയ ആൺകുട്ടികളെ കണ്ടുപിടിക്കാനും അവരുടെ ജാതകങ്ങൾ ഒത്തുനോക്കാനും മറ്റും ജ്യോത്സ്യന്മാർ അത്യാവശ്യമായിരുന്നു. ചൊവ്വയും വെള്ളിയും അല്ലെങ്കിൽ മറ്റേതെങ്കിലും നല്ല ദിവസങ്ങളിൽ പ്രാതലിനുശേഷം ഉച്ചഭക്ഷണം വരെ എല്ലാ കുടുംബങ്ങളിലും ഒരു ജ്യോത്സ്യൻ ജാതകങ്ങൾ ഗണിക്കുന്നതു കാണാമായിരുന്നു. ഒരു വലിയ ചതുരവും അതിനുള്ളിൽ മറ്റൊരു ചതുരവും വരച്ച്, ഇടയ്ക്കുള്ള സ്ഥലത്ത് പന്ത്രണ്ടാക്കി പകുത്ത് ഗ്രഹങ്ങൾക്കുള്ള സ്ഥാനങ്ങളും കല്പിച്ച് ഇവർ കവിടി നിരത്തി. ചില കണക്കുക്കൂട്ടലുകൾ നടത്തുമ്പോൾ ഭാവിയുടെ കവാടങ്ങൾ തുറന്നുകിടക്കുന്നത് അവർക്കു കാണാൻ കഴിയുമത്രേ. ഇതിൽക്കൂടി കിട്ടുന്ന വിവരങ്ങൾ ഇവർ മലയാളത്തിലും സംസ്കൃതത്തിലും ശ്ലോകമായി പറഞ്ഞു വ്യാഖ്യാനിക്കയും ചെയ്യുന്നു.

പിന്നീട് ഭൂപരിഷ്കരണ നിയമങ്ങൾ പ്രാബല്യത്തിൽ വരികയും കൂട്ടുകുടുംബങ്ങളും തറവാടുകളും ക്ഷയിച്ചു ഭാഗം കഴിച്ചു പിന്മുറക്കാർ പല സ്ഥലത്തേക്കും വണ്ടികയറുകയും ചെയ്തതോടെ ജ്യോത്സ്യന്മാരുടെ 'പെർമെനന്റ്' ആയിരുന്ന ഉദ്യോഗങ്ങൾ അസ്തമിച്ചു. പലരും ജോലി ഇല്ലാതെ വട്ടംതിരിഞ്ഞു. മറ്റു ചിലർ മറുനാടുകളിലേക്ക് കുട്ടികളുടെ അടുത്തേക്കു സ്ഥിരതാമസക്കാരായി. അങ്ങനെ കുടയൂരിൽ ജ്യോത്സ്യന്മാർ നന്നേ കുറഞ്ഞുപോയി.

സ്ഥാനം ഒഴിഞ്ഞ തമ്പുരാനിൽനിന്നും ജ്യോതിഷം പഠിച്ച മുത്തച്ഛൻ ജ്യോതിഷത്തിൽ നിന്നും ധനം സമ്പാദിക്കില്ല എന്ന് തമ്പുരാനു വാക്കു കൊടുത്തിരുന്നുവത്രേ. അതുകൊണ്ട് അദ്ദേഹം അധികസമയവും ജ്യോതിഷത്തിന്റെ ശാസ്ത്രീയ വശങ്ങളെക്കുറിച്ചുള്ള ഗവേഷണങ്ങളിലായിരുന്നു ചെലവഴിച്ചത്. ചിലപ്പോൾ ചില പത്രങ്ങളിൽ ലേഖനങ്ങളും എഴുതാറുണ്ടായിരുന്നു. ജാതകം നോക്കാനും മറ്റുള്ളവരുടെ ഭാവി പ്രവചിക്കുവാനും മറ്റും അദ്ദേഹത്തെ കിട്ടില്ല. തന്റെ അടുത്ത് വരുന്നവരോടു കാരണവർ ആദ്യത്തിൽത്തന്നെ വെട്ടിത്തുറന്നു പറയുമത്രേ: "നിങ്ങളുടെ ഭാവി എന്താണ് എന്നത് ദൈവത്തിനു മാത്രമേ അറിയൂ. അത് അറിയാനുള്ള കഴിവ് എനിക്കുണ്ടായിരുന്നെങ്കിൽ ഞാൻ എന്റെ ഭാവി തന്നെ കണ്ടുപിടിക്കില്ലേ? പിന്നെ എനിക്കും ദൈവത്തിനും തമ്മിൽ ഒരു വ്യത്യാസവും ഇല്ലല്ലോ." പിന്നെ പൊതുവിൽ ഒരു ശ്ലോകവും ചൊല്ലും: "ഒരു നിശ്ചയം ഇല്ല ഒന്നിനും, വരും ഓരോ ദിശ വന്നപോലെ പോം; തിരയുന്നു മനുഷ്യനേതിനോ തിരിയാ ലോക രഹസ്യം ആർക്കുമേ..."

കാലം മാറിയതോടെ കോലങ്ങളും മാറി. കുടയൂരിൽ പിന്നീട് പുതിയ തലമുറയിലെ ജ്യോത്സ്യന്മാർ വന്നു. അവർ വീടുകളിൽ ചെന്ന് കവിടികൾ നിരത്തി നോക്കാറില്ല. അവരുടെ 'ജ്യോത്സ്യ കടകളിൽ' അഥവാ 'ജ്യോത്സ്യ ഇൻസ്റ്റിറ്റ്യൂട്ടുകളിൽ' ആവശ്യക്കാർ പോകണം. അവിടുത്തെ

ഡയറക്ടർമാർ കമ്പ്യൂട്ടറിൽ അവരുടെ ബയോഡാറ്റയും ആവശ്യമായ മറ്റു വിവരങ്ങളും ഫീഡ് ചെയ്തുകൊടുക്കുന്നു. കമ്പ്യൂട്ടർ അതു പ്രോസെസ്സ് ചെയ്ത് കസ്റ്റമർക്കു വേണ്ട വിവരങ്ങളുടെ പ്രിന്റൗട്ട് എടുത്തു കൊടുക്കുന്നു. മോശമല്ലാത്ത ഒരു തുകയും ഫീസായി എടുക്കുന്നു ഇൻസ്റ്റിറ്റ്യൂട്ട് ഡയറക്ടർ.

"പണിയൊക്കെ പഴയതു തന്നെ, അപ്പൻ, പക്ഷേ കമ്പ്യൂട്ടറിന്റെ ചെലവ് മാത്രം കൂടും!" എന്നാണ് ഒരു കുടയൂർക്കാരൻ സുഹൃത്ത് പറഞ്ഞത്! ■

വെളുത്തേടൻ

ഇരുപതാം നൂറ്റാണ്ടിന്റെ ആദ്യ പകുതിയിൽ, ബ്രിട്ടീഷ് ഇന്ത്യയുടെ മദ്രാസിലുള്ള ഗവൺമെന്റു മ്യൂസിയത്തിലെ സൂപ്രണ്ടായിരുന്ന എഡ്ഗർ തർസ്റ്റൻ (Edgar Thurston, 1855-1935), ദക്ഷിണ ഇന്ത്യയിലെ 'സമുദായങ്ങളെയും ജാതികളെയും ഗിരിവർഗ്ഗങ്ങളെയും കുറിച്ച് സുദീർഘമായ പഠനങ്ങൾ നടത്തി വിസ്തൃതമായ ഒരു സർവേ റിപ്പോർട്ട് ഏഴു വാല്യങ്ങളിൽ 1901ൽ പ്രസിദ്ധീകരിച്ചിട്ടുണ്ട്. തെക്കേ ഇന്ത്യയിലെ അന്നത്തെ ജനങ്ങളെപ്പറ്റിയുള്ള ഈ സർവ്വേ കേരളത്തിലെ അന്നത്തെ സമുദായങ്ങളിലെ വിവിധ ജാതികളെക്കുറിച്ച് വിശദമായ അറിവുകൾ നൽകിയിരുന്നു.

പിന്നീട് ബ്രിട്ടീഷ് മലബാറിന്റെ കലക്ടർ ആയിരുന്ന വില്യം ലോഗനും (William Logen) അന്നത്തെ മലബാറിലെ ജാതിഭേദങ്ങളെയും സമ്പ്രദായങ്ങളെയും പറ്റി വിശദമായി പ്രതിപാദിക്കുന്നുണ്ട്. ഈ സർവ്വെകളെക്കുറിച്ച് സെപ്റ്റംബർ 1910ലെ 'നേച്ചർ' (Nature)ന്റെ പരാമർശം ഇങ്ങനെ ആയിരുന്നു: "*...a monumental record of the varied phases of south Indian tribal life, the traditions, manners and customs of people. Though in some respects it may be corrected or supplemented by future research it will long retain its value as an example of out-door investigation, and will remain a veritable mine of information, which will be of value.....*"

അന്നത്തെ കാലത്തെ നായർ സമുദായത്തെക്കുറിച്ചും 'വെളുത്തേടൻ നായരെ' കുറിച്ചും മറ്റും അറിയുന്നതും അങ്ങനെയാണ്.

കുടയൂർ സ്കൂളിൽ മൂന്നാം ക്ലാസ്സിൽ പഠിക്കുമ്പോൾ ഒരു മാഷ് ക്ലാസ്സിൽ ഒരു സെൻസസ്സ് എടുത്തത് ഓർമ്മ വന്നു - ഓരോ ക്ലാസ്സിലും ഓരോ സമുദായത്തിലും പെട്ട കുട്ടികളുടെ ഒരു കണക്കെടുപ്പ്. മാഷ് സമുദായത്തിന്റെ പേരു പറയുമ്പോൾ ആ സമുദായത്തിൽപെട്ടവർ കൈ പൊക്കണം. ആ സമയത്ത് മാഷ് ഒരു വലിയ ലിസ്റ്റ് വായിച്ചത് ഓർമ്മയുണ്ട്: മലയാളി ബ്രാഹ്മണൻ, തമിഴ് ബ്രാഹ്മണൻ, തുളു ബ്രാഹ്മണൻ, കൊങ്ങിണി ബ്രാഹ്മണൻ, കിരിയത്ത് നായർ, സ്ഥാനി നായർ, പട നായർ, വട്ടെക്കാടൻ നായർ, വിളക്കിത്തല നായർ, വെളുത്തേടൻ നായർ...

അങ്ങനെ ഓരോ ജാതിയിലെയും കേട്ടറിവില്ലാത്ത പല ഉപജാതികളുടെയും ഒരു വലിയ ലിസ്റ്റ് ആണ് മാഷ് വായിച്ചത്. ഇതിന്റെയൊന്നും അർത്ഥം എനിക്ക് അന്ന് മനസ്സിലായിരുന്നില്ല. അതുകൊണ്ട് ഞാൻ ഒന്നിനും കൈ പൊക്കിയില്ല. അവസാനം കൂടെയിരുന്നിരുന്ന വളരെ അടുത്ത ഒരു ചങ്ങാതി കൈ പൊക്കിയപ്പോൾ ഞാനും കൈപൊക്കി.

പക്ഷേ, എന്തിനാണെന്നറിയില്ല - മറ്റു കുട്ടികൾ വലിയ ബഹളം വച്ചു. ഞങ്ങളുടെ പരിചയക്കാരൻ ആയിരുന്ന മാഷ് ചിരിച്ചുകൊണ്ടു പറഞ്ഞു: "സാരല്ല്യാ ട്ടോ. ഞാൻ എഴുതിക്കോളാം."

വരുന്ന വഴിയിൽ വെച്ച് വെളുത്തേടൻ കൃഷ്ണന്റെ മകനെ കണ്ടു. അയാളാണ് പറഞ്ഞത് എന്റെ ജാതി എന്താണെന്ന്!! ഞാൻ ജാതി മാറ്റി പറഞ്ഞത് അവന് വലിയ വിഷമം ഉണ്ടായ പോലെ തോന്നി. "ഇത് കുറച്ചു കഷ്ടായി ട്ടോ, കുട്ട്യേ!" എന്നാണ് അവൻ പറഞ്ഞത്.

ഏതാണ്ട് എന്റെ പ്രായം ഉണ്ടായിരുന്ന ഈ കുട്ടി ചില ദിവസങ്ങളിൽ അയാളുടെ അച്ഛന്റെയും അമ്മയുടെയും കൂടെ ഞങ്ങളുടെ വീട്ടിൽ വരുമായിരുന്നു, അലക്കിയ തുണികൾ തരാനും അലക്കാനുള്ളത് കൊണ്ടു പോകാനും.

വെളുത്തേടൻ എന്നാണ് പൊതുവേ എല്ലാവരും അവരെ വിളിച്ചിരുന്നത്...! ഇന്നത്തെ ചുറ്റുപാടിൽ ധോബി, വാഷർമാൻ എന്നെല്ലാം പറയാവുന്ന അലക്കുകാർ ആയിരുന്നു കൃഷ്ണനും ഭാര്യയും കുട്ടികളുമടങ്ങുന്ന അവരുടെ ചെറിയ കുടുംബം. ആഴ്ചയിൽ രണ്ടു മൂന്നു പ്രാവശ്യം വരുമായിരുന്നു സാധുവായ ഈ കൃഷ്ണൻ എന്ന വെളുത്തേടൻ. കൂടെ ഭാര്യയോ കുട്ടികളോ ഉണ്ടാവും. ആർക്കും ശല്യമുണ്ടാക്കാതെ, ഒച്ചയനക്കമില്ലാതെ ഇവർ വീട്ടിന്റെ വരാന്തയുടെ ഒരു ഓരത്ത് തുണിക്കെട്ട് അഴിച്ചുവച്ച്, വളരെ പതിഞ്ഞ സ്വരത്തിൽ "വെളുത്തേടൻ വന്നിട്ടുണ്ട് ട്ടോ!" എന്നു പറയും. ആരെങ്കിലും ആ ശബ്ദം കേട്ട് വരുന്നവരെ ക്ഷമയോടെ ഒരു വശത്ത് ഒതുങ്ങി നിൽക്കും. സ്ത്രീകൾ ആരെങ്കിലും വന്ന്, തുണികൾ എല്ലാം എണ്ണിയെടുക്കും. പിന്നെ അലക്കാനുള്ള തുണികൾ എല്ലാം ഒരുവശത്തു കൊണ്ടു വന്നു വക്കും. അവയെല്ലാം എണ്ണി തിട്ടപ്പെടുത്തിക്കഴിഞ്ഞാൽ കൃഷ്ണൻ അതെല്ലാം ഒരു വല്യ ബെഡ്ഷീറ്റിൽ കെട്ടി തലയിൽവച്ച് കൊണ്ടുപോകും. ഒരാഴ്ചയിൽ രണ്ടോ മൂന്നോ പ്രാവശ്യം ആവർത്തിക്കും ഈ ചടങ്ങ്.

എപ്പോഴും തൂവെള്ള മുണ്ടുടുത്ത് ഒരു നല്ല വെള്ള തോർത്ത് തോളത്ത് ഇട്ടുമാണ് കൃഷ്ണൻ വരാറ്. അയാളുടെ ഭാര്യയും കുട്ടികളും എപ്പോഴും വൃത്തിയായ വേഷം ധരിച്ചേ വരാറുള്ളൂ. ഈ നിഷ്ക്കർഷ, കൃഷ്ണൻ അയാളുടെ അലക്കുപണിയിലും കാണിച്ചിരുന്നു. തുണികൾ എല്ലാം അലക്കുകാരത്തിൽ ഇട്ടു തിളപ്പിച്ചു, നല്ല കിണറ്റുവെള്ളത്തിൽ കഴുകിയെടുത്ത്, നീലവും കഞ്ഞിയും പിഴിഞ്ഞ് ഉണക്കി എടുക്കും. നല്ലവണ്ണം ഉണങ്ങിയ ശേഷം, ഏതാണ്ട് മുക്കാൽ കിലോ ഭാരമുള്ള ഇസ്തിരി പെട്ടി

(അയാളുടെ ഭാഷയിൽ തേപ്പുപെട്ടി) കൊണ്ട് വടിവിൽ തേച്ച് എടുത്ത്, അടുക്കിവച്ചിരിക്കുന്നതു കാണാൻ എന്തു ഭംഗിയാണെന്നോ? പട്ടുസാരികളും അതുപോലെയുള്ള സിൽക്ക് കുപ്പായങ്ങളും വേറിട്ട് തണുത്ത വെള്ളത്തിൽ ഒരുതരം സോപ്പ് ഇട്ടു കഴുകി, കനംകുറഞ്ഞ ഒരു പെട്ടികൊണ്ട് സ്വയം ഇസ്തിരി ഇടും കൃഷ്ണൻ... തൊഴിലിൽ വലിയ ചിട്ടയും നിഷ്ക്കർഷയുമായിരുന്നു കൃഷ്ണന്.

വളരെ കാലങ്ങൾക്കു ശേഷം, കുടയൂരിലെ മാറ്റങ്ങൾ കാണാനായി, ഒരു ദിവസം രാവിലെ തന്നെ ഇറങ്ങി. അമ്പലത്തിന്റെ തെക്കേ നടയിൽ നിന്നും പടിഞ്ഞാട്ടു കാക്കാതുരുത്തി വഴി കനോലികനാൽ കടന്ന് അറബിക്കടലിലേക്കു പോകുന്ന വഴിക്കാണ് തിരിഞ്ഞത്. ഈ റോഡിന്റെ ഇരുവശത്തും പച്ച കാർപ്പെറ്റു വിരിച്ചപോലെയുള്ള പാടങ്ങൾ ആയിരുന്നു ഒരു കാലത്ത്. ഇപ്പോൾ പാടങ്ങൾ പോയിട്ട് പച്ചപ്പുല്ലു പോലും കാണാൻ പറ്റിയില്ല, ഇരുവശത്തുമുള്ള കോൺക്രീറ്റു കെട്ടിടങ്ങൾക്കിടയിൽ. ഈ പാടത്തിന്റെ വക്കിലായി വലിയ വരമ്പുകളിൽ, കൊച്ചു കൊച്ച് ഓലപ്പുരകൾ ഉണ്ടായിരുന്നു. അവയൊന്നുമില്ല ഇപ്പോൾ; അവയിൽ ഒന്നിൽ ആയിരുന്നു കൃഷ്ണൻ എന്ന ഞങ്ങളുടെ വെളുത്തേടനും കുടുംബവും താമസിച്ചിരുന്നത്. റോഡിന്റെ അരികത്തുള്ള ഒരു വീടിന്റെ പടിക്കൽ നിന്നിരുന്ന ഒരു വയസ്സനോട് ചോദിച്ചു: "ഇവടെ പണ്ടൊരു വെളുത്തേടൻ കൃഷ്ണൻ ഉണ്ടായിരുന്നില്ലേ?" "ഒരു പിടീം ഇല്ലഷ്ട്ടാ" എന്ന അയാളുടെ മറുപടി കേട്ട് വിഷമം തോന്നി.

തലയിൽ ഒരു വലിയ പുല്ലിൻകെട്ടും കൊണ്ട് വന്നിരുന്ന ഒരു വൃദ്ധ ഞങ്ങളുടെ സംസാരം കേട്ട് നിന്നു. സൂക്ഷിച്ചു നോക്കിയിട്ട് ചോദിച്ചു: "എന്തൂട്ടാ വേണ്ടേ? കണ്ടിട്ട് പരിചയം തോന്നണോണ്ട് ചോയിക്ക്യാ...?" വീണ്ടും അവരോട് ഞങ്ങളുടെ വെളുത്തേടനെ കുറിച്ച് അന്വേഷിച്ചു. അവരൊന്നും അവിടെയില്ലെന്നും എങ്ങോട്ടോ പോയീ എന്നുമാണ് ആ സ്ത്രീ പറഞ്ഞത്.

കുട്ടിക്കാലവുമായി ബന്ധിച്ചിരുന്ന മറ്റൊരു കണ്ണിയും പോയിരിക്കുന്നു. ഇങ്ങനെ പോയാൽ കുടയൂരിൽ താനൊരു അന്യനായിത്തീരും എന്നോർത്തപ്പോൾ വളരെ വിഷമം തോന്നി. തന്റെ സ്വന്തം നാട്ടിൽ താൻ ആരും അല്ലാതാവുക! വലിയൊരു കഷ്ടമല്ലേ അത്?

■

കേണൽ

ഈ അടുത്ത കാലത്ത് കാഷ്മീരിൽ രാഷ്ട്രത്തിനുവേണ്ടിയുള്ള യുദ്ധത്തിൽ സ്വന്തം ജീവിതം കുരുതി കൊടുത്ത അനവധി യോദ്ധാക്കളുടെ വീരകൃത്യങ്ങളെ അനുസ്മരിപ്പിക്കുന്ന ചില പൊതുയോഗങ്ങളും മറ്റും കാണാനിടയായി. ഇതു കണ്ടപ്പോൾ, കുടയൂരിലെ ഒരു വലിയ തറവാട്ടിൽ ജനിച്ച ഒരു വീരസേനാനിയുടെ ധീരകഥ ഓർമ്മ വന്നു - ഏതാണ്ട് അറുപത്തിയെട്ടോളം കൊല്ലം പഴക്കമുള്ള കഥ. അദ്ദേഹത്തെ ഓർക്കാൻ പല കാരണങ്ങളും ഉണ്ട്. ഒന്നാമതായി കുടയൂരിലെ ഒരു പുരാതന തറവാട്ടിലെ ഒരു മഹദ്‌വ്യക്തിയും ഉയർന്ന സർക്കാർ ഉദ്യോഗസ്ഥനുമായ ഒരു മേനോന്റെ മൂത്ത മകൻ; പിന്നെ, അച്ഛന്റെ ക്ലാസ്മേറ്റും വളരെയടുത്ത ചങ്ങാതിയും; കൽക്കത്തയിൽ ഞങ്ങളുടെ ഒപ്പം ഒരുപാടു കാലം താമസിക്കുകയും മറ്റും ചെയ്തിരുന്ന വളരെ സ്നേഹമുള്ള ഒരു കുടുംബ സുഹൃത്ത്; പിന്നെ ഒരു മിടുമിടുക്കൻ പട്ടാള അപ്പീസ്സർ. ഇതിനെല്ലാം പുറമേ, നന്നേ കുഞ്ഞായിരുന്ന എന്നെ "വെണ്ണ പാല് പാപ്പം റൊട്ടി..." എന്ന സ്വന്തമായി ഉണ്ടാക്കിയ ഒരു താരാട്ടുപാട്ടു പാടി ഉറക്കിയിരുന്ന സ്നേഹമുള്ള ഒരു അമ്മാമൻ. രാഷ്ട്രം ഒരുപക്ഷേ മറന്നുപോയ ഒരു മഹാത്യാഗി. കുടയൂർകാർ പോലും ഇദ്ദേഹത്തെ ഓർക്കുന്നുണ്ടോ എന്നെനിക്ക് അറിയില്ല. പക്ഷേ, എന്റെ കുടുംബക്കാർക്ക് അത്ര വേഗം മറക്കാൻ കഴിയില്ലായിരുന്നു സ്നേഹമുള്ള ആ ധീരസേനാനിയെ.

രണ്ടാം ലോകമഹായുദ്ധം ഇറ്റലിയും ജർമ്മനിയും ജപ്പാനും കീഴടങ്ങിയതോടെ അവസാനിച്ചു. പക്ഷേ, ദേശത്തിന്നകത്തെ വൻകിട യുദ്ധങ്ങൾ ആരംഭിച്ചു തുടങ്ങിയതേയുള്ളൂ. മഹത്തായ ഒരു രാഷ്ട്രം മതത്തിന്റെ പേരിൽ രണ്ടായി കീറി മുറിക്കപ്പെട്ടു; അത് കാരണമായി എത്രയോ മതങ്ങളിൽ പെട്ട എത്രയോ ലക്ഷം പാവപ്പെട്ട ജനങ്ങൾ മരിച്ചു വീണു.

പുതിയ പറുദീസകൾ തേടി കിഴക്കുനിന്നും പടിഞ്ഞാട്ടും മറിച്ചും ലക്ഷക്കണക്കിനു പാവം ജനം കാൽനടയായും തീവണ്ടികളിലും ബസ്സുകളിലും പൊത്തിപ്പിടിച്ചും മറ്റും സ്വന്തം വീടും നാടും വിട്ട് ഒരു ഉദ്ദേശ്യവും ഇല്ലാത്ത ഏതോ ഒരു സ്ഥലത്തേക്കു യാത്ര പോയും വന്നുമിരുന്നു. അന്നോളം തോളിൽ കയ്യിട്ട്, ചേർന്നുനിന്ന് വിദേശികളെ തുരത്തിയവർ, പരസ്പരം വിരോധികൾ ആയി.

ആ കാലഘട്ടത്തിലാണ് ഞങ്ങൾ കൽക്കത്ത വിട്ട് എന്നെന്നേക്കുമായി കുടയൂരിലേക്കു മടങ്ങുന്നത്. അച്ഛൻ മാത്രം അവിടെ കുറേക്കാലം കൂടി തുടർന്നു. എങ്കിലും ഇടയ്ക്കും തലയ്ക്കും കുടയൂരിൽ വരുമായിരുന്നു. അങ്ങനെ ഒരിക്കൽ വന്ന ഉടനെയാണ് സാമാനങ്ങൾ എല്ലാം വീട്ടിന്റെ പടിക്കൽ ഇറക്കിയിട്ട് അച്ഛൻ നേരെ മേനോന്റെ വീട്ടിലേക്കു ധൃതിയിൽ പോയത്. ഈ പോക്കിന്റെ പിന്നിലുള്ള കഥ ഞാൻ അറിയുമ്പോഴേക്കും അച്ഛനും ഈ കഥ അറിഞ്ഞിരുന്ന മറ്റു ചിലരും മരിച്ചു പോയിരുന്നു. ഒരുപാടു കാലം കഴിഞ്ഞാണ് മുത്തച്ഛനോ മറ്റോ പറഞ്ഞ് ഞാൻ ഈ കഥ അറിയുന്നത്.

ഇന്ത്യ എന്ന മഹാരാജ്യം രണ്ടായി വിഭജിക്കപ്പെട്ടു. രണ്ടു പുത്തൻ രാഷ്ട്രങ്ങൾക്കും സ്വാതന്ത്ര്യം കൊടുത്തിട്ടാണ് ബുദ്ധിമാനായ സായിപ്പ് കപ്പൽ കയറിയത്. കാശ്മീരം ഭാരതത്തിന്റെ ഭാഗം അല്ലെന്ന് അയൽപക്കത്തെ പുതിയ രാഷ്ട്രക്കാർ. പക്ഷേ, അത് ഭാരതത്തിന്റേതാണെന്ന് ഇന്ത്യയും. മറ്റവർ കാഷ്മീരത്തിനുവേണ്ടി യുദ്ധം ചെയ്തു പിടിച്ചുവച്ചു. ബലം പ്രയോഗിക്കേണ്ടി വന്നു ഇന്ത്യക്ക്; അതിനുവേണ്ടി വടക്കോട്ടു നീങ്ങിയ ഒരു സൈനിക വിഭാഗത്തിന്റെ തലവൻ ആയിരുന്നു ചെറുപ്പക്കാരനായ കുടയൂർക്കാരൻ കേണൽ മേനോൻ. ഒരു വലിയ വിഭാഗം ഭൂപ്രദേശം പിടച്ചടക്കി മേനോനും സംഘവും വടക്കോട്ടുള്ള ജൈത്രയാത്ര തുടർന്നു. വലിയ ഒരു നദി കുറുകെ ഓടിയിരുന്നു. നദിയുടെ ആകെ ഉണ്ടായിരുന്ന മൂന്നു പാലങ്ങളും നശിപ്പിച്ചിട്ടായിരുന്നു ശത്രു സൈന്യം വടക്കോട്ടു നീങ്ങിയിരുന്നത്. നദി കടക്കാതെ പറ്റില്ല ഇന്ത്യൻ സൈന്യത്തിന്. പുതിയ ഒരു പാലം കെട്ടി ഉണ്ടാക്കാനുള്ള സമയവും സാധന സാമഗ്രികളും ഇല്ലാത്തതുകൊണ്ട് വിഷമിച്ചു പട്ടാളം. നദിക്ക് അക്കരെ ചെറിയ ഒരു കടവും കടവിൽ നാലഞ്ച് ബോട്ടുകളും കണ്ടു മേനോനും കൂട്ടരും. പക്ഷേ, ബോട്ടുകൾ എങ്ങനെ ഇക്കരയ്ക്ക് കൊണ്ടുവരും?

മേനോനും രണ്ടുമൂന്ന് അനുയായികളും വെള്ളത്തിൽ ചാടി അക്കരേക്കു നീന്തി. മൂന്നു ബോട്ടുകൾ കെട്ടഴിച്ച് മേനോൻ സ്വയം തുഴഞ്ഞു വരുമ്പോഴേക്കും ശത്രുപക്ഷത്തിന്റെ ഒളിഞ്ഞിരുന്നുള്ള ആക്രമണം തുടങ്ങി. കരയിൽനിന്നും വളരെ ദൂരത്തല്ലാത്ത മേനോൻ വെള്ളത്തിൽ ബോട്ടിന്റെ കയറും പിടിച്ച് ഊളയിട്ട് ബോട്ട് ഇക്കരെ എത്തിച്ചു. അപ്പോഴേക്കും ശരീരത്തിൽ തുളഞ്ഞുകയറിയ വെടിയുണ്ടകൾ ആ ധീരന്റെ ജീവൻ അപഹരിച്ചിരുന്നു.

രാജ്യത്തിൽ എവിടെയും - കുടയൂരിൽ പോലും - ഇല്ല ധീരനായ ഈ സൈനികമേധാവിയുടെ ഒരു സ്മാരകവും. കുടയൂരിലെ പഴയ ഒരു നായർ തറവാടിന്റെ ഈ സന്തതിയെക്കുറിച്ച് കുടയൂർക്കാർപോലും പിന്നീടൊന്നും പറഞ്ഞുകേട്ടിട്ടില്ല. അവർ അദ്ദേഹത്തെ ഓർമ്മിക്കുന്നുണ്ടോ എന്നു പോലും തോന്നിയിട്ടില്ല.

■

മൈതാനം

തെക്കും വടക്കും കിഴക്കും പടിഞ്ഞാറും ഉള്ള ഗ്രാമപ്രദേശങ്ങൾ എല്ലാം കാലക്രമത്തിൽ 'കുടയൂർ' മുനിസിപ്പാലിറ്റിയുടെ ഭരണത്തിൽ കീഴിൽ വന്നതുകൊണ്ട്, ഇപ്പോൾ കുടയൂർ എന്ന പേരിലാണ് അറിയപ്പെടുന്നത്. എങ്കിലും, പണ്ട് താലൂക്കിന്റെ തലസ്ഥാനമായിരുന്ന കുടയൂർ മാത്രം ആ പേരിലും ചുറ്റിലുമുള്ള ഗ്രാമ്യപ്രദേശങ്ങൾ അവയുടെ തന്നെ പേരുകളിലുമായിരുന്നു അറിയപ്പെട്ടിരുന്നത്. കുടയൂരിന്റെ കീഴിൽ ഉണ്ടായിരുന്ന ചേലൂർ, പുല്ലൂർ, കിഴുത്താനി, കാറളം, കൊമ്പാറ, എടക്കുളം, കാരുകുളങ്ങര, മാപ്രാണം തുടങ്ങിയ എത്രയോ ഗ്രാമങ്ങൾ ഇന്ന് കുടയൂരാണ്. എങ്കിലും പഴമക്കാർ ഈ ഗ്രാമങ്ങളെ ഇന്നും അവയുടെ പഴയ പേരിലാണ് വിളിക്കാറ്.

പഴയ കാലത്തെ കുടയൂരിന്റെ ഏതാണ്ട് മദ്ധ്യഭാഗത്തായിട്ടാണ് അവിടുത്തെ സുപ്രസിദ്ധമായ ആര്യൻകാവ് മൈതാനം. എത്രയോ വർഷങ്ങളായി കുടയൂരിലെയും ചുറ്റുമുള്ള പ്രദേശങ്ങളിലെയും എല്ലാ പൊതു സംരംഭങ്ങളും ആഘോഷങ്ങളും എല്ലാം ഇവിടെയാണ് നടക്കാറ്. വളരെ ബൃഹത്തായ ഒരു ചരിത്രമാണ് വലിയ ഒരു നെൽപ്പാടമായിരുന്ന ആര്യൻ കാവ് മൈതാനത്തിന്റേതെന്ന് പഴയ കാലത്തെ കാരണവന്മാർ പറഞ്ഞു കേട്ടിട്ടുണ്ട്.

കിഴക്ക്-പടിഞ്ഞാറായി ചെരിഞ്ഞു കിടക്കുന്ന കുടയൂരിലെ, കിഴക്കുള്ള പള്ളിക്കുന്ന്, ചന്തക്കുന്ന് തുടങ്ങിയ കുന്നുകളിൽനിന്നും മഴക്കാലത്ത്, വെള്ളം പടിഞ്ഞാറോട്ടു ഒഴുകി വന്ന് ഈ പാടം നിറയുമായിരുന്നു. ഞങ്ങൾ കുട്ടികളായിരുന്ന കാലത്ത്, മിഥുനം-കർക്കടക മാസങ്ങളിൽ, ഏതാണ്ട് മുട്ടിനൊപ്പം വെള്ളം കെട്ടിനിന്നിരുന്ന വളരെ വിസ്താരം ഉള്ള തടാകം പോലെ ആയിരുന്നു ഈ മൈതാനം. വലിയങ്ങാടി ഹൈസ്കൂളിലേക്കുള്ള വഴിയിലായിരുന്നതുകൊണ്ട്, സ്കൂൾ കുട്ടികൾ ഈ വലിയ തടാകത്തിൽ വെള്ളം തെറിപ്പിച്ചും കടലാസ്സുവഞ്ചികൾ ഉണ്ടാക്കി വിട്ടും കളിക്കുമായിരുന്നു. ഈ മൈതാനത്തിൽനിന്നും ഒരു കൽവേർട്ടിൽ കൂടി റോഡിന്റെ ഇരുവശത്തും ഉള്ള വലിയ തോടുകൾ വഴി, മൈതാനത്തിലെ വെള്ളം വീണ്ടും പടിഞ്ഞാട്ടൊഴുകി, പെഷ്ക്കാർ റോഡും മുറിച്ചു കടന്നു പഴയ പട്ടണത്തിന്റെ പടിഞ്ഞാറ് അതിർത്തിയിൽ വിസ്തരിച്ചു കിടന്നിരുന്ന പാടശേഖരങ്ങളിൽ വന്നു ചേരുമായിരുന്നു.

ആര്യൻകാവ് മൈതാനം ഒരു കാലത്ത് ധാരാളം നെല്ല് വിളയുന്ന വലിയ ഒരു കൃഷിസ്ഥലം ആയിരുന്നുവത്രെ! കുടയൂരിന്റെ തെക്കൻ ഭാഗങ്ങളിൽ ഏതാണ്ട് ഇരുന്നൂറുകൊല്ലം മുമ്പുതന്നെ ആധിപത്യം സ്ഥാപിച്ചിരുന്ന തുണി കച്ചവടക്കാർ ആയിരുന്ന ഒരു പുരാതന തമിഴ് ബ്രാഹ്മണ കുടുംബത്തിന്റെ സ്വത്തായിരുന്നു അന്നത്തെ ആര്യൻകാവ് പാടം എന്ന് ചില ചരിത്രക്കാർ അഭിപ്രായപ്പെടുന്നു. ജന്മിമാർ ആയിരുന്ന ബ്രാഹ്മണരുടെയും പിന്നീട് ഈ ഭൂമി വാങ്ങിയ ക്രിസ്ത്യാനികളുടെയും പാട്ടക്കുടിയാന്മാർ - അടിയാന്മാർ - ആയിരുന്നുവത്രേ ഇവിടെ കൃഷി നടത്തിയിരുന്നത്. ഒരുപക്ഷേ, വളരെ അധികം കാലം കൃഷി നടത്തിയിരുന്ന "അയ്യൻ" എന്ന പാട്ട കുടിയാന്റെ പേരിൽ പിന്നീട് ഈ മൈതാനം അറിയപ്പെട്ടു തുടങ്ങി. അതുകൊണ്ടുതന്നെയാവാം, മേല്പറഞ്ഞ ബ്രാഹ്മണ കുടുംബം ഇവിടെ ഉണ്ടാക്കിയ ഭഗവതി ക്ഷേത്രത്തിനും അയ്യൻകാവ് എന്ന പേരു ലഭിച്ചതും എന്ന് ചിലർ പറയുന്നു. എന്തായാലും, വളരെക്കാലം മുമ്പു തന്നെ ആയിരുന്നു പാടവും കാവും അയ്യന്റെ പേരിൽ അറിയപ്പെട്ടു തുടങ്ങിയത് എന്ന് എല്ലാ കുടയൂർക്കാരും വിശ്വസിക്കുന്നു. അല്ലെങ്കിലും, പേരിൽ എന്തിരിക്കുന്നു - "വാട്ട് ഈസ് ഇൻ എ നെയിം?" മൈതാനം ആണല്ലോ പ്രധാനം!

ഞങ്ങൾ കുട്ടികളായിരുന്നപ്പോൾ വേനൽക്കാലത്ത് തരിശു പോലെ മാറുന്ന പാടത്ത് ഫുട്ബോൾ, ബാഡ്മിന്റൺ, സ്പോർട്സ് സംരംഭങ്ങൾ എല്ലാം ഇവിടെ ആയിരുന്നു നടന്നിരുന്നത്. കൂടാതെ, പോഴുത്തുംപറമ്പൻ ചാക്കോ ചേട്ടൻ കൊണ്ട് വന്നിരുന്ന ടൂറിസ്റ്റു സിനിമയുടെ ടെന്റും മഴ വരുന്നവരെ ഇവിടെയായിരിക്കും. ചിലപ്പോൾ ഇവിടെ ചില തമിഴന്മാർ നടത്തിയിരുന്ന നാടകങ്ങളും അരങ്ങേറിയിരുന്നു. ഒരിക്കൽ കുടുംബക്കാരുടെ കൂടെ അവിടെ ഒരു നാടകം കണ്ട ചെറിയ ഒരു ഓർമ്മയുണ്ട്. രാജാക്കന്മാരും റാണികളും രാജകുമാരികളും രാജകുമാരന്മാരും എല്ലാം ഉള്ളതായിരുന്നു നാടകം. അയ്യഞ്ചു മിനിട്ട് കൂടുമ്പോൾ ശാസ്ത്രീയ സംഗീതം സ്വര, താള, മേളങ്ങളോടെ മുഴങ്ങും. മൈക്കുകൾ ഒന്നും ഇല്ലാത്തതുകൊണ്ട് അഭിനേതാക്കൾ തന്നെ ഉച്ചസ്ഥായിയിൽ തകർക്കും പാട്ടുകൾ. അഞ്ചു മണിക്കൂറെങ്കിലും നീണ്ടുനിൽക്കും നാടകം. അതിന്റെ ഒരു സീൻ ആവുമ്പോഴേക്കും കുട്ടികൾ എല്ലാം ഉറങ്ങിപ്പോകും.

ഇന്ത്യക്ക് സ്വാതന്ത്ര്യം കിട്ടിയ ശേഷം ആദ്യത്തെ പ്രധാനമന്ത്രിയായിരുന്ന പണ്ഡിറ്റ് നെഹ്രുവിന് കുടയൂർക്കാർ സ്വീകരണം കൊടുത്തത് ഈ മൈതാനത്തിൽ പതിനഞ്ചു-ഇരുപത് അടി ഉയരത്തിൽ കെട്ടിയുണ്ടാക്കിയ ഒരു വലിയ സ്റ്റേജിലായിരുന്നു. പോലീസ് അകമ്പടിയോ, ബ്ലാക്ക് ക്യാറ്റുകളോ കമാന്റോകളോ ഇല്ലാതെ ഭാരതത്തിന്റെ പ്രധാനമന്ത്രി സ്റ്റേജിൽ നിന്നും ഇറങ്ങി വന്നു, അവിടെ ഉണ്ടായിരുന്ന കുട്ടികളുടെ തലയിലും കവിളിലും തടവുകയും തനിക്കു കിട്ടിയ പൂമാലകൾ അവരെ അണിയിക്കുകയും ചെയ്ത സംഭവം കുട്ടികളായിരുന്ന ഞങ്ങൾക്ക് ഇപ്പോഴും ഓർമ്മയുണ്ട്.

1956ലെ നനഞ്ഞ നവംബർ ഒന്നാം തിയ്യതി ഈ പാടത്തിന്റെ നനഞ്ഞു കുളുർത്ത മണ്ണിൽ നിന്നുകൊണ്ടാണ്, കുടയൂർക്കാർ കൊച്ചിയിലെ ഐക്യ കേരളം തമ്പുരാൻ സ്വപ്നം കണ്ട പുത്തൻ കേരള സംസ്ഥാനത്തെ വര വേറ്റത്. 1957 ഏപ്രിൽ മാസത്തിൽ ലോകത്തിൽ ബാലറ്റു വഴി ഭരണത്തിൽ വന്ന കേരളത്തിന്റെ ഒന്നാമത്തെ കമ്യൂണിസ്റ്റു സർക്കാരിനെയും കുടയൂർ സ്വീകരിച്ചതും ഇവിടെയാണ്!!

മൈതാനം പിന്നീട് സ്റ്റേഡിയം ആയി. ചുറ്റും അരമതിലുകളും ആളു കൾക്ക് ഇരിക്കാനായി പടികളും മറ്റും ഉണ്ടാക്കി. സ്കൂളുകളുടെയും കോളേജുകളുടെയും ടൂർണമെന്റുകളും രാഷ്ട്രീയക്കാരുടെ സമ്മേളന ങ്ങളും മറ്റുംകൊണ്ട് വളരെ തിരക്കുപിടിച്ച സ്ഥലമായി.

അന്തോണി ഇല്ലെങ്കിൽ കുടയൂരിന്റെ മൈതാനത്തിന്റെ കഥ പൂർണ്ണം ആവില്ല. ഞങ്ങൾക്കെല്ലാം ഓർമ്മ വെച്ച കാലം മുതൽ കുടയൂരിലെ ആദ്യത്തെ നാല് ചക്രമുള്ള മൊബയിൽ പെട്ടിക്കട തുടങ്ങിയത് അന്തോണി എന്ന ചന്തക്കുന്നുകാരൻ ക്രിസ്ത്യാനിയാണ്. ചടച്ച്, പൊക്കത്തിൽ, വലിയ തൊണ്ടമുഴയുള്ള അന്തോണിക്ക് അറിയാത്ത കുടയൂർക്കാർ ഇല്ല; അന്തോണിയെ അറിയാത്തവരും ഇല്ല. കടല, കപ്പലണ്ടി (നിലക്കടല), പൈനാപ്പിൾ, സോഡാ, ലമൺ, ക്രഷ്, ബീഡി, സിഗരറ്റ്, തീപ്പെട്ടി തുടങ്ങി യവയാണ് വ്യാപാര വസ്തുക്കൾ. അന്തോണി രാവിലെ മുതൽ വൈകു ന്നതു വരെ വലിയങ്ങാടി ഹൈസ്കൂൾ പടിക്കൽ ആയിരിക്കും. വൈകു ന്നേരം മൈതാനത്തിന്റെ അടുത്ത്, സിനിമ തിയ്യേറ്ററിന്റെ ഗെയിറ്റിൽ ഉണ്ടാകും. ധാരാളം കുട്ടികൾക്ക് സാധനങ്ങൾ കടം കൊടുക്കും അന്തോണി. എല്ലാരുടെയും കണക്കു കൃത്യമായി സൂക്ഷിക്കും. കടം തീർക്കാത്തവരുടെ കയ്യിൽനിന്നും വസൂൽ ആക്കാനും മിടുക്കനായിരുന്നു. ആരെ എപ്പോ കണ്ടാലും "ബാക്കീള്ള കാശേടുക്കിഷ്ടാ..." എന്ന പല്ലവി പാടും. കാശ് കൊടുക്കാൻ ഇല്ലാത്തവർ പോലും താനറിയാതെ അന്തോണി പറയുന്ന കാശു കൊടുത്തു പോകും. എവിടെ ഫുട്ബോൾ കളിയുണ്ടെങ്കിലും അന്തോണി എത്തും അവിടെ. അടുത്ത ദിവസം സ്കൂൾ പടിക്കൽനിന്ന് കുട്ടികളോട് കളിയുടെ കഥ പൊടിപ്പും തൊങ്ങലും വച്ച് പൊടിപൊടിക്കും. കൊല്ലങ്ങൾക്കുശേഷം അന്തോണിയെ കണ്ടപ്പോൾ ആള് വളരെ മാറിയിരുന്നു. "നീയ്യ് കാശ് വല്ലതും ബാക്കി തരാണ്ടോഡാ, സാമിക്കുട്ട്യേ" എന്ന ചോദ്യം മാത്രമേ പഴയ പോലെ ബാക്കി ഉണ്ടായിരു ന്നുള്ളൂ. ■

പേന വ്യാപാരി

പഴയ കുടയൂരിന്റെ ഹൃദയഭാഗത്തായിട്ടായിരുന്നു അന്നത്തെ കോടതി. കുടയൂരിലെ കോടതി കെട്ടിടം വളരെ പ്രസിദ്ധമായിരുന്നു ഞങ്ങളുടെ കുട്ടിക്കാലത്ത്. കൊച്ചി രാജ്യത്തിന്റെ പാരമ്പര്യത്തെ അനുസ്മരിപ്പിക്കുന്ന വിസ്തൃതമായ ഒരു വലിയ വളപ്പിൽ, നല്ല ബലമുള്ള വെട്ടുകല്ലും തേക്കിൻതടികളും കൊണ്ട്, പണ്ട് കൊച്ചി തമ്പുരാക്കന്മാർ ഉണ്ടാക്കി വച്ചിരുന്നതായിരുന്നു ഈ കെട്ടിടം.

കോടതിയുടെ മുകപ്പിൽ പഴയ കൊച്ചി രാജ്യത്തിന്റെ - തുമ്പിക്കൈ ഉയർത്തിയ രണ്ട് ആനകൾക്കു നടുവിൽ പല്ലക്കും നിലവിളക്കും കുടയും ശംഖും മറ്റും ഉള്ള - ഒരു വലിയ രാജകീയ മുദ്ര കല്ലിൽ കൊത്തിവച്ചിരുന്നു.

വലിയ ജനലുകൾ ഉള്ള, വളരെ വലിയ കൈപങ്കകൾ ഘടിപ്പിച്ച, അനവധി മുറികളും ഉള്ളതായിരുന്നു ഈ കെട്ടിടം. മുനിസിഫ്/മജിസ്ട്രേട്ട് കോടതികൾ, തഹസിൽദാർ ആപ്പീസ്, ട്രെഷറി, ട്രെഷറി ആപ്പീസ്, സപ്ലൈ ആപ്പീസ്, റെവന്യു ആപ്പീസ്, കാലാവസ്ഥ ആപ്പീസ് തുടങ്ങിയ പല ആപ്പീസുകളും ഉണ്ടായിരുന്നു കോടതി കെട്ടിടത്തിൽ അന്ന്. ഈ കെട്ടിടത്തിന്റെ പടിഞ്ഞാറ് ഭാഗത്തായി വക്കീലന്മാരുടെ വിശ്രമമുറിയും ആപ്പീസും ബാർ അസോസിയേഷൻ ആപ്പീസും ഒക്കെയുണ്ടായിരുന്നു.

കോമ്പൗണ്ടിന്റെ കിഴക്കേ അതിർത്തിയിൽ വലിയ ജനലുകൾ ഉള്ള ഒരു വലിയ ഹാളിൽ ഇരുന്നു ഗുമസ്തന്മാർ സ്പ്രിംഗ് പോലെ കോർത്തിണക്കിയ കയ്യക്ഷരത്തിൽ കേസുകളുടെ ഫയലുകൾ എഴുതി കൂട്ടിയിരുന്നു. ചിലപ്പോൾ, ചുവരിന്നോട് ചേർത്തുവച്ചിരിക്കുന്ന വളരെ നീളവും ഉയരവുമുള്ള ഷെൽഫുകളിൽ അടുക്കിവച്ചിട്ടുള്ള ഫയലുകൾ എണ്ണാൻ ഞങ്ങൾ കുട്ടികൾ ശ്രമിക്കാറുണ്ട്. പക്ഷേ, ഒരിക്കലും എണ്ണാൻ പറ്റാത്തതാണ് ഈ ഫയൽകെട്ടുകൾ.

കുട്ടിക്കാലത്ത് കുടയൂരിലെ ഈ കോടതി വളപ്പ് വല്യ ഇഷ്ടമായിരുന്നു. അതിനു കാരണവും ഉണ്ടായിരുന്നു. കോടതിയുടെ തെക്കുഭാഗത്തുള്ള വലിയ ഒരു വരാന്തയിൽ ആണ് പേന-കണ്ണട വ്യാപാരിയായ "സായ്‌വിന്റെ" ഷോറൂം-കം-ഷോപ്പ് ഉണ്ടായിരുന്നത്. (കുടയൂർകാർ മുസൽമാന്മാരെ സായ്‌വ് എന്നാണു ബഹുമാനപുരസ്സരം വിളിച്ചിരുന്നത്.

സാഹെബ് എന്ന ഉർദു/ഹിന്ദി പദത്തിന്റെ ഒരു നാടൻ പ്രയോഗമാണത്രേ "സായ്വ്" എന്ന വാക്ക്).

ഇവിടെ നിരത്തിയിരുന്ന മരപ്പെട്ടികൾക്കും ഗ്ലാസ് കൂടുകൾക്കും അകത്ത് സായ്വ് പല നിറത്തിലുള്ള, അന്നത്തെ കാലത്തെ ചില പ്രസിദ്ധങ്ങളായ ഫൗണ്ടൻ പേനകൾ നിരത്തിവച്ചിരിക്കും. സ്വാൻ, വാട്ടർമാൻ, ഡോരിക്ക്, ബ്ലാക്ക്ബേർഡ്, പ്രസിഡന്റ് തുടങ്ങിയ പല ബ്രാന്റുകളും ആ കൂട്ടത്തിൽ ഉണ്ടായിരിക്കും. പക്ഷേ, പാർക്കർ, ഷെഫ്ഫെർസ് തുടങ്ങിയ ബിലായത്തി പേനകൾ സായ്വ് അകത്തു പൂട്ടി വക്കാറുണ്ട് എന്ന് ആരോ എന്നോടു പറഞ്ഞു. അതുകൊണ്ടായിരിക്കും അവയെ പുറത്തു കാണാൻ പറ്റാത്തത്.

കൂടാതെ, ഒരു ഗ്ലാസ് ഭരണി നിറയെ ഫീഡറുകൾ, അനവധി ബോക്സുകളിൽ പലതരം നിബ്ബുകൾ, പിന്നെ പല കുപ്പിഭരണികൾ നിറയെ അന്നത്തെ പേനകളുടെ കഴുത്തുകൾ, ബോഡികൾ, മുടികൾ, ഫില്ലിംഗ് പമ്പുകൾ തുടങ്ങിയ സ്പെയർ പാർട്ടുകൾ, എല്ലാം എപ്പോഴും റെഡിയായിരിക്കും ഇവിടെ. ഇതിനു പുറമേ, രണ്ടു മൂന്നു കുപ്പികളിൽ പല നിറത്തിലുള്ള മഷികളും മഷിക്കറ പുരണ്ട കുറെ കീറത്തുണിക്കഷണങ്ങളും പേനകൾ എഴുതി പരിശോധിക്കാൻ ഒന്നുരണ്ടു കാൽപായ കടലാസ്സിന്റെ കെട്ടുകളും മറ്റുമുണ്ടായിരിക്കും സായ്വിന്റെ കടയിൽ.

അന്ന്, മരത്തിന്റെ ഹോൾഡറിൽ നിബ്ബുകൾ ഫിറ്റു ചെയ്തു മഷിയിൽ മുക്കിയെഴുതുന്ന, "സ്റ്റീൽ പേനകളുടെ" കാലം ആയിരുന്നു. അതുകൊണ്ട്, "ഫൗണ്ടൻ പേനകൾ" കോടതിയുമായി ബന്ധപ്പെട്ട വക്കീൽമാർ, ഗുമസ്തന്മാർ, ആധാരം എഴുത്തുകാർ, സ്കൂൾ-മാഷന്മാർ, സർക്കാർ ഉദ്യോഗസ്ഥന്മാർ തുടങ്ങിയ വളരെ കുറച്ചുമാത്രം ആളുകൾ ഉപയോഗിക്കുന്ന കാലവും ആണെന്ന് ഓർക്കണം. (ബാൾ പോയിന്റുകൾ ജനിക്കാൻ ഇനിയും ഇരുപതു-ഇരുപത്തിയഞ്ചു വർഷങ്ങൾ കാത്തിരിക്കണം). ഇത്തരം ഒരു കാലഘട്ടത്തിൽ സായ്വിന്റെ "പെൻ-കം-കണ്ണട" കടയുടെ പ്രാധാന്യം ഊഹിക്കാവുന്നതെയുള്ളൂ.

മൂന്നു മൂന്നര വയസ്സ് മുതൽക്കു തന്നെ "സോൾജർ ഹരിഹര അയ്യർ" എന്ന മുൻകോപിയായ ട്യൂഷൻ മാസ്റ്റർ കയ്യക്ഷരത്തിന്റെ പ്രാധാന്യത്തെ എന്റെ മനസ്സിൽ അടിച്ചേല്പിച്ചിരുന്നു. എന്ന് മാത്രമല്ല, പിന്നിലും മുന്നിലും വാലോടുകൂടിയ ഇരുപത്തിയാറ് ഇംഗ്ലീഷ് അക്ഷരങ്ങൾ വളരെ ഭംഗിയായി കൂട്ടിച്ചേർത്ത് എഴുതാൻ നന്നേ ചെറുപ്പത്തിൽതന്നെ പഠിപ്പിച്ചു മാഷ്. കൂടാതെ, അച്ചടിയക്ഷരത്തെ പോലും തോൽപ്പിക്കുന്ന കയ്യക്ഷം ഉള്ള അച്ഛന് ഇക്കാര്യത്തിൽ ബഹു നിഷ്ക്കർഷയും ആയിരുന്നു. ഇക്കാരണങ്ങൾ കൊണ്ടുതന്നെ ആയിരിക്കണം, വൃത്തിയും ഭംഗിയും ഉള്ള കൈയ്യക്ഷരം നന്നേ ചെറുപ്പത്തിൽ തന്നെ ഒരു ഒബ്സെഷൻ ആയിത്തീർന്നത്. നല്ല കൈയ്യക്ഷരവും നല്ല എഴുത്തു സാമഗ്രികളും തമ്മിൽ അഭേദ്യമായ ബന്ധവും ഉണ്ടല്ലോ. അതുകൊണ്ട് പേനകളും കൂട്ടത്തിൽ ഒരു ഒബ്സെഷൻ ആയിത്തീർന്നു.

സായ്‌വിന്റെ കടയിൽ വരുന്ന ഗുമസ്തന്മാർ, പരാതിക്കാർ, ആധാരം എഴുത്തുകാർ, വക്കീലന്മാർ, കക്ഷികൾ തുടങ്ങിയവർ രാവിലെ തന്നെ വന്നു തുടങ്ങും - എല്ലാരുടെയും പേനകൾ റിപ്പയർ ചെയ്യാനും നിബ്ബ്, ഫീഡർ, നെക്ക്, ബോഡി, മൂടി തുടങ്ങിയ പാർട്ടുകൾ മാറ്റാനും നന്നാക്കാനും.

മുടക്കുദിവസങ്ങളിൽ, രാവിലെ കൃത്യമായി, സായ്‌വ് വ്യാപാരം തുടങ്ങുന്ന സമയത്തോടെ ഞാൻ കോടതിയിൽ എത്തി, സായ്‌വ് പേനകൾ നന്നാക്കുന്നതും പാർട്സുകൾ മാറ്റുന്നതും നോക്കിയിരിക്കും. ചിലപ്പോൾ, സായ്‌വിന്റെ അടുത്തുള്ള ചെറിയ ഭൂതക്കണ്ണാടിയിൽ കൂടി, പേനകളുടെ നിബ്ബുകൾ പരിശോധിച്ച് നിബ്ബിന്റെ ഘടന, അതിൽ എഴുതിയിട്ടുള്ള വിവരങ്ങൾ, നിബ്ബിന്റെ തലപ്പത്തുള്ള തടിച്ച എഴുതുന്ന ഭാഗം എല്ലാം സസൂക്ഷ്മം മനസ്സിലാക്കും.

വലിയ കുടുംബത്തിലെ ഒരു കുട്ടി തന്റെ കടയിൽ പേനകളെക്കുറിച്ച് പഠിക്കുന്നത്, സായ്‌വിനു കുറച്ച് അഭിമാനവുമായിരുന്നു എന്നു തോന്നിയിരുന്നു. "എന്ത് ബുദ്ധിയാ മഠത്തിലെ ആ കുട്ടിക്ക്" എന്ന് സായ്‌വ് ചില കസ്റ്റമേഴ്സിനോടു പറയാറുണ്ട്. ഒരിക്കൽ സായ്‌വ് പരമരഹസ്യമായി തന്റെ പെട്ടിയിൽ സൂക്ഷിച്ചിരുന്ന പാർക്കർ പേനയും ഷിഫർ പേനയും ഒരു നിധി എന്നപോലെ എനിക്കു കാണിച്ചു തന്നു. "ങ്ങള് വലുതായിട്ട് കോളേജെല്ലാം പഠിച്ചു വലിയ വക്കീൽ ആവുമ്പോ ങ്ങക്ക് സായ്‌വ് തരുണുണ്ട് ഇതുപോലെ മുന്തിയ പേന" എന്ന് പാവം സായ്‌വ് ഇടയ്ക്കിടെ പറയാറുണ്ടായിരുന്നു.

പക്ഷേ, മഠത്തിലെ കുട്ടി വക്കീലും ആയില്ല്യാ.... മറ്റെന്തെല്ലാമോ ആയപ്പോ അതു കാണാൻ സായ്‌വും ഉണ്ടായില്ല. ■

മേഷും ശിഷ്യനും

പഴയ കാലങ്ങളിൽ പലരുടെയും "മാഷ്" ആയിരുന്ന സാമികുട്ടി മാഷക്ക് ഒരുപാട് ശിഷ്യഗണങ്ങൾ ഉണ്ട്, ഇപ്പോഴും. ഇതിൽ പലരും പല മേഖല കളിൽ വിഹരിക്കുന്നവരുമാണ്. കച്ചവടക്കാർ, സർക്കാർ ബാങ്കുകളിലെ ഉദ്യോഗസ്ഥർ, അധ്യാപകർ, പിന്നെ രാഷ്ട്രീയ ലോകത്തിലെ കൊല കൊമ്പന്മാർ എന്നിങ്ങനെ പോകുന്നു അവരുടെ വലിയ ലിസ്റ്റ്.

കച്ചവടവും രാഷ്ട്രീയവും കൂട്ടിക്കുഴച്ച ചില കേമന്മാരും ഇവരിൽ ഉണ്ട്. ഇവരെ കുറിച്ചെല്ലാം പറയുമ്പോൾ ആദ്യം മനസ്സിൽ ഉയർന്നുവരുന്നത് വിനീത ശിഷ്യൻ - "മേഷിന്റെ അപ്പോസ്തലൻ" എന്ന് കുടയൂർക്കാർ വിളിച്ചിരുന്ന - ഐക്കരമുക്കത്തു കുഞ്ഞയമദു മകൻ അബ്ദുള്ളക്കുട്ടി എന്ന എ.കെ. അബ്ദുള്ളക്കുട്ടിയാണ്.

അവന്റെ കൂട്ടുകാരും സമപ്രായക്കാരും അവനെ പൊതുവെ അറിയു ന്നത് "അമുക്കു അബ്ദുള്ള" എന്നാണെന്ന് കേട്ടിട്ടുണ്ട്. പക്ഷേ, വളരെ സാധുവായ അവൻ "ഹമുക്കും" മറ്റും ഒന്നുമായിരുന്നില്ല. പത്താംതരം വരെ എങ്ങനെയോ പഠിച്ചുതീർത്ത അബ്ദുള്ള, കണക്കിൽ മാത്രം മിടുക്കനായിരുന്നു. (കച്ചവടത്തിന് കണക്ക് അത്യാവശ്യമാണെന്ന് അബ്ദുള്ളക്കുട്ടി എങ്ങനെയോ മനസ്സിലാക്കി വച്ചിരുന്നു). സ്കൂളിൽ തന്നെ പഠിപ്പിച്ചിരുന്ന ഒരു മാഷ് രാവും പകലും ട്യൂഷനും മറ്റും കൊടുത്ത് അബ്ദുള്ള പത്താംതരം എങ്ങനെയോ എഴുതി; എങ്ങനെയോ പാസ്സായി. എങ്ങനെയാണെന്ന് ആർക്കും അറിവില്ല - വാപ്പയുടെ സ്വാധീനമോ, പണമോ മകന്റെ മിടുക്കോ എന്നൊന്നും അറിയില്ല, അബ്ദുള്ളക്കുട്ടി പാസ്സായി എന്നു മാത്രം അറിഞ്ഞാൽ മതിയല്ലോ നമുക്ക്.

അന്ന് അവസാനിപ്പിച്ചു പുസ്തകങ്ങളും വിദ്യാഭ്യാസവും ആയിട്ടുള്ള കൂട്ടുകെട്ട്. സുന്ദരമായി വാപ്പാന്റെ കച്ചവടം നടത്തിക്കൊണ്ടിരുന്ന മിടുക്കൻ അബ്ദുള്ളക്കുട്ടി വ്യാപാരം എത്രയോ മടങ്ങു വർദ്ധിപ്പിച്ചു. അടുത്തുണ്ടാ യിരുന്ന ക്ഷയിച്ചുകൊണ്ടിരുന്ന ഒരു പഴയ തറവാട് കൊള്ള ലാഭത്തിനു വാങ്ങി. അതിന്നിടയിലാണ് അവന്റെ ജീവിതത്തിൽ വലിയൊരു മാറ്റം ഉണ്ടായത്.

അതിങ്ങനെ ആയിരുന്നു: ആ പ്രദേശത്തെ മുന്തിയ കച്ചവടക്കാ രനും ഉദയംപേരൂരിലെ പഴയ നമ്പൂര്യാര് മാർക്കം കൂടിയ പഴയ തറവാട്ടു

കാരനുമായ ഇബ്രാഹിംകുട്ടി ഹാജിയാരുടെ ഒറ്റ സന്തതിയായ മാലാഖ പോലുള്ള മൊഞ്ചത്തി ആയിഷയെ അബ്ദുള്ളക്കുട്ടി യാദൃച്ഛികമായി കണ്ടുമുട്ടുന്നതും അവർ പരസ്പരം ഇഷ്ടപ്പെടുന്നതും. നാട്ടുകാരും വീട്ടുകാരും പറഞ്ഞ് രണ്ടു തറവാട്ടുകാരു തമ്മിൽ "ഇമ്മിണി ചേർച്ച ഉണ്ടെന്ന്". അങ്ങനെ സുഗമമായി പുരോഗമിച്ചുകൊണ്ടിരുന്ന വിവാഹാലോചനകൾക്കിടയിൽ ചെറിയ ഒരു കല്ലുകടി ഉണ്ടായി.

പ്രീയൂണിവേഴ്സിറ്റി പാസ്സായ ആയിഷ ഒരു ചെറിയ കണ്ടീഷൻ ഇട്ടു. അതും വെറുതെ അല്ല, തക്കതായ കാരണങ്ങൾകൊണ്ടു തന്നെയാണെന്നാണ് പഴയ ഒരണ വിലയ്ക്കു വിറ്റിരുന്ന ഒരു പത്രത്തിൽ സ്വ. ലെ. എഴുതിപ്പിടിപ്പിച്ചിരുന്നത്. ആയിഷക്കു "ഇൻഗ്രിയസ്സിനോട്" (ഇംഗ്ലീഷ് എന്നാണ് ഒറിജിനൽ പദം) വളരെ കമ്പമാണത്രേ. തന്റെ മാപ്പള ആ ഭാഷയിൽ എഴുത്തും വായനയും സംസാരവും എല്ലാം നടത്തുന്നത് അവൾക്ക് അഭിമാനം ആണത്രേ. പ്രീ യൂനിവേഴ്സിറ്റി പാസ്സായവൾ ആയതുകൊണ്ട് ഇടം-വലം നോക്കാതെ അവളും ചിലപ്പോൾ ഇംഗ്ലീഷിൽ കാച്ചിക്കളയും (അതിന്റെ അർത്ഥവും മറ്റും അറിയേണ്ട ചുമതല അവൾക്കല്ല - പ്രത്യുത കേൾക്കുന്നവർക്ക് ആയിരിക്കും എന്നു മാത്രം!!)

അതുകൊണ്ട് അവൾ അബ്ദുള്ളക്കുട്ടിയോടു പറഞ്ഞു: "ഇങ്കിരിയെസ്സു പഠിത്തം കഴിഞ്ഞു മതി മ്മടെ മോഹബത്തും നിക്കാഹും ഒക്കെ. ഇബ്രാഹിംകുട്ടിഹാജിക്ക് അക്കാലത്തെ നിലവാരത്തിൽ ഉയർന്ന വിദ്യാഭ്യാസക്കാരിയായ തന്റെ മകളുടെ വാക്കിന് എതിർവാക്കില്ല. അബ്ദുള്ളക്കുട്ടി കുഴങ്ങി. എങ്കിലും ആയിഷേനെ തന്നെ എങ്ങനെയെങ്കിലും കെട്ടണം എന്ന വാശിയും.

അവന്റെ ഉപ്പ ഐക്കരമുക്കത്തു കുഞ്ഞയമദു സഹെബും കുഴങ്ങി. അദ്ദേഹത്തിന്റെ സ്ഥിരം ഉപദേശകനായ കുടയൂർ മഠത്തിലെ വക്കീൽ സ്വാമിയോട് സങ്കടം പറഞ്ഞു. "വഴി ഉണ്ടാക്കാം സായ്വേ" സ്വാമി സമാധാനിപ്പിച്ചു സാഹെബിനെ. രണ്ടാം കൊല്ലം ഡിഗ്രിക്കു പഠിക്കുന്ന അനന്തിരവനെ വിളിച്ചു പറഞ്ഞു: "ഇന്ത സായ്വ് നമുക്ക് രൊംബ വേണ്ടപ്പെട്ടവർ ആക്കും. അവരോടു സണ്ണുക്ക് നല്ല 'കൊളോക്യുവല്' ഇംഗ്ലീഷ് ചൊല്ലി കുടുഡാ, കൊഴന്തേ!!"

"ആകട്ടും ചിത്തപ്പാ" എന്ന അനുസരണയുള്ള അനന്തിരവന്റെ വാക്കു കേട്ടപ്പോൾ വക്കീൽ, "സായ്വ് വിഷമിക്കണ്ടാ, ഇവൻ മിടുക്കൻ ആണ്. നിങ്ങടെ മോൻ അന്തസ്സായി ഇംഗ്ലീഷ് പഠിക്കും പോരെ?", എന്നു സമാധാനിപ്പിച്ച് അയച്ചു. അന്നുമുതൽ, നാട് വിടുന്നതു വരെ, പ്രായത്തിൽ വല്യ വ്യത്യാസം ഇല്ലെങ്കിലും അബ്ദുള്ളക്കുട്ടി സ്വാമികുട്ടി മേഷിന്റെ ശിഷ്യൻ ആയി ഇംഗ്ലീഷ് പഠിച്ചു തുടങ്ങി. സാമികുട്ടിയുടെ പഠിപ്പിക്കലോ, ഭാഗ്യമോ അല്ല അബ്ദുള്ളക്കുട്ടിയുടെ വിവാഹയോഗമോ എന്താണെന്നറിയില്ല, അവരുടെ വിവാഹം നടന്നു. ആയിടയ്ക്ക് സ്വാമികുട്ടി നാടു വിടുകയും ചെയ്തു.

ഇതെല്ലാം നടന്നു കഴിഞ്ഞ് കുറെ കൊല്ലങ്ങളായി എങ്കിലും ഇന്നും അബ്ദുള്ളക്കുട്ടി സാമി കുട്ടിയുടെ അരുമശിഷ്യനും സാമികുട്ടി അബ്ദുള്ളക്കുട്ടിയുടെ - ഇപ്പോൾ ആയിശീന്റെം - "മേശും" ആയി തുടരുന്നു. അവിടെയും ഇവിടെയും എല്ലാം പ്രസിദ്ധീകരിച്ചിരുന്ന മേഷിന്റെ കഥകളും ലേഖനങ്ങളും എല്ലാം ശേഖരിച്ചുവച്ച്, അബ്ദുള്ളക്കുട്ടിയും ഭാര്യ ആയിഷയും ചേർന്നിരുന്ന് വായിക്കുമ്പോൾ എല്ലാം ആയിഷ പറയുമത്രേ: "ആ മേഷ് ഇല്ലായിരുന്നെങ്ങിൽ, ഇങ്കിരിയസ്സു പറേണ വല്ല ദുബായിക്കാരൻ ഇബിലിസും ഞമ്മളെ കെട്ടിക്കൊണ്ടു പോയേനെ, എന്റെ പൊന്നെ!! ■

വെസ്റ്റ് ഏന്റ്

പഴയ കാലത്ത്, കുടയൂരിൽ ഉണ്ടായിരുന്ന ഒരേ ഒരു വാച്ചു ഷോപ്പ് ആയിരുന്നു 'വെസ്റ്റ് ഏന്റ് വാച്ചു കമ്പനി'. ജോസേട്ടന്റെ വാച്ചുകട എന്നാണു പൊതുവെ അറിയപ്പെട്ടിരുന്നത്. 'ഇസ്ലാമിയ്യ' ഹോട്ടലിന്റെ തൊട്ടുകിഴക്കു ഭാഗത്തായി ഒരു ചെറിയ കടയായിരുന്നു 'വെസ്റ്റ് ഏന്റ്'. പക്ഷേ, അന്നത്തെ ചുറ്റുപാടിൽ ഈ കട വളരെ പ്രാധാന്യം അർഹിച്ചിരുന്നു. കാരണം, അടുത്ത പ്രദേശങ്ങളിൽ ഒന്നുംതന്നെ വാച്ചുകടകളോ, വാച്ച് റിപ്പയർ ഷോപ്പുകളോ ഉണ്ടായിരുന്നില്ല. വല്ലതും വേണമെങ്കിൽ തൃശ്ശൂർക്കോ എറണാകുളത്തെക്കോ പോകണം. അതുകൊണ്ട് ജോസേട്ടന് കുറച്ച് അധികം ഡിമാണ്ടും സ്വല്പം 'സ്റ്റയിലും' ഉണ്ടായിരുന്നു എന്നാണ് നാട്ടുകാർ പറഞ്ഞിരുന്നത്.

ചില ചിട്ടകളൊക്കെ ഉണ്ടായിരുന്നു ജോസേട്ടന് തന്റെ ജോലിക്കാര്യത്തിൽ. അതിരാവിലെ തന്നെ എഴുന്നേറ്റ്, കുളിച്ച്, പള്ളിയിലെ ആദ്യത്തെ കുർബ്ബാന കൈക്കൊണ്ട് പ്രാതലും കഴിഞ്ഞ് കൃത്യം എട്ടുമണിക്കു കട തുറക്കും. റിപ്പയറിന്നു വന്നിട്ടുള്ള വാച്ചുകളുടെ പണി തുടങ്ങും. വലത്തെ കണ്ണിൽ ഒരു ഭൂതക്കണ്ണാടി ഫിറ്റു ചെയ്ത് ഒറ്റയിരിപ്പാണ് - പതിനൊന്നു മണിക്ക് ഗോവിന്ദൻനായരുടെ ഹോട്ടലിൽനിന്നും ചായയും രണ്ട് ഉഴുന്നുവടയും വരുന്ന വരെ. ചായയും ഉഴുന്നുവടയും കഴിച്ചു കഴിഞ്ഞാൽ കടയിൽ ഇരിക്കുന്നവരോട് സ്വല്പം കുശലാന്വേഷണം, അന്നത്തെ 'എക്സ്പ്രസ്' പത്രത്തിൽ വന്നിട്ടുള്ള വാർത്തകളെപ്പറ്റിയുള്ള ചില പരാമർശങ്ങൾ. തീർന്നു. അതുകഴിഞ്ഞാൽ ഒന്നര മണിവരെ വീണ്ടും ഭൂതക്കണ്ണാടി ഫിറ്റു ചെയ്ത് ഇരിക്കും. ഒന്നര മണിക്ക് കട പൂട്ടി, സൈക്കിളിൽ വീട്ടിലേക്കു പോയി ഊണും കഴിഞ്ഞ് കുറച്ചു വിശ്രമം. വീണ്ടും മൂന്നു മണിക്ക് കട തുറന്ന് ഭൂതക്കണ്ണാടി വച്ച് റിപ്പയർ പണി, നാലരയ്ക്ക് വൈകുന്നേരത്തെ ചായയും പരിപ്പുവടയും വരുന്ന വരെ. അഞ്ചു മണി മുതൽ ഏഴുമണിവരെ വീണ്ടും റിപ്പയർ ജോലി. ഏഴുമണിക്ക് ജോലിയെല്ലാം നിറുത്തി വച്ച്, അടുത്തുള്ള കടക്കാരോടും ചില കസ്റ്റമർമാരോടും ചങ്ങാതികളോടും ഇത്തിരി സൊള്ളൽ. ഏഴര മണിക്ക് അടുത്തുള്ള അന്തപ്പന്റെ ചാരായ കടയിൽനിന്നും പതിവുള്ള ഒന്നര ഡ്രാം 'പട്ട' (ചാരായം), സോഡാ ചേർത്ത് ഒറ്റ പിടി. (മെട്രിക്ക് സിസ്റ്റത്തിലെ 'മില്ലി' അന്ന് നിലവിൽ വന്നിട്ടില്ല,

അതുകൊണ്ട് ഡ്രാം ആയിരുന്നു ദ്രാവകങ്ങളുടെ അളവ്). അതുംകൂടി കഴിഞ്ഞാൽ കട പൂട്ടി വീട്ടിലേക്ക് ഒറ്റ പോക്ക്.

കുട്ടിക്കാലത്ത് അങ്ങാടിയിലേക്കു പോകുമ്പോഴെല്ലാം ജോസേട്ടന്റെ 'വെസ്റ്റ് ഏന്റ്' വാച്ച് കമ്പനിയിലേക്കു നോക്കാറുണ്ടായിരുന്നു. കാരണം ഉണ്ട്. ജോസേട്ടന് വിദേശീയ മാസികകളിലെ വാച്ചുകളുടെ പരസ്യങ്ങൾ ബഹുകമ്പമായിരുന്നു. അവയുടെ ഒരു വലിയ കളക്ഷനും സൂക്ഷിച്ചിരുന്നു ജോസേട്ടൻ. ജോസേട്ടന്റെ ഈ ലൈബ്രറിക്കു ധാരാളമായി, കയ്യിൽ കിട്ടുന്ന മാസികകളുടെ പരസ്യങ്ങളും ചിത്രങ്ങളും മറ്റും കൊടുക്കുമായിരുന്നു കുട്ടികളായിരുന്ന ഞങ്ങൾ.

ബസ്സ്റ്റാന്റിൽ ബസ് ഇറങ്ങി വരുന്ന എല്ലാ കുടയൂർക്കാരെയും തിരിച്ചറിയാനുള്ള ഒരു പ്രത്യേക കഴിവുണ്ട് ജോസേട്ടന്. ഞങ്ങളുടെ കുടുംബത്തിലെ ഒരുപാട് ആൾക്കാർ അന്യദേശങ്ങളിൽ ഉണ്ടെന്നും അവർ ഇടയ്ക്കും തലക്കും കുടുംബത്തിൽ വന്നുപോകാറുണ്ടെന്നും ജോസേട്ടനും അറിയാം. അതുകൊണ്ട്, അവർ ആരെങ്കിലും ബോംബെയിൽ നിന്നോ മദ്രാസിൽ നിന്നോ ഡൽഹിയിൽനിന്നോ കൽക്കത്തയിൽനിന്നോ ബസ്സിറങ്ങി വരുമ്പോൾ, ജോസേട്ടൻ തന്റെ 'ഭൂതക്കണ്ണാടി' മാറ്റി വച്ച്, ഗ്ലാസ്സ് കൊണ്ടുണ്ടാക്കിയ തന്റെ വർക്കിംഗ് ബോക്സിൽ നിന്നും തല പൊക്കി നോക്കും. എന്നിട്ട് ചിരിച്ചുകൊണ്ട്, ചോദിക്കും: "ബോംബെയിൽ തന്നെയല്ലേ സാമി? എത്ര ദിവസത്തെ ലീവുണ്ട്? എല്ലാർക്കും സുഖം തന്നെയല്ലേ? ജോസിനെ മറക്കല്ലേ ട്ടോ...മ്മക്കൊന്നു 'ഡിട്ടെയിൽട്' ആയിട്ട് കാണണം ട്ടോ!!"

ഇതു മാതിരി വന്നിറങ്ങുന്നവരിൽ ചിലരൊക്കെ ജോസിന്റെ കൂടെ കുടയൂർ വലിയങ്ങാടി സ്കൂളിൽ പഠിച്ചവർ ആയിരിക്കും. കാരണം, ജോസ് ഓരോ ക്ലാസ്സിലും രണ്ടും മൂന്നും ഒക്കെ കൊല്ലങ്ങൾ പഠിച്ചിരുന്നുവത്രേ. "മ്മടെ എഡ്യൂക്കേഷൻ മ്മിണി സ്ട്രോങ്ങാ ട്ടോ" ജോസേട്ടൻ ചിരിച്ചുകൊണ്ട് ചിലപ്പോൾ പറയും.

അച്ഛന്റെയും അമ്മയുടെയും കുടുംബത്തിലെ പലരും അയാളുടെ 'ക്ലാസ് മീറ്റുകൾ' ആയിരുന്നു. ".......മാണിക്കൻ സാമി അഞ്ചില് കൂടെ പഠിച്ചതാ... ബാലൻ സാമി ആറില്.... സംഗം സാമീടെ കൂടെ രണ്ടു കൊല്ലം പഠിച്ചു.... ചന്ദ്രു സാമീം ഞാനും വളരെ ക്ലോസാ, എട്ടില് ഒരു കൊല്ലം ഒരുമിച്ചായിരുന്നു...." എന്നിങ്ങനെ പോകുന്നു ജോസേട്ടന്റെ 'ബയോഡാറ്റ.'

വാച്ച് കടയിൽ എത്രയോ പേർ വരും ഒരു ദിവസം. ജോസേട്ടന് അവരെ എല്ലാം ഓർമ്മ വെയ്ക്കാൻ പറ്റി എന്നു വരില്ല. പക്ഷേ, സപ്ലൈ ആപ്പീസിലെ വെങ്കിടി സാമിയെ ജോസേട്ടൻ ഒരിക്കലും മറക്കില്ല. കാരണം, ദിവസവും ഒരു പ്രാവശ്യമെങ്കിലും വരും സാമി കടയിൽ - ആപ്പീസിൽ പോകുമ്പോഴോ, വരുമ്പോഴോ. പത്തൊമ്പതാം നൂറ്റാണ്ടിന്റെ അവസാന ഘട്ടത്തിൽ ഏതോ ഒരു ബ്രിട്ടീഷു കമ്പനി ഉണ്ടാക്കിയ ദീർഘ ചതുരാകൃതിയിലുള്ള സാമിയുടെ വാച്ചാണ് കാരണം.

“അന്ത ഘടികാരം ചിലപ്പോ ഒരുപാട് സ്പീഡിൽ ഓടും. ചിലപ്പോൾ പതുക്കെയായിരിക്കും ഓട്ടം. ചിലപ്പോ ഓടുകയേ ഇല്ല. മറ്റു ചിലപ്പോൾ രണ്ടു സൂചികളും പരസ്പരം കെട്ടിപ്പിടിച്ചുകൊണ്ടു നടക്കും” എന്നാണ് ജോസേട്ടൻ പറയാറ്. മെഷീന്റെ പാർട്ടുകൾ പൊട്ടിപ്പോവുക, ചീത്ത ആവുക, ഗ്ലാസ് പൊട്ടുക, ബോഡികെയ്സ് പൊട്ടി പോവുക തുടങ്ങി വേറെയും പ്രശ്നങ്ങളും ഇടയ്ക്കിടെ ഉണ്ടായിക്കൊണ്ടിരിക്കും.

പ്രശ്നം എന്തായാലും ജോസേട്ടൻ അതു നന്നാക്കി കൊടുക്കും. “എത്ര കാശായി, ജോസേ?” എന്നു സാമി ചോദിക്കും. ജോസേട്ടൻ തുക കൃത്യമായി പറയും. “പിന്നെ തരാട്ടോ!” എന്നു പറഞ്ഞ് സ്വാമി പോവുകയും ചെയ്യും. സാധാരണയായി സ്വാമിയുടെ ‘പിന്നെ’ എപ്പോഴാണ് വരിക എന്നു സാമിക്കും അറിയില്ല. ജോസേട്ടനും അറിയില്ല. എങ്കിലും ജോസേട്ടൻ സാമിയുടെ വാച്ചിന്റെ പ്രശ്നങ്ങൾ തീർത്തുകൊടുക്കും. സാമിയും പതിവുപോലെ, “പിന്നെ തരാട്ടോ, ജോസേ” എന്നു പറഞ്ഞു പോവുകയും ചെയ്യും. സാമി റിട്ടയർ ചെയ്തു, വയസ്സായി സുഖക്കേട് പിടിച്ചു മരിക്കുന്നവരെയും അങ്ങോരുടെ “പിന്നെ തരാട്ടോ” തുടർന്നുകൊണ്ടിരുന്നു.

ഒരു ദിവസം ക്ഷമകെട്ട് ജോസേട്ടന്റെ ശിങ്കിടി പറഞ്ഞുവത്രേ: “ഇങ്ങനെ പോയാ കച്ചോടം കണകുണ ആവൂട്ടോ, ജോസേട്ടാ. ഉറുപ്പ്യ നാനൂറിന്റെ മോൾലാ പോയേക്കണേ.” അപ്പോഴെല്ലാം വളരെ ശാന്തനായി ജോസേട്ടൻ പറയും: “സാരല്ല്യാഡാ റപ്പായി. ഒടെംബ്രാൻ മ്മക്ക് ഇമ്മിണി തരിണ്ടല്ലോ... അതീന്നു കൊറച്ചു സാമിക്ക് കോടത്തോണ്ട് മ്മക്ക് വല്യ നഷ്ടൂന്നില്ലല്ലോ... ഒന്നൂല്ലെങ്കിലും മ്മടെ കുടയൂർക്കാർക്ക് മ്മൾ അല്ലാണ്ടെ ആരാ ഡാ ഇള്ളേ.” ■

പണ്ഡിറ്റ് മാഷ്

"മൽ പ്രാണാനിലനിന്നു നിൻ കാറ്റിൽ ഉൾ ചേർന്നല്ലോ,
ക്ഷിപ്രം എൻ ജഡം തവ നീരിലും ലയിക്കട്ടെ...."

പണ്ഡിറ്റ് മാഷാണ് ആസ്ഥാന കവി, വള്ളത്തോളിന്റെ "കേക" വൃത്തത്തിലുള്ള കവിതയും. പിന്നെ പറയണോ പൂരം?

ഫിഫ്ത്ത് ഫോറം ബീയിൽ സംസ്കൃതം സെക്കന്റ് ലാംഗ്വേജ് ആയിട്ടുള്ള കുട്ടികൾക്ക് 'കംപൽസറി മലയാളം' ക്ലാസ് എടുക്കുകയാണ് പണ്ഡിറ്റ് മേനോൻ മാഷ്. ഒരു സൂചി വീണാൽ കേൾക്കാം. അത്രയ്ക്കു നിശ്ശബ്ദമാണ് ക്ലാസ്സ്. കുട്ടികൾ മാഷുടെ കവിതയിൽ അലിഞ്ഞു ചേർന്നു പോയതുകൊണ്ടല്ലാ... ഭയം... മാഷോടുള്ള ഭയം ഒന്നു മാത്രമാണ് കാരണം.

കംപൽസറി മലയാളക്കാർക്കു സാധാരണയായി മാഷ് ക്ലാസ്സ് എടുക്കില്ല. തുളസി ടീച്ചറാണ് അതു ചെയ്യാറ്. കുട്ടികൾ ഇല്ലാത്ത തുളസി ടീച്ചർക്ക് കുട്ടികളോടു വളരെ വാത്സല്യം ആണ്. കുട്ടികൾക്കും ഇത് അറിയാം. അതുകൊണ്ട് അല്പസ്വല്പം സ്വാതന്ത്ര്യമൊക്കെ എടുക്കും തലതെറിച്ച ഒമ്പത്-ബീയിലെ പിള്ളേര്. ടീച്ചറും ഈ കുട്ടിക്കുറുമ്പുകൾ കുറെയൊക്കെ ആസ്വദിക്കാറുണ്ട്.

പക്ഷേ, വളരെ സീനിയറും ഭാഷാപണ്ഡിതനും കവിയും എഴുത്തുകാരനും മറ്റുമായ മേനോൻമാഷ് അങ്ങനെയല്ല. ശ്രദ്ധിച്ചു പഠിച്ചില്ലെങ്കിൽ ആരായാലും ചുട്ട അടി കൊടുക്കും; പിന്നെ ഒരു താക്കീതും: "കളിയും ചിരിയും ഇവിടെ വേണ്ടാ ട്ടോ!"

മാഷേക്കുറിച്ചു സ്വല്പം പറഞ്ഞില്ലെങ്കിൽ കുടയൂരിനെ അപമാനിക്കുന്ന പോലെയാകും. കാരണം, കുടയൂരിന്റെ "ലിറ്ററി അംബാസ്സഡർ' ആയിരുന്നു മാഷ്. അന്നത്തെ കൊലകൊമ്പൻ മലയാള സാഹിത്യക്കാർ – വള്ളത്തോൾ നാരായണമേനോനോ, വൈലോപ്പിള്ളിയോ ശങ്കരക്കുറുപ്പോ ഗുപ്തൻനായരോ മുണ്ടശ്ശേരി മാഷോ ആര് വേണമെങ്കിലും ആയിക്കോട്ടെ – എല്ലാവർക്കും മാഷേ ഇഷ്ടമായിരുന്നു. മാഷ് എപ്പോ വിളിച്ചാലും വരാതിരിക്കില്ല. ഒരുപാട് സാഹിത്യം എഴുതുകയും വായിക്കുകയും പ്രസംഗിക്കുകയും പഠിപ്പിക്കുകയും ചെയ്തിരുന്ന ഒരു മഹാ വിദ്വാൻ.

തനി ഗാന്ധിയൻ ആണ്. വെളുത്ത മുണ്ടും മുട്ടിൽ അധികം കയ്യുള്ള വെളുത്ത ഷർട്ടും (മാഷ് ഇതിനെ കുപ്പായം എന്നാണു പറയാറ്). വെളുത്ത രണ്ടാം മുണ്ടും ആണ് മാഷുടെ സ്ഥിരം വേഷം. വെയിലിലും മഴയിലും മഞ്ഞിലും - ഇതൊന്നും ഇല്ലെങ്കിലും - മാഷ് തന്റെ 'കുളമ്പ് കുട' തുറന്നു പിടിച്ചേ നടക്കൂ. കാലിൽ മഹാത്മജിയുടേതു പോലെയുള്ള ഒരു ജോഡി ചെരിപ്പും നിർബന്ധമായിരുന്നു. ഷർട്ടിലെ വലിയ കീശയിൽ കവിതകൾ കുറിച്ച കടലാസ്സു തുണ്ടുകൾ, കുറ്റിപെൻസിലുകൾ, ചോക്ക് കഷണങ്ങൾ, ഇതിനെല്ലാം പുറമേ ഒമ്പത്-പത്തിഞ്ചു നീളമുള്ള ഒരു മണിച്ചൂരലും എപ്പോഴും ഉണ്ടാകും. നെഹ്രുവിന്റെ പോലെയുള്ള കഷണ്ടിയുള്ള തലയും സദാസമയം മൂക്കിന്മേൽ പതിഞ്ഞിരിക്കുന്ന ഒരു ഗാന്ധി ടൈപ്പ് കണ്ണടയും കൂടിയായാൽ പണ്ഡിറ്റ് മേനോൻ മാഷായി. നടക്കുമ്പോഴും കവിതകൾ ഉരുവിട്ട് നടക്കുന്ന പ്രകൃതമാണ് മാഷ്ക്ക്.

കൊച്ചി രാജ്യത്ത് ഒന്നു മുതൽ ഇംഗ്ലീഷ് പഠിച്ചിരുന്ന ഞങ്ങൾക്ക്, സംസ്കൃതം സെക്കന്റ് ലാംഗ്വേജ് ആയി വന്നു ഫസ്റ്റ് ഫോറത്തിൽ. തിരു-കൊച്ചി സംസ്ഥാനത്ത് പെട്ടെന്ന് എല്ലാ ക്ലാസ്സുകളിലും മലയാളം കയറി വന്നു. മലയാളം പഠിക്കാത്തതിന്റെ ഒരു ശിക്ഷ എന്നോണം 'കംപൽസറി മലയാളം' എന്ന വിഷയവും പുതിയ സർക്കാർ ഉണ്ടാക്കി. ഗദ്യം പഠിക്കാൻ ഒരു നോവലും പദ്യങ്ങൾക്ക് 'കേരള പദ്യ പാഠാവലി' എന്ന കവിതാസമാഹാരവുമാണ് പഠിക്കേണ്ടത്. ഈ പദ്യ പാഠാവലി നിറയെ അന്നത്തെ പ്രമുഖരായ കവികളുടെ കവിതകളും. അതിൽ ആദ്യ ത്തേതായിരുന്നു വള്ളത്തോളിന്റെ 'കേക'യിൽ ഉള്ള 'പരീക്ഷയിൽ ജയിച്ചു'. (ഇത് മേനോൻ മാഷുടെ ഒരു ഫേവറൈറ്റ് ആയിരുന്നോ എന്ന് ഒരു സംശയം ഉണ്ട്!)

ഇതാണ് ഏഴു ദിവസവും അടിച്ചു തകർത്തുകൊണ്ടിരുന്നത്. വള്ളത്തോളിനെ കുറിച്ചും വള്ളത്തോൾ കവിതകളെക്കുറിച്ചും ശബ്ദ സുന്ദരനായ വള്ളത്തോളിന്റെ കവിതാശൈലിയെക്കുറിച്ചും മറ്റും പറഞ്ഞു. മൂന്നു ദിവസങ്ങൾ അങ്ങനെ കഴിഞ്ഞു. നാലും അഞ്ചും ദിവസങ്ങൾ 'കേക' എന്ന വൃത്തത്തെക്കുറിച്ചുള്ള പ്രസംഗങ്ങളുമായി തീർന്നുപോയി. ആറാം ദിവസം കവിതയുടെ ഇതിവൃത്തം ആയ മുക്കുവന്മാരുടെ ജീവിതവും വിവരിച്ചു മാഷ്.

എല്ലാം കഴിഞ്ഞ്, അവസാന ദിവസം ചോദിച്ചു: "വല്ലതും മനസ്സി ലായോ, കുട്ടികളെ?" കൽപ്രതിമകൾ കണക്കെ ഇരുന്നു ക്ലാസ്സിലെ മുപ്പത്തി രണ്ടു പിള്ളേരും. "കഷ്ടായില്ലോ!! കവിതയുടെ വൃത്തമെങ്കിലും അറി യാമോ?"

വിദ്യാർത്ഥികൾ 'ഖം' എന്ന് കനത്തിൽ ഇരുന്നു, ഒരു വികാരവു മില്ലാതെ. എനിക്ക് കഷ്ടം തോന്നി.

മാഷോട് കഷ്ടം തോന്നിയ ഒരു ദുർബല നിമിഷത്തിൽ ഞാൻ അറി യാതെ പറഞ്ഞു പോയി "കേക!!"

കുറച്ചുനേരം എന്നെത്തന്നെ നോക്കിയിരുന്ന മാഷ് ചോദിച്ചു: "എവിട ത്തെയാ, കുട്ടി?"

ഞാൻ കുടുംബപേരും മുത്തച്ഛന്റെ പേരും മറ്റും പറഞ്ഞു. "കെ.ജീ മാഷടെ ആരാ?" ഞാൻ പറഞ്ഞു കൊടുത്തു. "ഓഹോ, കൽക്കട്ടക്കാരന്റെ കുട്ടി അല്ലെ?" പിന്നെ മാഷൊന്നും ചോദിച്ചില്ല; ഞാനൊട്ടും പറഞ്ഞുമില്ല.

അന്ന് വൈകുന്നേരം അച്ഛന്റെ ഇളയച്ഛനും സ്കൂളിന്റെ ഫസ്റ്റ് അസി സ്റ്റന്റുമായിരുന്ന കെ.ജി. മാഷ് വിളിപ്പിച്ചു പറഞ്ഞു: "ഡാ, പണ്ഡിറ്റ് മാഷ് നിന്നെക്കുറിച്ച് വളരെ പുകഴ്ത്തി പറഞ്ഞല്ലോ, എന്താ സംഗതി?"

"ഒന്നൂല്ല്യ, മുത്തച്ഛാ, മൂന്നാല് ദിവസായി മാഷ് കേക, കേക എന്ന് ക്ലാസ്സിൽ നൂറു നൂറ്റമ്പതു പ്രാവശ്യം വിളിച്ചു പറഞ്ഞു, എന്നിട്ടും മാഷ് അതു മറന്നു. പിന്നെ കുട്ടികളോട് എല്ലാവരോടും ചോദിച്ചു. അവരും മറന്നു. അപ്പൊ ഞാൻ ആ വാക്ക് മാഷേ ഓർമ്മിപ്പിച്ചതാ."

പൊട്ടിച്ചിരിച്ചുകൊണ്ട് മുത്തച്ഛൻ പറഞ്ഞു: "എടാ മണ്ടൂസേ, മാഷ് വൃത്തത്തിന്റെ പേര് നിങ്ങള്ക്ക് മനസ്സിലായോ എന്നറിയാൻ ചോദിച്ച തല്ലേ?... അങ്ങോരു പിന്നെയും നിന്നോട് ആ വൃത്തത്തിനെക്കുറിച്ച് വല്ലതും ചോദിച്ചാൽ നീയ്യ് വിഡ്ഢിത്തങ്ങള് എഴുന്നെള്ളിക്കയും ചെയ്യും, മാഷ് ചൂരൽ കൊണ്ട് നിന്റെ തുട അടിച്ചു പൊളിക്കുകയും ചെയ്യും."

പിന്നെ സീരിയസ്സായി ഒരു താക്കീതും: "ദേ, പറഞ്ഞില്ലാ എന്ന് വേണ്ടാട്ടോ. ക്ലാസ്സിൽ വാലും ചുരുട്ടി മിണ്ടാണ്ട് ഇരുന്നോ, അല്ലെങ്കിൽ ചുട്ട പെട കിട്ടീന്നു വരും."

പിന്നീട് കവിതകളുടെ വൃത്തങ്ങളെക്കുറിച്ച് ക....മ.... എന്ന് ഒരക്ഷരം മിണ്ടീട്ടില്ല. ഇപ്പോഴും മിണ്ടാറില്ല!! ■

ടെന്നീസ്

സിംഗപ്പൂരിൽ ഒരു ടെന്നീസ് ടൂർണമെന്റു കാണാൻ ചെന്നപ്പോളാണ്, ആറേകാൽ അടി ഉയരവും സ്റ്റാലിൻ മീശയും വെളുത്തു തിളങ്ങുന്ന പല്ലുകളുമുള്ള ഒരു ഉഗ്രൻ കളിക്കാരനെ കാണുന്നത്. അയാളുടെ വളരെ ആകർഷകമായ കളിയും പവർഫുൾ സർവ്വീസുകളും ഫുട്‌വർക്കും മറ്റും കാണാൻ നല്ല രസമായിരുന്നു. ഒരു പ്രത്യേക സ്റ്റൈലിൽ ഉള്ള അയാളുടെ 'പവർ ടെന്നീസ്' - എന്തുകൊണ്ടോ - കുടയൂരിലെ പ്രസിദ്ധനായ പഴയ കാലത്തെ ടെന്നീസുകളിക്കാരൻ മത്തായി വക്കീലിനെയാണ് ഓർമ്മിപ്പിച്ചത്. മത്തായി വക്കീലും ഇങ്ങനെതന്നെയായിരുന്നു.

ആറിൽ ചില്വാനം അടി പൊക്കം, ഒത്ത വണ്ണം, ഒരു വലിയ കപ്പടാമീശ, മീശയ്ക്കു താഴെ തിളങ്ങുന്ന ചന്തമുള്ള വെളുത്ത പല്ലുകൾ, ശബ്ദം അമർത്തിപ്പിടിച്ചൊരു സംസാരരീതി, സ്വല്പം പുഞ്ചിയുള്ള മുഖം ഇവയെല്ലാം ചേർന്നാൽ മത്തായിവക്കീൽ ആയി. ഞങ്ങൾ സ്കൂളിൽ പഠിക്കുമ്പോൾ, എറണാകുളത്ത് ലോട്ടസ്സു ക്ലബ്ബിൽ വന്ന അന്നത്തെ വിംബിൾഡൻ കളിക്കാരൻ ആർ. കൃഷ്ണൻ കൂടെ കളിക്കാൻ ആവശ്യപ്പെട്ടത് മത്തായി വക്കീലിനെ ആണത്രെ. ഇക്കൂട്ടത്തിൽ, കുടയൂരിലെ വലിയങ്ങാടിയിലെ ഹൈസ്കൂളിൽ അതിപുരാതന കാലം മുതൽക്കുതന്നെ ഉണ്ടായിരുന്ന സുന്ദരമായ ടെന്നീസ് കോർട്ടും അക്കാലത്തെ പ്രമുഖർ ആയിരുന്ന ടെന്നീസ് കളിക്കാരെയും മറ്റും ഓർമ്മ വന്നു.

പണ്ട് കൊച്ചി തമ്പുരാന്റെ കാലത്ത്, അദ്ദേഹത്തിന്റെ അനുമതിയോടെ തുടങ്ങിയതാണത്രെ ഹൈസ്കൂളിലെ ടെന്നീസ് കോർട്ട്. അത് എപ്പോ തുടങ്ങി എന്നൊന്നും ഇപ്പോൾ ആർക്കും അറിയില്ല. എങ്കിലും, ഞങ്ങളുടെ എല്ലാ ബാല്യകാലവുമായി ഒരുപാട് ബന്ധപ്പെട്ടതായിരുന്നു ഈ ടെന്നീസ് കോർട്ടും അന്നത്തെ കളിക്കാരും.

കുറെ കൊല്ലങ്ങൾക്കുമുമ്പ് കുടയൂരിൽ ചെന്നപ്പോൾ പഴയ ഒരു ക്രിസ്ത്യൻ കുടുംബത്തിലെ ഇപ്പോഴത്തെ കാരണവരും, മികച്ച കച്ചവടക്കാരനും മുനിസിപ്പൽ ചെയർമാനും മറ്റും ആയിരുന്ന പോളിയേട്ടനുമായി കുറെനേരം സംസാരിച്ചിരിക്കാൻ അവസരം ഉണ്ടായി. കുടയൂരിലെ പഴയ ഒരു കുടുംബത്തിലെ എത്രയോ വയസ്സ് ഇളപ്പമുള്ള ഒരു അംഗത്തെ കണ്ടപ്പോൾ പോളിയേട്ടന് സന്തോഷമായി. (അക്കാലത്ത് വക്കീൽ ആയിരുന്ന

ഒരു ഇളയച്ഛന്റെ സുഹൃത്തും സമപ്രായക്കാരനും കൂടി ആയിരുന്നു പോളി യേട്ടൻ).

ഞങ്ങളുടെ സംസാരം മിക്കവാറും കുടയൂരിലെ പഴയ കാലത്തെയും അന്നത്തെ ആൾക്കാരെയും കുറിച്ചായിരുന്നു. കൂട്ടത്തിൽ പോളിയേട്ടൻ ചോദിച്ചു: "സാമിക്ക് ഓർമ്മേണ്ടോ, മ്മടെ സ്കൂളിലെ പഴയ ടെന്നീസു കോർട്ട്? അത് എന്റെ അപ്പൻ ചാക്കോ ചേട്ടന്റെ ഉത്സാഹം കൊണ്ടാ ഉണ്ടായത്. അതിലെ ആദ്യകാലത്തെ കളിക്കാരനും എന്റെ അപ്പൻ ആർന്നു. അതിൽ അന്നത്തെ കാലത്തെ ഇമ്മിണി വക്കീൽമാരും പഴയ കുടുംബങ്ങളിലെ സാമിമാരും നായമ്മാരും നസ്രാണികളും ഒക്കെ ഇണ്ടാ യിരുന്നു."

ഹിറ്റ്ലർ മീശയും കഷണ്ടി തലയും ഉള്ള ചാക്കോചേട്ടനെ ഞങ്ങൾക്കെല്ലാം അറിയാമായിരുന്നു. കുടയൂരിലെ പഴയകാലത്തെ ഒരു തറവാടി കൃഷിക്കാരനും കച്ചവടക്കാരനും മറ്റുമായിരുന്നു അദ്ദേഹം. രണ്ടാം ലോകമഹായുദ്ധക്കാലത്ത് പട്ടാളത്തിൽ ചേർന്നു. എവിടെയെല്ലാമോ സേവനം അനുഷ്ഠിച്ച്, യുദ്ധം കഴിഞ്ഞശേഷം റിട്ടയർ ചെയ്തു നാട്ടിൽ വന്നു താമസിക്കുമ്പോളാണ് ചാക്കോ ചേട്ടൻ പഴയ അരി കച്ചവടം തുടർന്നതും ഒരു ടൂറിംഗ് സിനിമയും മറ്റും തുടങ്ങിയതും. (സ്കൂളിൽ പഠി ക്കുമ്പോൾ എന്റെ ഒരു സമപ്രായക്കാരനായ ഒരു 'കസിൻ' സിഗരറ്റു വലി ക്കുന്നത് കണ്ടപ്പോൾ അവന്റെ ചെവിക്കു പിടിച്ചു, സിഗരറ്റു സഹിതം ഞങ്ങളുടെ കാരണവരുടെ മുമ്പിൽ ഹാജർ ആക്കുകയുണ്ടായി ഈ കണിശക്കാരൻ ചാക്കോ ചേട്ടൻ; അതുകൊണ്ട് ആളെ സ്വല്പം പേടിയും ആയിരുന്നു ഞങ്ങൾക്ക്!) ഏതാണ്ട് ഈ സമയത്താണത്രേ ഹൈസ്കൂ ളിലെ ടെന്നീസ് കോർട്ട് ആരംഭിച്ചത്!

പണ്ട് കുടയൂരിൽ പല നല്ല ടെന്നീസ് കളിക്കാർ ഉണ്ടായിരുന്നു എന്നു കേട്ടിട്ടുണ്ട്. പഴയകാലത്തെ വക്കീൽമാർ ആയിരുന്ന ചില പ്രസിദ്ധ നായർകുടുംബങ്ങളിലെയും ക്രിസ്തീയൻ കുടുംബങ്ങളിലെയും ബ്രാഹ്മണ കുടുംബങ്ങളിലെയും അംഗങ്ങൾ, ചില പ്രസിദ്ധരായ മാഷ ന്മാർ, അങ്ങനെ പോകുന്നു അവരുടെ ലിസ്റ്റ്.

അതുകൂടാതെ, ബോംബെ, കൽക്കട്ട, മദ്രാസ് തുടങ്ങിയ സ്ഥലങ്ങളിൽ ജോലി എടുത്തിരുന്ന കുടയൂർക്കാർ ലീവിൽ വരുമ്പോൾ അവരും താത്പര്യത്തോടെ ടെന്നീസ് കളിക്കാൻ ഇവിടെയാണത്രെ വന്നിരുന്നത്. ഇക്കൂട്ടത്തിൽപ്പെട്ട ഒരാളായിരുന്നു പഴയ സൗത്ത് കൽക്കട്ട ടെന്നീസ് ക്ലബിലെ അംഗം ആയിരുന്ന എന്റെ അച്ഛനും.

ഏറക്കുറെ ഈ കാലഘട്ടത്തിലാണ് മത്തായി വക്കീൽ നിയമത്തിൽ ബിരുദം എടുത്ത്, കുടയൂർ കോടതിയിലെ ബാറിൽ സന്നദ് എടുക്കുന്നത്. തുടക്കത്തിൽ തന്നെ നല്ല കളിക്കാരൻ ആയിരുന്നുവത്രേ മത്തായി വക്കീൽ. അന്നത്തെ നല്ല കളിക്കാരായിരുന്ന, വാറുണ്ണി ഏട്ടൻ, പരമേശ്വ രൻ മേനോൻ, ബോംബെ രാമസ്വാമി അയ്യർ, കൃഷ്ണ അയ്യർ, (ലീവിൽ

വരുമ്പോൾ മാത്രം) എന്റെ അച്ഛൻ, പ്രൊഫസ്സർ ജോസഫ് തുടങ്ങിയ നല്ല കളിക്കാരുടെ നിരയിൽ വളരെ ചെറുപ്പത്തിൽ തന്നെ മത്തായി വക്കീൽ സ്ഥാനം പിടിച്ചിരുന്നു. പക്ഷേ, മറ്റുള്ളവരെപ്പോലെ ടെന്നീസ് കളി ഒരു വെറും നേരംപോക്കായി മാത്രം കണ്ടില്ല ആ ചെറുപ്പക്കാരൻ. സംഗീതജ്ഞന്മാർ സാധകം ചെയ്യുംപോലെ മത്തായി വക്കീൽ, സമയം ഉള്ളപ്പോൾ എല്ലാം ടെന്നീസ് കോർട്ടിൽ പ്രാക്ടീസ് ചെയ്യുമായിരുന്നു. അത് അദ്ദേഹത്തിന്റെ കളിയിൽ ഉള്ള വൈദഗ്ദ്ധ്യത്തെ വളരെ ഉയർന്ന ഒരു നിലവാരത്തിൽ എത്തിച്ചു എന്ന് പറയുന്നു.

കുറച്ചു കാലത്തിനുശേഷം, എന്റെ ഒരു ചെറിയച്ഛനും നിയമബിരുദം എടുത്ത് കുടയൂർ കോടതിയിൽ വക്കീലായി ചേർന്നു. അദ്ദേഹവും ഒരു ടെന്നീസ് കളിക്കാരൻ ആയിരുന്നു. ഈ ചെറിയച്ഛൻ ആയിരുന്നു എനിക്ക് ടെന്നീസ് ക്ലബ്ബിൽ മെമ്പർ ആകാനും കുടയൂർ ടെന്നീസ് ക്ലബ്ബിലെ മറ്റ് അംഗങ്ങളിൽനിന്നും കളി പഠിക്കാനും സൗകര്യം ഉണ്ടാക്കി തന്നതും.

ആദ്യത്തിലെല്ലാം കളിക്കാൻ ആൾ ഇല്ലാത്തപ്പോൾ, ഒരു നല്ല കളിക്കാരന്റെ പാർട്ണർ ആയി നിർത്തും. ഈ കളിക്കാർ എന്നെപ്പോലെ ഉള്ള പയ്യന്മാരെ നെറ്റിൽ കയറി നിന്ന് കവർ ചെയ്യാൻ പറഞ്ഞു, അവർ ബെയിസ്സു ലെയിൻ ഏറിയ കവർ ചെയ്തു കളിക്കും. ചിലപ്പോൾ നേരത്തെ വരുന്ന മത്തായി വക്കീലും അന്ന് ഏതാണ്ട് എഴുപതു വയസ്സുണ്ടായിരുന്ന വാറുണ്ണി ചേട്ടനും ഞങ്ങളോട് അവർക്ക് എതിരായി കളിക്കാൻ പറഞ്ഞു, ഞങ്ങൾക്കുവേണ്ടി അധികം ബുദ്ധിമുട്ടില്ലാത്ത വിധം കളിക്കുകയും ചെയ്യുമായിരുന്നു. അങ്ങനെ ഒന്നുരണ്ടു കൊല്ലത്തിനകത്ത്, ഞാനും എന്റെ പ്രായത്തിലുള്ള കളിക്കാരും അത്യാവശ്യം ഭേദപ്പെട്ട വിധം കളിച്ചു തുടങ്ങി. പിന്നീട് കുറേക്കാലശേഷം ഈ ടെന്നീസു കോർട്ട് സ്കൂളിൽ നടത്താനുള്ള അനുവാദം സർക്കാർ കൊടുത്തില്ല.

അതുകൊണ്ട്, കുറെ കാലം, കുടയൂർ സ്റ്റേഡിയത്തിന്റെ ഒരു ഭാഗത്തു തുടർന്നിരുന്ന ടെന്നീസു കോർട്ട്, കുടയൂരിലെ കോടതിയുടെ കോമ്പൗണ്ടിലേക്കു മാറി. പിന്നീട് എന്തു സംഭവിച്ചു എന്നറിഞ്ഞൂടാ. ഞാൻ നാടു വിട്ട് കുറെ കൊല്ലങ്ങൾക്കുശേഷം കുടയൂരിന്ന് ആ ടെന്നീസ് കോർട്ടു നഷ്ടപ്പെട്ടു.

പക്ഷേ, ലോകത്തിന്റെ ഏതു കോണിൽ ഉള്ള ടെന്നീസു കോർട്ടുകളും കളികളും കാണുമ്പോൾ, കുടയൂരിലെ പഴയ ടെന്നീസു കോർട്ടും അതിലെ അന്നത്തെ പ്രശസ്തർ ആയിരുന്ന മത്തായി വക്കീലിനെയും വാറുണ്ണി ഏട്ടനെയും എല്ലാം ഓർമ്മ വരും.

ഏറ്റവുമവസാനം അവിടെ കളിച്ചത് 1965ലോ 1966ലോ ആയിരുന്നു – മത്തായി വക്കീലിന്റെ പാർട്ട്ണർ ആയി, അതും വാറുണ്ണി ഏട്ടന് എതിരായി. അന്ന് എഴുപത്തിയഞ്ചുകാരനായിരുന്ന വാറുണ്ണി ഏട്ടൻ ഇരുപത്തിയഞ്ചുകാരനായിരുന്ന എന്നെ ഒരുപാട് ഓടിപ്പിച്ചു ക്ഷീണിപ്പിച്ചു. ഞാൻ

പന്ത് മിസ്സ് ചെയ്യുമ്പോൾ ഉറക്കെ ചിരിച്ചുകൊണ്ട് വാറുണ്ണി ഏട്ടൻ പറയുമായിരുന്നു: “നിന്റെ വലിയപ്പൻ മണിക്കുട്ടി സാമിനേം അപ്പാപ്പൻ കെ.ജീ. മാഷിനേം നിന്റെ അപ്പൻ കൽക്കട്ടക്കാരൻ സാമിയേയും ഞാൻ തോല്പിച്ചിട്ടുണ്ട്. എന്നിട്ടല്ലേ, ഈർക്കില് പോലത്തെ നീയ്യ്!!

വീഞ്ഞുകൾ പഴകുംതോറും സ്വാദ് കൂടുമത്രേ! അതുപോലെ ആയിരുന്നു ഞങ്ങളുടെ കുടയൂരിലെ പഴയ ടെന്നീസ് കളിക്കാർ!!! ■

ഒരു കുളത്തിന്റെ കഥ

ഏതാണ്ട് മുപ്പതു-മുപ്പത്തിയഞ്ചു കൊല്ലങ്ങൾക്കു മുൻപ് സർക്കാരിന്റെ ഒരു വികസന പ്രോജക്റ്റിൻകീഴിൽ, രാഷ്ട്രത്തിലെ ഗ്രാമ്യപ്രദേശങ്ങളിലെ "കുളങ്ങളെയും തടാകങ്ങളെയും അവയെ ഗ്രാമങ്ങളുടെ സാമ്പത്തിക വികസനത്തിന് ഉപയോഗിക്കുവാനുള്ള സാദ്ധ്യതകളെയും" മറ്റും പറ്റി പഠിക്കുവാൻ ഉണ്ടാക്കിയ ഒരു ശാസ്ത്രീയ കമ്മീഷനിൽ കുറച്ചുകാലം മെമ്പർ ആയിരിക്കാൻ അവസരമുണ്ടായി. അക്കാലത്ത് പല കുളങ്ങളെയും തടാകങ്ങളെയും നേരിട്ട് കണ്ടുപഠിക്കുവാനും മറ്റും സന്ദർഭം ലഭിച്ചു. ഈ ജലാശയങ്ങളെ കാണുമ്പോഴെല്ലാം, എന്തുകൊണ്ടോ, കുടയൂരിലെ ഞങ്ങളുടെ "പുത്തൻ കുളം" ഓർമ്മ വരുമായിരുന്നു.

ബ്രാഹ്മണരും തറവാടി നായന്മാരും മാത്രം താമസിച്ചിരുന്ന അന്നത്തെ തെക്കെകരയിൽ ബ്രാഹ്മണ മഠങ്ങൾക്കിടയിൽ കിടന്നിരുന്ന ഒരു വലിയ ജലാശയമായിരുന്നു പുത്തൻകുളം. ഇത് എപ്പോഴാണ് നിർമ്മിച്ചത് എന്നതിന് രേഖകൾ ഒന്നും ഇല്ല. പക്ഷേ, പതിനെട്ടാം നൂറ്റാണ്ടിൽ, ശക്തൻ തമ്പുരാന്റെ ഭരണകാലത്ത്, ഇവിടേക്കു കച്ചവടത്തിനായി വന്ന ക്രിസ്ത്യാനികളെപോലെ (ഏതാണ്ട് അതേ സമയത്ത്) കുടിയേറി പാർത്ത ഒരു ബ്രാഹ്മണ കുടുംബത്തിന്റെ ഭൂസ്വത്തുകൾക്ക് നടുവിൽ ഉണ്ടായിരുന്ന ഒരു ചെറിയ 'കൊക്കരിണി' മാത്രമായിരുന്നു ഈ കുളം എന്നു കേട്ടിട്ടുണ്ട്. കിഴക്കുപടിഞ്ഞാററായി ചരിഞ്ഞുകിടന്നിരുന്ന കുടയൂർ ഭൂപ്രദേശത്തിലെ കിഴക്കുഭാഗം പറയൻകുന്ന്, ചന്തക്കുന്ന് തുടങ്ങിയ കുന്നിൻപ്രദേശവും പടിഞ്ഞാറോട്ട് കടൽ വരെ വലിയ ഒരു ഇറക്കവും ആയിരുന്നു.

മഴക്കാലത്ത് ഈ കുന്നുകളിൽനിന്ന് മഴവെള്ളം പടിഞ്ഞാട്ട് ഒഴുകി ഈ കൊക്കരിണി നിറയുമായിരുന്നുവത്രെ. കുടയൂരിന്റെ തെക്കു ഭാഗം മുഴുവൻ അടക്കി ഭരിച്ചിരുന്ന ഒരു തമിഴ് ബ്രാഹ്മണ കുടുംബത്തിന്റെ ആദ്യത്തെ കാരണവർ - ആമിക്കുട്ടി സ്വാമി - ആണത്രേ ആദ്യമായി ഈ കൊക്കരിണിക്ക് നീളവും വീതിയും ആഴവും കൂട്ടി, ധാരാളം വെള്ളം ശേഖരിക്കാനായി ഒരു വലിയ കുളം ആക്കിയതും പിന്നീട് കൽപ്പടവുകളും കടവുകളും മതിലും മറ്റും കെട്ടിപ്പടുത്തി ഒരു സമൂഹ തടാകം (വില്ലേജ് പോണ്ട്) ആക്കിത്തീർത്തതും. സ്വാമിയുടെ അനന്തരാവകാശികളും അവരുടെ സന്തതികളും മറ്റും ആണത്രേ ഈ കുളത്തെ കുടയൂർ ബ്രാഹ്മണ

സമൂഹത്തിന് ഇഷ്ടദാനം ചെയ്തുകൊടുത്തത്. കുളം പിന്നെ ബ്രാഹ്മണ സമൂഹത്തിന്റെ സമ്പത്തായി. അവിടെ അക്കാലത്ത് ബ്രാഹ്മണർക്കു മാത്രമേ കുളിക്കാൻ അധികാരം ഉണ്ടായിരുന്നുള്ളൂ. കാലക്രമത്തിൽ തറവാടി നായന്മാരും ഈ കുളം ഉപയോഗിച്ചു തുടങ്ങി. ഞങ്ങളുടെ കുട്ടിക്കാലത്ത് ഒരുമാതിരി എല്ലാ ഹിന്ദുക്കളും ഈ കുളത്തിൽ കുളിച്ചുതുടങ്ങിയിരുന്നു. അങ്ങനെ, കാലക്രമത്തിൽ, പുത്തൻകുളം കുടയൂരിന്റെ തെക്കൻ കരയിലെ പേരുകേട്ട ഒരു കുളവുമായിത്തീർന്നു എന്നാണ് ചരിത്രം.

പുത്തൻകുളത്തിന്റെ, വടക്കേ ഭാഗത്ത്, കടവുകൾക്കും മതിലിനും പുറത്ത് വിശാലമായ ഒരു പറമ്പും ഉണ്ടായിരുന്നു. അതിന്റെ പടിഞ്ഞാറേയറ്റത്ത് ഒരു വലിയ പേരാൽമരവും ആൽത്തറയിൽ, കരിങ്കല്ലിൽ തീർത്ത സാമാന്യം വലിയ ഒരു ഗണപതി വിഗ്രഹവും ഉണ്ടായിരുന്നു. ഈ വിഗ്രഹത്തിന്നടുത്തുതന്നെ രണ്ടു കൽവിളക്കുകളും ഇവയ്ക്കു ചുറ്റും നാഗരാജാവിന്റെയും നാഗദേവതകളുടെയും വിഗ്രഹങ്ങളും സ്ഥാപിച്ചിരുന്നു. അടുത്തു താമസിച്ചിരുന്ന വീടുകളിൽ നിന്നും ഏതെങ്കിലും സ്ത്രീകൾ സന്ധ്യക്കു വന്ന്, കൽവിളക്കുകളിൽ എണ്ണ ഒഴിച്ച് ദീപം കത്തിക്കുന്ന സമ്പ്രദായവും ഉണ്ടായിരുന്നു അന്ന്. ആദ്യകാലങ്ങളിൽ ഇവിടത്തുകാർ, എന്തുകൊണ്ടോ, പുത്തൻകുളത്തെയും അതിന്റെ പരിസരപ്രദേശങ്ങളെയും പേടിച്ചിരുന്നു. ആ സ്ഥലത്തെക്കുറിച്ച് ഒരുപാടു കഥകളും പ്രചരിച്ചിരുന്നു അക്കാലത്ത്.

കുളത്തിൽ അർദ്ധരാത്രി സമയത്ത് ദേവതകളും മരിച്ചുപോയവരുടെ ആത്മാക്കളും കുളിക്കാൻ ഇറങ്ങും എന്നും ചിലപ്പോൾ ചില വെളിച്ചങ്ങൾ കാണുകയും പൊട്ടിച്ചിരികൾ മുഴങ്ങുകയും മറ്റും ഉണ്ടാകുമായിരുന്നു എന്നും കേട്ടിരുന്നു. പഴമക്കാർ ഇടയ്ക്കും തലക്കും കുട്ടികളോടു പറയുന്ന ചില കഥകളാണ് ഇവ. ഞങ്ങളുടെ കുടുംബത്തിൽ ഏതാണ്ട് അമ്പത്-അമ്പത്തിയഞ്ചു കൊല്ലങ്ങളോളം കാലം ജോലി ചെയ്തിരുന്ന 'എച്ചു അമ്മ' ആയിരുന്നു ഈ കഥകളുടെ ഏറ്റവും വലിയ വക്താവ്. എഴുത്തും വായനയും അറിയാമായിരുന്നെങ്കിൽ എച്ചു അമ്മ ഇതിനെക്കുറിച്ച് എത്രയോ 'വാല്യങ്ങൾ' എഴുതി, കൊട്ടാരത്തിൽ ശങ്കുണ്ണിയുടെ റെക്കോഡുകൾ എന്നേ ഭേദിച്ചിരുന്നേനെ!!

ഈ വിശ്വാസങ്ങൾക്കു പുറകിൽ ചില കഥകൾ ഉണ്ട്. ഉദ്ദേശം ഇരുനൂറു കൊല്ലങ്ങളായി ഇവിടുത്തെ ബ്രാഹ്മണ കുടുംബങ്ങളിലെ മരിച്ചുപോയവരുടെ പുല-അടിയന്തിരങ്ങളും മരിച്ചവർക്കുള്ള പതിനാറു ദിവസത്തെ ശേഷക്രിയകളും മറ്റും ഈ കുളത്തിൽ ആയിരുന്നു നടന്നുവന്നിരുന്നത്. ഈ ശേഷക്രിയാകർമങ്ങളുടെ തർപ്പണങ്ങളും അർപ്പണങ്ങളും പ്രസാദങ്ങളും ആയി ടൺകണക്കിൽ ചോറും പിണ്ഡവും പലഹാരങ്ങളും ഗവ്യ വസ്തുക്കളും എള്ളും തേനും ശർക്കരയും നെയ്യും മറ്റും ഈ കുളത്തിൽ നിക്ഷേപിച്ചിരുന്നു. (പക്ഷികൾ, നായ്ക്കൾ തുടങ്ങിയ മൃഗങ്ങൾ ഈ പിതൃഭക്ഷണത്തെ അശുദ്ധമാക്കാതിരിക്കാൻ ആയിരുന്നുവത്രെ ഇങ്ങനെ ചെയ്തിരുന്നത്!)

എന്തായാലും, വർഷക്കണക്കിൽ ഈ കുളത്തിൽ അലിഞ്ഞുചേരുന്ന ഭക്ഷണവസ്തുക്കൾക്ക് കയ്യും കണക്കും ഉണ്ടായിരുന്നില്ല. രാത്രികാലങ്ങളിൽ, മരിച്ചവരുടെ ആത്മാക്കൾ എല്ലാം വന്ന്, കുളത്തിൽ നീരാടി ഭക്ഷണവും കഴിച്ചു പോകുന്നതുകൊണ്ടാണ് രാത്രി - അസമയത്ത് - ഇത്തരം ശബ്ദങ്ങളും മറ്റും ഉണ്ടായിക്കൊണ്ടിരുന്നത് എന്ന് പഴമക്കാർ ബലമായി വിശ്വസിച്ചിരുന്നു. അതുകൊണ്ട്, ഇരുട്ടിയ ശേഷം ആരും കുളത്തിലേക്കുപോകാറില്ലായിരുന്നു.

പക്ഷേ, ഈ വിശ്വാസങ്ങളെയെല്ലാം തകിടം മറിച്ച ഒരു കണ്ടുപിടിത്തം ഉണ്ടായി ഞങ്ങളുടെ കുട്ടിക്കാലത്ത്. ചടച്ചു മെലിഞ്ഞ കൊമ്പൻ മീശക്കാരൻ പാണ്ടി - അംബി പിള്ളൈ - ആയിരുന്നു അതിനു കാരണക്കാരൻ.

കുളങ്ങളിൽ രാത്രികാലങ്ങളിൽ ചെന്ന് ചൂണ്ടയിട്ട് മീൻ പിടിക്കൽ ആയിരുന്നു പാണ്ടിയുടെ തൊഴിൽ. ഒരു ദിവസം സന്ധ്യക്ക് ചൂണ്ടയിട്ട് ഇരയും കാത്തിരുന്ന അംബി പിള്ളൈ സമയം പോയതറിഞ്ഞില്ല. ചൂണ്ടയിൽ മീനൊന്നും കൊത്താത്തതുകൊണ്ട് ക്ഷമയോടെ നിശ്ശബ്ദനായി കുളക്കരയിൽ കുറ്റിക്കാട്ടിൽ പതുങ്ങി ഇരിക്കുകയായിരുന്നു അയാൾ. കുറച്ചു കഴിഞ്ഞപ്പോൾ കത്തുന്ന ഒരു ചെറിയ നൂൽതിരിയും പിടിച്ചുകൊണ്ട് രണ്ടു മൂന്നു പുരുഷന്മാരും ഒരു സ്ത്രീയും അവിടെയെത്തി. അവർ കുളക്കരയിൽ ഇരുന്ന് ഒരു പൊതിക്കെട്ടിൽനിന്നും എന്തോ എടുത്ത് തിന്നുകയും കയ്യിൽ ഉണ്ടായിരുന്ന കുപ്പിയിൽനിന്നും ഇടയ്ക്കിടെ എന്തോ കുടിക്കുന്നതും കണ്ടു അംബി പിള്ളൈ. കുറെ കഴിഞ്ഞ് അതിൽ ഒരാളും കൂട്ടത്തിൽ ഉള്ള സ്ത്രീയും കുളക്കടവിൽ അനാശാസ്യ ബന്ധത്തിൽ ഏർപ്പെട്ടപ്പോൾ മറ്റുള്ളവർ ഉറക്കെ ഭയപ്പെടുത്തുന്ന ശബ്ദങ്ങളും മറ്റും ഉണ്ടാക്കിയിരുന്നു. അവർ എല്ലാം സ്ഥലം വിട്ട ശേഷം അംബി പിള്ള തന്റെ മീൻകൊട്ടയുമായി കുറ്റിക്കാടുവഴി റോഡിൽ കയറിപ്പോയി. അടുത്ത ദിവസം രാവിലെ കുടുംബക്കാരണവരെ രഹസ്യമായി വിവരം ധരിപ്പിച്ചു. കാരണവർ ഈ വിവരം ഇൻസ്പെക്ടർ രാമമേനോന് ഇരുചെവി അറിയാതെ വിവരം കൊടുത്തു.

നാലഞ്ചു ദിവസം കഴിഞ്ഞ് ഒരു അർദ്ധരാത്രിക്ക് കുളത്തിൽനിന്ന് ഒരു പാട് നിലവിളിയും ബഹളവും ഉണ്ടായപ്പോൾ നാട്ടുകാർ ടോർച്ചുകളും ചൂട്ടുകളും മറ്റുമായി ധൈര്യം സംഭരിച്ചു കുളക്കടവിൽ ചെന്നപ്പോൾ അവിടെ കണ്ടത് രാമമേനോൻ, എട്ടു പത്തു പോലീസുകാരോടു കൂടി മൂന്നുനാലു മദ്യപാനികളെയും ഒരു വേശ്യാസ്ത്രീയേയും തല്ലിച്ചതക്കുന്നതായിരുന്നു. അതിനുശേഷം കുളത്തിൽനിന്നും രാത്രി ഒച്ചയും ബഹളവും ഒന്നും ഉണ്ടായിട്ടില്ല എന്ന് അംബി പിള്ളയും കുളത്തിനരികിൽ താമസിച്ചിരുന്നവരും പറയുന്നു. എച്ചു അമ്മയേയും മറ്റു പഴങ്കഥക്കാരെയും കുറച്ചുകാലത്തേക്കു പുറത്തു കണ്ടിരുന്നില്ല എന്നും കേട്ടിരുന്നു.

പക്ഷേ, ഒരു അഞ്ചു വയസ്സുകാരൻ കുട്ടിക്കു മാത്രം നിരാശ ആയിരുന്നു. കാരണവന്മാർക്കുള്ള ഭക്ഷണവസ്തുക്കൾ എല്ലാം കുളത്തിലെ ഏട്ടകളും കണമ്പുകളും കരിപ്പിടികളും വരാലുകളും തിന്നുതീർത്തിട്ടുണ്ടാവുമല്ലോ എന്നായിരുന്നു അവന്റെ സങ്കടം!! ■

പഠിപ്പിക്കാത്ത മാഷ്

കൂടയൂരിൽ പോകുമ്പോഴെല്ലാം ചില ചിട്ടകൾ ആചരിക്കാറുണ്ട്. ആ ചിട്ടകൾ ചുരുക്കി ഏതാണ്ടൊക്കെ ഇങ്ങനെ പറയാം: ആദ്യമായി, കൂടയൂരിലെ ഇപ്പോഴത്തെ ബ്രാഹ്മണ പുരോഹിതനെക്കൊണ്ട് ഒമ്പത് നൂലുകൾ ചേർത്ത, ഒരു പുത്തൻ 'പൂണൂൽ' സമ്പാദിക്കുക. (കോളേജിൽ പഠിക്കുന്ന കാലം മുതൽക്കേ, സാഹചര്യങ്ങൾ നിർബന്ധിച്ചാൽ മാത്രമേ അതു ധരിക്കാറ് പതിവുള്ളൂ) രണ്ടാമതായി, ചെന്ന അന്നുതന്നെ വൈകീട്ട്, പുത്തൻ പൂണൂലും മുണ്ടും മേൽമുണ്ടും മറ്റും ധരിച്ച്, ഭഗവതിയുടെ അമ്പലത്തിൽ ചുറ്റുവിളക്കും പുഷ്പാഞ്ജലിയും കഴിച്ചു തൊഴുക. അടുത്ത ദിവസം അതിരാവിലെ കുളിച്ചു ശുദ്ധമായി മേല്പറഞ്ഞ വേഷവിധാനങ്ങളും മറ്റുമായി വലിയ അമ്പലത്തിൽ തൊഴുത്, അർച്ചനകൾ കഴിച്ച്, പ്രദക്ഷിണ വഴിയിലൂടെ മൂന്നു പ്രദക്ഷിണം വയ്ക്കൽ. (സീനിയർ സിറ്റിസൺ ആയ ശേഷം ഈയിടെ പ്രദക്ഷിണത്തിന്റെ എണ്ണം മൂന്നിൽ നിന്നും ഒന്നായി കുറച്ചിരിക്കുന്നു.) അതിനുശേഷമുള്ള ദിവസം മുഴുവൻ കൂടയൂരിലെ പഠിപ്പിച്ച മാഷന്മാരെയും കൂടെ പഠിച്ചവരും അല്ലാത്തവരും ആയ ചങ്ങാതികളെയും കണ്ട് സംസാരിക്കുക. പിന്നെ രാത്രി പഴയ സുഹൃത്ത് റിട്ടയേർഡ് വ്യോമസേനാ മേധാവിയുടെ കൂടെയോ പഴയ ക്ലാസ്മേറ്റ് കണ്ണുഡോക്ടറുടെ കൂടെയോ പഴയ കഥകളും പറഞ്ഞ് ചിരിച്ചു രസിച്ച് ഒരു തകർപ്പൻ ഊണ്. അടുത്ത ദിവസം രാവിലെ ജോസിന്റെ ഹോട്ടലിൽനിന്നും നാടൻ പുട്ടും കടലയും കൂടയൂർ സ്പെഷൽ ചായയും കഴിച്ച് പുളിക്കൻ പോളിന്റെ കാറിൽ തൃശ്ശൂരിൽ ചെന്ന് വിദ്യാവൃദ്ധനും വയോവൃദ്ധനുമായ ഗുരുനാഥൻ ക്രിസ്ത്യൻ പുരോഹിതനെ കണ്ട് അനുഗ്രഹം വാങ്ങിക്കൽ. ഇവയാണ് കൂടയൂർ യാത്രയിലെ പൊതുവെയുള്ള അജണ്ട.

പക്ഷേ, ഇതൊന്നും കൂടാതെ ഒരു പ്രധാനപ്പെട്ട പരിപാടി കൂടിയുണ്ട്. അതിനു കൃത്യം ദിവസമോ സമയമോ ഇല്ല. കാരണം അത് (പഴയ സിനിമാ നോട്ടീസില് പറയുന്ന പോലെ) മാനേജരുടെ യുക്തംപോലെ 'അഡ്ജസ്റ്റു' ചെയ്യുന്നതായിരിക്കും. അതിനു ധാരാളം സമയം വേണം. മനസ്സിന് ഒരു വിദ്യാർത്ഥിയുടെ ശ്രദ്ധയും ഏകാഗ്രതയും വേണം. അതാണ് എന്നെ പഠിപ്പിക്കാത്ത പക്ഷേ, ഞാൻ വളരെയധികം പഠിക്കാൻ കാരണഭൂതനായ മേനോൻ മാഷെ കാണുക എന്ന ചടങ്ങ്.

മേനോൻ മാഷ് എന്നെ ഒരു ക്ലാസ്സിലും പഠിപ്പിച്ചിട്ടില്ല. മാഷ് പഠിപ്പിച്ചിരുന്ന സ്കൂളിലും അല്ല ഞാൻ പഠിച്ചത്. എങ്കിലും അദ്ദേഹം എന്റെ ഗുരുവും ഞാൻ അദ്ദേഹത്തിന്റെ ശിഷ്യനും - ഏതാണ്ട്, ഒരു ഏകലവ്യനെ പോലെ - ആണ്. പക്ഷേ, ദ്രോണാചാര്യന്റെ കുതന്ത്രങ്ങൾ ഒന്നും അറിയാത്ത പാവം മാഷ് ഒരിക്കലും എന്റെ തള്ളവിരലോ മറ്റേതെങ്കിലും വിരലോ ഒന്നും ആവശ്യപ്പെട്ടിട്ടില്ല. (ഇപ്പോഴും എന്റെ കയ്യിലെ വിരലുകൾ എല്ലാം സുരക്ഷിതമാണ്.) എന്നു മാത്രമല്ല, മാഷ് ശരിക്കും പഠിപ്പിച്ച ശിഷ്യന്മാർക്ക് ഒപ്പം സ്നേഹിക്കുകയും വളരാൻ ഒരുപാട് സഹായിക്കുകയും ചെയ്തിട്ടുണ്ട്.

“അറിയില്ലേ? അപ്പൻ - മഠത്തിലെ കുട്ടിയാ. മലയാളം പഠിച്ചിട്ടില്ല. പക്ഷേ, നന്നായിട്ട് എഴുതും. ധാരാളം വായിക്കും...” ഇങ്ങനെയാണ് മാഷുടെ പരിചയപ്പെടുത്തൽ.

ഞങ്ങൾ രണ്ടുപേരുടെയും കുടുംബങ്ങൾ എത്രയോ വർഷങ്ങളായി കുടയൂരിൽ തന്നെയായിരുന്നു. പക്ഷേ, എന്റെ കുട്ടിക്കാലത്ത് മാഷെ കണ്ടതായി ഓർക്കുന്നില്ല - കാരണം എനിക്ക് മൂന്നുനാല് വയസ്സുള്ളപ്പോളായിരുന്നു ഞങ്ങൾ കുടയൂർക്ക് തിരിച്ചുവന്നതും മാഷ് പഠിപ്പിക്കാത്ത സ്കൂളിൽ പഠിത്തം തുടങ്ങിയതും.

അമ്പലത്തിനടുത്തായി ഒരു തുറന്ന സ്ഥലം ഉണ്ട്. നാട്ടുകാർ അതിനെ ‘പാർക്ക്’ എന്നാണു വിളിക്കാറ്. ഒരു പാർക്കിന്റെ ഒരു സംവിധാനവും ഇല്ലാത്ത ഒരു തുറന്ന പുല്ത്തകിടി. പക്ഷേ, അതിനു ചുറ്റുമായി, കോൺക്രീറ്റിന്റെ ഒരു അരമതിലും പടിഞ്ഞാറുവശത്ത് അകത്തേക്കു കടക്കാൻ ഒരു തുറന്ന വഴിയുമുണ്ട്. ആ പ്രദേശത്തുകാർ അവിടെ വലിയൊരു ബാഡ്മിന്റൻ കോർട്ട് ഇട്ടിട്ടുണ്ടായിരുന്നു. അവിടെ പരിചയക്കാരായ രണ്ടു മൂന്നു മാഷന്മാർ എന്നും ബാഡ്മിന്റൻ കഴിക്കും. അതിൽ ഒരാൾ എന്റെ അയൽപക്കക്കാരനായിരുന്നു. അതിനടുത്ത് അരമതിലിൽ, കയ്യിൽ കുറച്ചു പുസ്തകങ്ങളുമായി, എന്നും ഉണ്ടാവും മേനോൻ മാഷ്. ഒന്നുരണ്ടു പേരും അടുത്തുണ്ടാവും സംസാരിച്ചിരിക്കാൻ. മലയാളഭാഷയും സാഹിത്യവും ആയിരിക്കും മിക്കവാറും ചർച്ചാവിഷയം.

അടുത്തുള്ള ലൈബ്രറിയിൽനിന്നും പുസ്തകം എടുത്തുകൊണ്ട് വരുമ്പോൾ കൗതുകത്തോടെ അവരുടെ സംസാരം ശ്രദ്ധിക്കാറുണ്ടായിരുന്നു. കൂട്ടുകാരൻ രവിയാണ് പറഞ്ഞു തന്നത്, “അറിയോ ആളെ? മേനോൻ മാഷാ; നായർ സമാജം സ്കൂളിലെ പഴയ മാഷാ. കുട്ടികൾക്കുവേണ്ടി ധാരാളം കഥ പറയൂത്രേ മാഷ്. കുട്ടികൾക്കുവേണ്ടി കഥാപുസ്തകങ്ങളും എഴുതൂത്രേ. അടുത്തുചെന്ന് കാണണോ?” എനിക്ക് ആഗ്രഹം ഉണ്ടായിരുന്നു. പക്ഷേ, എല്ലാ മാഷന്മാരെയും പേടി ആയിരുന്നു അന്ന്. അതുകൊണ്ട് അടുത്തുപോയില്ല.

ആയിടയ്ക്ക്, ആ ഭാഗത്ത് താമസിച്ചിരുന്ന മുത്തച്ഛന്റെ സുഹൃത്തായ തമ്പുരാന്റെ വീട്ടിൽ ചെന്നിരുന്നപ്പോൾ, അവിടുത്തെ വേണുവിനോട്

ചോദിച്ചറിഞ്ഞു മാഷേപ്പറ്റി. വേണു, മാഷടെ സ്കൂളിൽ ആയിരുന്നു പഠിപ്പിച്ചിരുന്നത്. "മാഷ് പാവാണൂട്ടോ. നല്ല മാഷാ. കുട്ട്യോളെ അടിക്കെ ഇല്ല്യാ" വേണുവാണ് പറഞ്ഞത്. എത്ര കഥ പറയുന്നോ? മാഷ്ടെ കഥ കേക്കാൻ എന്ത് രസാന്നോ? അപ്പന് ഞങ്ങടെ സ്കൂളിലേക്കു വന്നൂടെ? എന്ന് പല പ്രാവശ്യം ചോദിച്ചിട്ടുണ്ട് വേണു.

എനിക്ക് ആ നല്ല മാഷുടെ കഥ കേൾക്കണം എന്നുണ്ടായിരുന്നു. പക്ഷേ, സ്കൂൾ മാറാൻ ഇഷ്ടമില്ലായിരുന്നു. കൊച്ചി മഹാരാജാവ് ആദ്യമായി ഉണ്ടാക്കിയ പതിനഞ്ചു സ്കൂളുകളിൽ ഒന്നായിരുന്നു എന്റെ കുടയൂർ ഹൈസ്കൂൾ. കൊലക്കൊമ്പന്മാർ ആയിരുന്ന ഹെഡ്മാഷന്മാരുണ്ടായിരുന്ന സ്കൂൾ.... കുടുംബത്തിലെ കാരണവന്മാരെല്ലാം പഠിച്ച സ്കൂൾ. അതു വിട്ടുപോകാൻ സങ്കടമായിരുന്നു. പിന്നെയാണ് അറിയുന്നത്, നായർ സമാജം സ്കൂളിലെ എല്ലാ മാഷന്മാരും എന്റെ കുടയൂർ ഹൈസ്കൂളിൽ നിന്നും പഠിച്ച് പാസ്സായവർ ആയിരുന്നു എന്ന്. മേനോൻ മാഷും അങ്ങനെ തന്നെ ആയിരുന്നു. അദ്ദേഹം അമ്മാമന്റെ ക്ലാസ്മേറ്റായിരുന്നുവത്രെ. ഇതെല്ലാം അറിഞ്ഞപ്പോൾ എന്റെ ഭയം സ്വല്പം കുറഞ്ഞു. മാഷേ അടുത്തറിയാനും മാഷുടെ സംസാരം എന്തിനെക്കുറിച്ചാണ് എന്നറിയാനും ആഗ്രഹം തോന്നി. ഞാനും രവിയും പാർക്കിന്റെ അരമതിലിന്നരികിൽ നിന്നുകൊണ്ട് ബാഡ്മിന്റൻ കാണുന്ന മട്ടിൽ മാഷെ ശ്രദ്ധിക്കാൻ തുടങ്ങി. പക്ഷേ, മാഷ് ഞങ്ങളെ ശ്രദ്ധിച്ചിരുന്ന വിവരം ഞങ്ങൾ അറിഞ്ഞിരുന്നില്ല. "ഇങ്ങട് കേറി ഇരുന്നോള്, കുട്ട്യോളെ; ദിവസോം നിന്ന് കാലു കഴക്കണ്ടാ" എന്ന് ഒരു ദിവസം മാഷ് പറഞ്ഞപ്പോഴാണ് ഞങ്ങൾ അതു മനസ്സിലാക്കിയത്.

പിന്നെ ദിവസവും മാഷന്മാരുടെ ചർച്ചകൾ സശ്രദ്ധം കേട്ടു തുടങ്ങി. അങ്ങനെയാണ് മേനോൻ മാഷുമായി അടുത്തത്. കാലക്രമത്തിൽ മലയാള ഭാഷയെക്കുറിച്ചും സാഹിത്യത്തെക്കുറിച്ചും ഒക്കെ മാഷിൽനിന്നാണ് മനസ്സിലാക്കിയത്. അടുത്തറിഞ്ഞപ്പോളാണ് മനസ്സിലായത്, മാഷ് കുടയൂരിന്റെ ചരിത്രകാരനും കൂടിയായിരുന്നു എന്ന്. കുടയൂരിന്റെ പഴമയെക്കുറിച്ചും പല പഴയ സംഭവങ്ങളെക്കുറിച്ചും പഴയ ആളുകളെക്കുറിച്ചും മാഷിൽനിന്നും അറിഞ്ഞത് എത്രയോ വിവരങ്ങൾ - കഥകളും ഐതിഹ്യങ്ങളും ചരിത്രങ്ങളും മറ്റുമായി.

മാഷ് ആണ് എപ്പോഴും എന്റെ 'റിസോർസ്സു പെഴ്സൺ' (Resource Person)... കുടയൂരിനെക്കുറിച്ച് എഴുതാനുള്ള വലിയ ഒരു പ്രചോദനവും. ഒരുപക്ഷേ, മാഷെ കണ്ടുമുട്ടിയിരുന്നില്ലെങ്കിൽ, കുടയൂരിനെപ്പറ്റി ഒന്നും എഴുതുകയും ഇല്ലായിരുന്നു. ■

ആനക്കഥ

കുടയൂരിലെ അമ്പലം വളരെ പ്രസിദ്ധമാണ്. ജൈന ശില്പങ്ങൾ നിറഞ്ഞുനിന്നിരുന്ന സംഗമ തീർത്ഥങ്കരന്റെ പുണ്യഭൂമി. ആര്യന്മാർ ഇവിടെ വന്നതോടെ ഹൈന്ദവ കേന്ദ്രവുമായി. ഇവിടെ അവർ ചതുർബാഹുവായ തേവരെ പ്രതിഷ്ഠിച്ചു. ശ്രീരാമന്റെ പാദുകവും ആയി തപസ്സു ചെയ്യുന്ന തേവരുടെ പുണ്യഭൂമി എന്നും വിളിച്ചു. മഹാ തപസ്സിനു ഭംഗം വരാതിരിക്കാൻ അദ്ദേഹം ഇരുന്ന സ്ഥലത്തുണ്ടായിരുന്ന ഒരു ആൽമരം വലിയ ഒരു കുടയായി മഴയിൽനിന്നും മഞ്ഞിൽനിന്നും വെയിലിൽനിന്നും അദ്ദേഹത്തെ സംരക്ഷിച്ചു എന്നുമാണ് കുടയൂർ അമ്പലത്തിലെ ഐതിഹ്യം.

വളരെ പ്രസിദ്ധരായ ആനകൾ ഉണ്ടായിരുന്നുവത്രേ ഒരു കാലത്ത് ഈ അമ്പലത്തിൽ. കുടയൂരിലെ ആനകളെക്കുറിച്ച് ചിന്തിക്കുമ്പോൾ, ആദ്യം മനസ്സിൽ കയറിവരുന്നത് വലിയ രവിയുടെ ചിത്രം ആണ്. ഗോപുരത്തിന്റെ മുകൾത്തട്ടു വരെ പൊക്കം ഉണ്ടായിരുന്ന ഒരു ഉഗ്രൻ 'കൊമ്പൻ' ആന. ഞാൻ കണ്ടിട്ടില്ല.

ഞാൻ നന്നേ കുട്ടിയായിരുന്നപ്പോൾ അവിടെ ഉണ്ടായിരുന്നുവത്രേ. കിഴക്കേ വളപ്പിലെ മാഷ് പറഞ്ഞാണ് വലിയ രവിയെക്കുറിച്ച് അറിയുന്നതുതന്നെ. അവൻ കൂത്തമ്പലത്തിന്റെ മേൽക്കൂരയിൽ കൊമ്പുകൊണ്ട് കുത്തി ഉണ്ടാക്കിയ രണ്ടു ദ്വാരങ്ങൾ കുട്ടിക്കാലത്ത് കാണിച്ചുതരുമായിരുന്നു കാരണവന്മാർ.

അതിനുശേഷം ഒരുപാടു പേരെ - സ്വന്തം പാപ്പാൻ കുഞ്ഞൻ സഹിതം - കൊന്ന കവളപ്പാറ കൊമ്പൻ ആയിരുന്നുവത്രേ ഇവിടെ. അവനെക്കുറിച്ച് ചെറിയ ഒരു ഓർമ്മ മാത്രമേ ഉള്ളൂ. തിരുവഞ്ചിക്കുളത്ത് ശിവരാത്രിക്ക് എഴുന്നള്ളിച്ചപ്പോൾ അവൻ പെട്ടെന്ന് മട്ടു മാറ്റി പാപ്പൻ കുഞ്ഞൻ അടക്കം മൂന്നുപേരെ കൊന്നു, ഒരുപാട് വാഴ-തെങ്ങിൻതോട്ടങ്ങൾ നശിപ്പിച്ചു. കുഞ്ഞനെ കൊന്ന സങ്കടത്തിൽ കരൂപ്പടന്ന കടവിൽ ചെന്ന് മുങ്ങി കിടന്നുവത്രേ ഇവൻ കുറച്ചു ദിവസം. പിന്നെ അവന്റെ ശല്യം സഹിക്കാതെ, അവനെ കുടയൂർ അമ്പലത്തിലേക്കു കൊടുത്തുവത്രേ ഉടമസ്ഥർ ആയ കവളപ്പാറ തറവാട്ടുകാർ. ചെറുമുക്ക് അമ്പലത്തിന്റെ തെക്കുഭാഗത്ത് ഒരു 'കൊക്കരിണി'യുടെ (മഴക്കാലത്ത് മാത്രം വെള്ളം കെട്ടിനിൽക്കുന്ന

ചെറിയ കുളം) അരികിൽ ആണത്രേ അവനെ കെട്ടിയിരുന്നത്. അവൻ ചെരിഞ്ഞപ്പോൾ വെള്ളം വറ്റിപ്പോയ കൊക്കരിണിയിൽ തന്നെ ദഹിപ്പിച്ചു എന്നും കേട്ടിട്ടുണ്ട്.

പിന്നെ കുറേ കാലം ആനകൾ ഉണ്ടായിരുന്നില്ല കുടയൂർ അമ്പലത്തിൽ. ഇടയ്ക്കും തലക്കും ഓരോ ആനകൾ വന്നും പോയുമിരുന്നു. അല്ലാതെ സ്ഥിരമായ ഒരാന ഉണ്ടായിരുന്നില്ല ഇവിടെ. മാണിക്കൻ, കുട്ടി മാണിക്കൻ തുടങ്ങിയ ചില ആനകൾ അധികകാലം നിന്നില്ല. “ഇവടെ ആന വാഴില്ല, കുട്ടീ” - പണ്ട് ആരോ പറഞ്ഞത് ഓർമ്മ വന്നു. “തേവര് സന്ന്യസിച്ചിരിക്കുമ്പോ, ഉത്സവവും ആട്ടും പാട്ടും കൂത്തും ശീവേലിയും മറ്റും പാടുണ്ടോ?”, അയാൾ ചോദിച്ചു.

“ആവോ”, ഇത്തരം കാര്യങ്ങളിൽ തികച്ചും അജ്ഞാനിയായ ഞാൻ പറഞ്ഞു. പക്ഷേ, മനസ്സിൽ ചിലപ്പോൾ എനിക്കും തോന്നാറുണ്ട്. തുളസിമാലയും താമരമാലയും ചന്ദനവും അല്ലാതെ ഒന്നും ചൂടാത്ത തേവർക്ക് ഉത്സവങ്ങൾ ഒന്നും ഇഷ്ടം ഇല്ലായിരിക്കും... അതുകൊണ്ടാണോ ആന ഇവിടെ വാഴാത്തത് എന്ന്.

എങ്കിലും കുടയൂർക്കാർ പത്തു ദിവസം നീണ്ടുനിൽക്കുന്ന ഉത്സവം കൊണ്ടുപിടിച്ചു നടത്തുന്നു. രാവിലെ ഒമ്പതു മുതൽ ഉച്ചയ്ക്ക് ഒരു മണി വരെ മുപ്പത്തിരണ്ട് ആനകളെ അണിയിച്ച് ഒരുക്കി വർണ്ണശഭളമായ ഉത്സവം. വൈകീട്ട് ഓട്ടംതുള്ളൽ, സന്ധ്യക്ക് പാഠകം ചൊല്ലൽ, കുറത്തിആട്ടം, പാട്ടു കച്ചേരി, പിന്നെ വിളക്കു എന്ന ആനകളുടെ ശീവേലി കഴിഞ്ഞാൽ പുലരും വരെ കഥകളി.

ഈ തിരക്കും ബഹളവും എല്ലാം തേവർക്കു പത്തു ദിവസത്തേക്കു സഹിച്ചേ പറ്റൂ. ആനകൾക്കും! അവർക്കു പ്രതിഷേധിക്കാൻ യൂണിയനും മറ്റു സംഘടനകളും ഇല്ലല്ലോ; കൂടാതെ നാട്ടുകാരുടെ ആവശ്യവും അതാണല്ലോ.

വിദേശത്ത് സ്ഥിരതാമസം ആക്കിയ ഒരു പണക്കാരന് ആനയില്ലാത്ത ഈ അമ്പലത്തെക്കുറിച്ച് വലിയ സങ്കടം ആയിരുന്നു. അയാൾ തനിക്കു വേണ്ടി മൂന്ന് ആനകളെ വാങ്ങി. രണ്ടെണ്ണത്തെ പുതുക്കിപ്പണിഞ്ഞ തന്റെ കൊട്ടാരംപോലത്തെ ബംഗ്ലാവിൽ നിർത്തി. ഏറ്റവും ചെറുതായ മൂന്നാമനെ അമ്പലത്തിൽ നടയിരുത്തി. കുടയൂർക്കാർ അഭിമാനിച്ചു, പൂർണ്ണകുംഭം നൽകി സ്വീകരിച്ചു - ആനയേയും ഉടമസ്ഥനെയും.

ഇതിന്നിടയിൽ പച്ച പട്ടുടുത്ത കുടയൂർ മാറിക്കൊണ്ടിരുന്നത് ആരും ശ്രദ്ധിച്ചില്ല. പാടശേഖരങ്ങൾ ഏക്കർകണക്കിൽ വില്ലകളും ബംഗ്ലാവുകളും ആയി. കെട്ടിടം വെയ്ക്കാൻ മണ്ണിനും വെട്ടുകല്ലിനും വേണ്ടി കുന്നുകളെല്ലാം ഇടിച്ചു കളഞ്ഞ് തരിശുഭൂമിയാക്കി. ഹോട്ടലുകളും മാളുകളും ഉണ്ടാക്കാൻ സ്ഥലം ഉണ്ടാക്കി. കുളങ്ങളും കൊച്ചുകായലുകളും മറ്റും ഉണങ്ങി വരണ്ടു. കിണറുകളിൽ വെള്ളം വറ്റിത്തുടങ്ങി. മഴ പെയ്താൽ മാത്രം വെള്ളം കിട്ടും എന്ന സ്ഥിതിയായി.

വടക്കൻ അതിർത്തിയിലെ പുഴയിൽനിന്നും വെള്ളം പമ്പുചെയ്ത് കഴിച്ചുകൂട്ടി കുറെക്കാലം. പുഴ വറ്റിയപ്പോൾ ഭൂമി കുഴിച്ചു തുടങ്ങി. ആന കൾക്ക് കുളിക്കാനും കുടിക്കാനും വെള്ളമില്ല. മനുഷ്യനു കുടിക്കാൻ വെള്ളം ഉണ്ടായിട്ടു വേണ്ടേ ആനയ്ക്ക് കുടിക്കാൻ? എങ്കിലും ഉത്സവങ്ങളും ആഘോഷങ്ങളും തുടർന്നു.

ഉത്സവ പറമ്പിൽ ചൂടും സഹിച്ചുനിന്നിരുന്ന ആനകൾ ക്ഷമകെട്ട് വിരണ്ടോടാൻ തുടങ്ങി. ഈ ഓട്ടത്തിൽ ഒരുപാട് മനുഷ്യർക്ക് ജീവഹാനി സംഭവിച്ചു. എല്ലാ ഉത്സവത്തിലും ഇതെല്ലാം നിത്യസംഭവങ്ങളായി. ഉത്സവം ഒന്നുക്ക് പത്തിരുപതു പേരെങ്കിലും ആന കുത്തി/ചവുട്ടി മരിക്കൽ ഒരു സാധാരണ സംഭവം ആയി. പണക്കാരൻ സംഭാവന കൊടുത്ത ആനയെ സംരക്ഷിക്കാൻ പച്ച പട്ടകളും വെള്ളവും എന്തിന് ഒരു തണൽ പോലും ഇല്ലായിരുന്നു കുടയൂരിൽ. തോന്നിയേടത്ത് അവർ ആനയെ കെട്ടിയിട്ടു. കെട്ടിയ സ്ഥലത്തെല്ലാം അവൻ നാശനഷ്ടങ്ങളും ആപത്തുകളും വരുത്തി വച്ചു. നാട്ടുകാർക്ക് ഇപ്പോൾ അവനെ വേണ്ട.

വടിയും കുത്തി നടന്നിരുന്ന പഴയ കാർന്നവർക്ക് പകരം പുതിയ കാരണവന്മാർ ഇപ്പോൾ പഴയ വാക്കുകൾ ആവർത്തിച്ചു: "തേവർക്ക് ഈ ഒച്ചയും ബഹളവും ഒന്നും പിടിക്കുന്നില്ലായിരിക്കും. അതന്നെയാ ഈ ആപത്തുകളും നാശങ്ങളും ഉണ്ടായികൊണ്ടിരിക്കുന്നത്." ചിട്ടയും നിയമ ങ്ങളും അനുസരിക്കാത്ത കാരണവന്മാർ പറഞ്ഞാൽ ഇനി ആരു കേൾക്കാൻ?

■

അവറാൻ

കുടയൂരിലെ ഒരു പുരാതന നസ്രാണി കുടുംബത്തിലെ അവറാൻ, കുട്ടിക്കാലം മുതൽക്ക് അപ്പന്റെയും അമ്മയുടെയും വാത്സല്യഭാജനമായിരുന്നു. കൂടെ പഠിച്ചവർ പത്തു ക്ലാസ്സും കഴിഞ്ഞ് കോളേജിൽ ഡിഗ്രിക്ക് ഒന്നോ രണ്ടോ വർഷങ്ങൾക്കു പഠിക്കുമ്പോഴും അവറാൻ എട്ടാം തരത്തിന്നടുത്തു കിടന്നു വട്ടംതിരിയുകയായിരുന്നു. ഇംഗ്ലീഷു ഭാഷ കൊന്നാൽ വായിൽ വരില്ല അവറാന്. ഹിന്ദിയും തഥൈവാ. മലയാളത്തിലെ പ്രത്യയങ്ങളും വൃത്തവും അലങ്കാരവും മറ്റും അത്തം ചതുർത്ഥി ആയിരുന്നു അവന്. ശരിക്കു പഠിക്കാത്തതിന് വീട്ടിൽ അപ്പൻ ദിവസവും വഴക്കു പറയുമായിരുന്നു. അവസാനം, അവന്റെ അപ്പൻ പവുലോസു മാപ്പിള പറഞ്ഞു: "ഇവനെ പഠിപ്പിച്ചു, പഠിപ്പിച്ചു, കുടുംബം കൊളം കോരുന്നാ തോന്നണേ." പിന്നീട് കുടുംബത്തിന്റെ കച്ചവടം നടത്താൻ ഏല്പിച്ചു. പഠിത്തം ഇല്ലാതിരുന്നതുകൊണ്ട്, കല്യാണ മാർക്കറ്റിൽ 'സ്ത്രീധനം' വളരെ കുറയുമല്ലോ. കൂടെ പഠിച്ചിരുന്നവർ ഒന്നും രണ്ടും ലക്ഷങ്ങൾ സ്ത്രീധനം വാങ്ങിയാണ് പെണ്ണു കെട്ടിയത്. പക്ഷേ, ഇക്കാര്യത്തിൽ, പഠിത്തം ഇല്ലാത്ത അവരാന്റെ മാർക്കറ്റ് ഡള്ളാണ്.

നാലു മക്കളിൽ ഇതൊന്നു മാത്രമേ ഒരു ആൺതരിയായിട്ട് ഉണ്ടായിരുന്നുള്ളൂ അപ്പൻ-അമ്മമാർക്ക്. പെൺമക്കൾ രണ്ടെണ്ണത്തിനെ അന്തസ്സായി തൃശ്ശൂരും ഒല്ലൂരും കെട്ടിച്ചു കൊടുത്തിരുന്നു. ബാക്കിയുണ്ടായിരുന്ന ഇളയ മകൾക്ക് കുടയൂരിലെ ഒരു പഴയ തറവാട്ടിൽതന്നെ ഒരു പ്രൊഫസ്സറുമായി വിവാഹം ഗംഭീരമായി ഇപ്പോ കഴിഞ്ഞേയുള്ളൂ. "ഈ ചെക്കനൊന്നു നന്നായി കിട്ടിയാ മതിയായിരുന്നു എന്റീശോയേ" എന്ന് പവുലോസു മാപ്പിളയുടെ ഭാര്യ അന്നാമ്മ ചേടത്തി ദിവസവും മുട്ടിപ്പായി പ്രാർത്ഥിക്കാറുണ്ടായിരുന്നു.

പക്ഷേ, എന്തുകൊണ്ടോ മിശിഹാ തമ്പുരാൻ അവറാന്റെ കാര്യത്തിൽ സ്വല്പം അമാന്തത്തിൽ ആയിരുന്നു എന്നു വേണം പറയാൻ. ഉള്ളതു പറയണമല്ലോ, പഠിത്തത്തിൽ എങ്ങനെ ആയിരുന്നാലും കച്ചവടത്തിൽ മിടുക്കനായ അവറാനെ കാണാൻ നല്ല ചന്തം ആയിരുന്നു - അപ്പനേം അമ്മയേം പോലെ തന്നെ. ഈ കുടുംബക്കാർ കുറച്ചു തലമുറകൾക്കു മുമ്പ് ആഢ്യൻ നമ്പൂരിമാർ അയിരുന്നു എന്നും ആ താവഴിയിലെ ഒരു

നമ്പൂരിക്ക് ക്രിസ്തുമതത്തോടു വളരെ താത്പര്യം ഉണ്ടായതുകൊണ്ട് മാർക്കം കൂടി നസ്രാണി മാപ്പിള ആയി എന്നുമാണ് ഈ കുടുംബം അവകാശപ്പെട്ടിരുന്നതും ചരിത്രക്കാർ പറയുന്നതും. (അവരുടെ കുടുംബപ്പേരു തന്നെ പഴയ ഒരു നമ്പൂതിരി ഇല്ലത്തിന്റെ പേരായിരുന്നു).

അതെന്തായാലും, ആ കുടുംബക്കാരെല്ലാം നല്ല നിറവും ഐശ്വര്യമുള്ള മുഖവും ഉള്ളവരായിരുന്നു എന്ന് എല്ലാവരും സമ്മതിക്കും.

“ബ്രഹ്മനോട് രക്തം അല്ലവാ ഇവാ ഒടംബിലെ ഓടറതു” എന്ന് കുടയൂരിലെ സ്വാമിമാർ പോലും സ്വല്പം അഭിമാനത്തോടെയും ബഹുമാനത്തോടെയും ആണ് ഈ കുടുംബത്തെക്കുറിച്ച് പറയാറ്. ഇവരുടെ സ്ഥായിയായ തൊഴിൽ മലഞ്ചരക്ക് കച്ചവടം ആയിരുന്നുവത്രേ.

ഈ പൂർവ്വചരിത്രം കുറച്ചൊക്കെ നമ്മുടെ കഥാപുരുഷനും അറിയാമായിരുന്നു. അതുകൊണ്ട് ഇടയ്ക്കും തലക്കും തന്റെ കൂട്ടുകാരോട് ഈ പഴങ്കഥ വിസ്തരിക്കാറുണ്ട്, അവറാൻ. തന്റെ പ്രസ്താവനകൾക്ക് ഒരു എഫെക്റ്റ് കൊടുക്കാൻ എന്നോണം അവൻ ചിലപ്പോൾ പറയും: “ഞങ്ങ പൂണൂലാ മാറ്റി കൊന്തയാ ഇട്ടു, അത്രെള്ളോ!!”

“ഒരു ബ്രാഹ്മണക്കളൈ ഇരുക്കുഡാ. അന്ത മാപ്പള പുള്ളക്ക്” എന്ന് അന്നത്തെ യാഥാസ്ഥിതികരായ ബ്രാഹ്മണർ പോലും അദ്ഭുതപ്പെടാറുണ്ടായിരുന്നു. ബ്രാഹ്മണൻ ആയിരുന്നെങ്കിൽ അവന്റെ ജാതകം തങ്ങളുടെ പെൺമക്കൾക്കു ചേരുമോ എന്നു നോക്കാമായിരുന്നു എന്ന് ചില അമ്മ്യാർമാര് പറയുമത്രേ!

അവറാനെ ആവശ്യത്തിൽ കുറച്ചധികം ഇഷ്ടപ്പെട്ടിരുന്ന ഒരാളായിരുന്നു സരസ്വതി എന്ന ബ്രാഹ്മണ യുവതി. ഇവൾ അവറാന്റെ അനുജത്തിയുടെ കൂടെ പഠിച്ചവളും സുഹൃത്തും കാണാൻ ചന്തമുള്ളവളുമായിരുന്നു. എന്തിനു പറയുന്നു, കാലക്രമത്തിൽ രണ്ടുപേർക്കും തമ്മിൽ (അവറാന്റെ ഭാഷയിൽ) ‘മുടിഞ്ഞ’ പ്രേമം ആയിത്തീർന്നു. സ്ഥലത്തെ ചുമരെഴുത്തു കലാകാരന്മാരുടെ ഭാവന വിരിഞ്ഞു തുടങ്ങിയതും ഇക്കാലത്തായിരുന്നു. അവരുടെ ഭിത്തി സാഹിത്യത്തിലൂടെ നാട്ടുകാരെല്ലാം ഈ പ്രേമകഥയുടെ പല വെർഷനുകളും വായിച്ചു രസിച്ചു. (അന്ന് ഈമെയിലും ബ്ലോഗുകളും വെബ്സൈറ്റുകളും മറ്റും ഇല്ലാത്ത കാലം ആയിരുന്നു വല്ലോ!!) ബ്രാഹ്മണ സമൂഹത്തിലും കുടയൂർ പാരിഷിന്റെ കൂട്ടായ്മകളും ഈ സംഭവത്തെ വളരെ തുറന്നു സംസാരിച്ചു തുടങ്ങി. ചിലർ കർശനമായി എതിർത്തു. മറ്റു ചിലർ സ്വജാതിയുടെ മാനം നഷ്ടപ്പെടുത്തുമെന്ന് ഭയന്നു. വളരെ ചെറിയ ഒരു ന്യൂനപക്ഷം ഇതിനെ അനുകൂലിച്ചു. പക്ഷേ, അഭിപ്രായം പുറത്തുപറയാൻ ആരും തന്നെ കൂട്ടാക്കിയില്ല.

വളരെ പ്രസിദ്ധനായ ഒരു യുക്തിവാദി ക്രിസ്ത്യാനി മാത്രം ഇതിനെ പരസ്യമായി അനുകൂലിച്ചു. നാലാൾ കൂടുന്ന സ്ഥലങ്ങളിലെല്ലാം അയാൾ അനുകൂലിച്ചു സംസാരിച്ചു. ഇത്രയെല്ലാം ആയിട്ടും ആരും പെണ്ണിന്റെയും ചെക്കന്റെയും മാതാപിതാക്കൾ ഇതിനെക്കുറിച്ച് എന്തു പറയുന്നു എന്ന് ആരാഞ്ഞില്ല.

ഒരു ദിവസം വിഷമത്തോടെ അന്നാമ്മ ചേടത്തി ഭർത്താവിനോടു പറഞ്ഞുവത്രേ: “ഇതെങ്ങാനും പള്ളിക്കാര് അറിഞ്ഞാ മ്മളെ ജാതീന്നു പോറത്താക്കൂട്ടാ. അങ്ങളോട് അവര് ചോദിച്ചാ എന്തൂട്ടാ പറയാ?” “ചോയിക്കട്ടെ, അപ്പൊ ആലോചിക്കാം എന്താ പറയണ്ടെന്ന്” എന്ന് ഒറ്റവാക്കിലാണ് ഭർത്താവ് മറുപടി കൊടുത്തത്. എന്തോ ആലോചിച്ച ശേഷം പിന്നീട് അയാൾ ചോദിച്ചു: “നീയ് ആ അമ്മ്യാർകുട്ടിയെ കണ്ടിട്ടുണ്ടോ ഡീ, അന്നാമ്മേ?” “ഇമ്മിണി പ്രാശ്യം, കണ്ടിട്ടുണ്ട്ട്ടോ. നല്ല അടക്കോം ഒതുക്കോം ഉള്ള പെണ്ണാ. നല്ല പഠിപ്പും വർക്കത്തൂണ്ട്. കാണാനും നല്ല ചന്താ. ഒന്നൂല്ലെങ്കിലും പട്ടത്തികുട്ടി അല്ലെ?” അവര് പറഞ്ഞു. അവുസേപ്പ് കുറെ നേരം ആലോചിച്ചു; പിന്നെ ആരോടെന്നില്ലാതെ ചോദിച്ചു: “മ്മടെ വല്യപ്പച്ചൻ നസ്രാണി ആയിരുന്നോ?” “അല്ലല്ലോ” അന്നാമ്മ ചേടത്തി പറഞ്ഞു. അവുസേപ്പ് പിന്നെ ഒന്നും പറഞ്ഞില്ല.

ഇതിന്നിടയിൽ അവറാനും സരസ്വതിയും കുടയൂരിൽനിന്ന് അപ്രത്യക്ഷരായി. നാട്ടുകാർ പരിഭ്രമിച്ചു. അവുസേപ്പിനോടും സരസ്വതിയുടെ അച്ഛനോടും അന്വേഷിച്ചു. അവർ രണ്ടുപേരും ഒരേ മറുപടി പറഞ്ഞു: “അറിയില്ലാ.”

ആയിടയ്ക്ക് “ഗോമതി” പത്രത്തിൽ ഇങ്ങനെ ഒരു വാർത്ത വന്നുവത്രേ:

“മിശ്രവിവാഹം”: കുടയൂരിലെ ഒരു ബ്രാഹ്മണ യുവതിയായ സരസ്വതി അമ്മാൾ ബി.ഏയും, അവിടത്തെ പൗലോസ് അവറാൻ എന്ന ക്രിസ്ത്യാനി കച്ചവടക്കാരനും തമ്മിലുള്ള വിവാഹം കോയമ്പത്തൂരിലെ രജിസ്റ്റർ കച്ചേരിയിൽ വച്ച് കലക്റ്റർ മിസ്റ്റർ തോംസൺ ധരയുടെയും കുടയൂരിലെ പ്രസിദ്ധ വക്കീൽമാരായ വെങ്കടരാമ അയ്യരുടെയും യുക്തിവാദി വക്കീൽ മുരിങ്ങാപറമ്പൻ ഡേവീസിന്റെയും സാന്നിദ്ധ്യത്തിൽ നടന്നു. തുടർന്നു നടന്ന ചായസൽക്കാരത്തിൽ ബ്രിട്ടീഷ് ശീമയിലെ കോടമ്പത്തൂർ ജില്ലയിലെയും കൊച്ചി രാജ്യത്തിന്റെയും പ്രമുഖ വക്കീൽമാരും ആര്യസമാജക്കാരും മറ്റു പ്രമുഖന്മാരും പങ്കെടുത്തു.” ■

യജ്ഞോപവീതം

ജീവിതത്തിൽ പല പ്രാവശ്യം ഇളിഭ്യൻ ആയിട്ടുണ്ട്. മറ്റുള്ളവരുടെ വിഷമം കണ്ടു സഹായിക്കാൻ ചെല്ലുമ്പോഴായിരുന്നു അധികവും. പല പ്രാവശ്യം ബുദ്ധിമോശം കൊണ്ടും. പക്ഷേ, ഇത്തരം ഒരു അമളി ജീവിതത്തിൽ ആദ്യമായിട്ടായിരുന്നു. അതും കുടയൂരിലെ വലിയ അമ്പലത്തിൽ വച്ച് തേവരുടെ തിരുസന്നിധിയിൽ വച്ച്. ഇനി പറഞ്ഞിട്ട് കാര്യം ഒന്നും ഇല്ല. എങ്കിലും ഓർത്തുപോയി, അതുകൊണ്ട് എഴുതിപ്പോയി, അത്രയേ ഉള്ളൂ.

ധൃതി പിടിച്ചൊരു കുടയൂർ യാത്രയിലാണ് സംഭവിച്ചത്. കൊച്ചിയിൽ ഒരു 'നാഷണൽ സെമിനാറിൽ' സംബന്ധിക്കാൻ പെട്ടെന്നു പോകേണ്ടി വന്നു. അവിടെ ചെന്നപ്പോൾ തോന്നി, ഇത്രടം വരെ വന്നിട്ട് കുടയൂർ അമ്പല ത്തിൽ തൊഴാതെ പോകുന്നതു ശരിയല്ലെന്ന്.

ആതിഥേയൻ ആയിരുന്ന സംസ്ഥാനത്തെ ഒരു സീനിയർ ഉദ്യോഗ സ്ഥൻ കാറും ഡ്രൈവറും എല്ലാം ഏർപ്പാടാക്കി തന്നിട്ടു പറഞ്ഞു: "നാളെ രാവിലെ പോയി വൈകുന്നതിനു മുമ്പ് തിരിച്ചെത്തണം, കേട്ടോ. വൈകീട്ട് ഡിന്നറിനു കാത്തിരിക്കും എല്ലാവരും."

അതിരാവിലെ കുളിച്ച് നല്ല ചേന്ദമംഗലം കൈത്തറി ഡബിൾമുണ്ടും ഷർട്ടും ധരിച്ച് കുടയൂർ അമ്പലത്തേക്കു പുറപ്പെട്ടു. ആ സമയത്ത് കോസ്റ്റൽ ഹൈവേയിൽ തീരെ ട്രാഫിക് ഇല്ലാതിരുന്നതുകൊണ്ട് ഒന്നര മണിക്കൂ റിൽ കുടയൂർ അമ്പലം എത്തി. ഷർട്ടൂരി, ഇടത്തെ കയ്യിൽ തൂക്കിയിട്ട് തിടുക്കത്തിൽ ഗോപുരം കടന്ന് അമ്പലത്തിൽ കേറി. ചുറ്റമ്പലം വലം വച്ച്, വലതു വശത്തെ കല്പ്പടി കേറി, ശ്രീകോവിലിനു തൊട്ടടുത്തു കൈകൂപ്പി നിന്നു.

വല്ല്യ തിരുമേനി അല്ലായിരുന്നു ശാന്തിക്ക്. ഇളയ നമ്പൂതിരി, കൊച്ച നിയൻ തിരുമേനിയാണ് ഇപ്പോൾ ശാന്തി എന്നു മനസ്സിലായി. എന്നേക്കാൾ ഒരു പത്തു വയസ്സോളം മൂപ്പുണ്ടായിരുന്നു കൊച്ചനിയൻ നമ്പൂരിക്ക്.

തിരുമേനി അടുത്തു വന്നപ്പോൾ പ്രസാദത്തിനു കൈകൾ നീട്ടി. എന്റെ മുഖത്തേക്കു കുറച്ചു നേരം തുറിച്ചു നോക്കിയിട്ട് തിരുമേനി പറഞ്ഞു: "പൂണൂൽ ഇട്ടവർ മാത്രമേ തൃപ്പടിയിൽ വന്നു തൊഴാൻ പാടുള്ളൂ. അവർക്കേ ഇവിടെനിന്ന് പ്രസാദം വാങ്ങാൻ പാടുള്ളൂ." തിരുമേനി എന്നെ

മറന്നുപോയിരിക്കും എന്നു വിചാരിച്ചു. എന്നെ പരിചയപ്പെടുത്താൻ ശ്രമിച്ചു കൊണ്ട് 'ഞാൻ' എന്നു പറയുമ്പോഴേക്കും തിരുമേനി പെട്ടെന്ന് പറഞ്ഞു: "അധികം വിസ്തരിക്കണം എന്നില്ല; പ്രദക്ഷിണം വച്ച് പൊയ്ക്കോളൂ. ദാ അവടെ അംബി സാമിടെ കയ്യിൽ ഉണ്ടാവും കുറച്ചു ചന്ദനവും തുളസി പ്പൂവും എല്ലാം. അവടന്ന് വാങ്ങിക്കോളൂ."

അംബിസാമിയുടെ അടുത്തുചെന്ന് കൈകൾ നീട്ടി ചോദിച്ചു: "പ്രസാദം ഇരുക്കാ, മാമാ." എന്റെ മുഖത്തേക്കു സൂക്ഷിച്ചു നോക്കിയ സാമി, ഒരു ഞെട്ടലോടെ ചോദിച്ചു "നീ കുടയൂർ മഠത്തിലെ അപ്പൻ അല്ലവോഡാ? (കുടയൂർ മഠത്തിലെ അപ്പൻ അല്ലേഡാ, നീയ്യ്?) ഞാൻ അതെയെന്നു പറ ഞ്ഞപ്പോൾ ശബ്ദം താഴ്ത്തി പറഞ്ഞു: "നാശമാപ്പൊച്ച്! ഒന് പൂണല് എങ്കേഡാ പോച്ച്? (എല്ലാം നശിപ്പിച്ചു. നിന്റെ പൂണൂല് എവിടെ പോയഡാ?)

അപ്പോഴാണ് എന്റെ ശരീരത്തിൽ പൂണൂൽ ഇല്ലെന്നും അതില്ലാതെ യാണ് ശ്രീകോവിലിലെ ചവിട്ടുപടി കയറി പ്രസാദം ചോദിച്ചതെന്നും മനസ്സി ലാക്കിയത്. കൊച്ചനിയൻ തിരുമേനിയുടെ പെരുമാറ്റത്തിനു കാരണവും ഇപ്പോഴാണ് പിടികിട്ടിയത്. (ബ്രാഹ്മണർക്കു മാത്രമേ അവിടെ കയറി നിന്ന് തൊഴാനും പ്രസാദം വാങ്ങിക്കാനും അധികാരം ഉള്ളൂ). അംബി സാമിയുടെ കയ്യിൽനിന്നും പ്രസാദവും തുളസിപ്പൂവും വാങ്ങി ചുറ്റമ്പലവും പ്രദിക്ഷണം വച്ച്, ഗോപുരവും താണ്ടി പുറത്തു കടന്നു.

കിഴക്കേ നടയ്ക്ക് അടുത്തു താമസിച്ചിരുന്ന ബഹുവൃദ്ധനായ കുടുംബപുരോഹിതനെ സന്ദർശിച്ച് ക്ഷേമാന്വേഷണങ്ങൾ അന്വേഷിച്ചു തിരിച്ച് ഇറങ്ങുന്ന സമയത്ത്, അദ്ദേഹത്തിനോട് അമ്പലത്തിലെ സംഭവ ങ്ങൾ എല്ലാം വിസ്തരിച്ചു പറഞ്ഞു. സമ്പ്രദായങ്ങൾ തെറ്റിച്ചതിൽ ഉണ്ടായ ദുഃഖവും അറിയിച്ചു. ഇക്കാര്യങ്ങളിൽ ചില നിർബന്ധങ്ങൾ എല്ലാം ഉള്ള അദ്ദേഹം പൊട്ടിത്തെറിക്കും എന്നും ചീത്ത പറയും എന്നും പ്രതീക്ഷിച്ചു കൊണ്ടാണ് ഇതെല്ലാം ഏറ്റു പറഞ്ഞത്.

പക്ഷേ, മുത്തച്ഛന്റെ പ്രായമുള്ള പക്വതയുള്ള ആ വൃദ്ധബ്രാഹ്മണൻ വാത്സല്യത്തോടെ തോളിൽ കയ്യിട്ടുകൊണ്ട് വളരെ ശാന്തതയോടെ പറഞ്ഞു: "ദൈവം നമ്മ മനസ്സിലെ താനെഡാ, ഇരുക്കാർ. നമ്മ മനസ്സ് ശുദ്ധമാ ഇരുന്താ, കീഴെയിരുന്തു തൊഴുതാ എന്നാ, ശ്രീകോവിൽ പടി യിലെ എറി തൊഴുതാ എന്നാ? ഒരു വേദത്തിലെയും ഉപനിഷത്തിലെയും അപ്പടി ഒന്നും ശൊല്ലിയിട്ടില്ലയെ. എല്ലാം മനുഷ്യൻ ഉണ്ടാക്കി വച്ച നിയമം താനെ..." (ദൈവം നമ്മുടെ മനസ്സിലല്ലേ ഉള്ളത്. നമ്മുടെ മനസ്സ് ശുദ്ധമാ ണെങ്കിൽ താഴെ നിന്ന് തൊഴുതാല് എന്താ. ശ്രീകോവിൽ പടിയിൽ നിന്ന് തൊഴുതാൽ എന്താ? ഒരു വേദത്തിലും ഉപനിഷത്തിലും അങ്ങനെയൊന്നും പറഞ്ഞിട്ടില്ലാ. എല്ലാം മനുഷ്യൻ ഉണ്ടാക്കിയ നിയമങ്ങൾ അല്ലേ?)

പന്ത്രണ്ടാം വയസ്സിൽ, ജ്ഞാനിയായ ആ മഹാ ബ്രാഹ്മണന്റെ കയ്യിൽനിന്നും യജ്ഞോപവീതം സ്വീകരിച്ച എനിക്ക്, അദ്ദേഹം പഠിപ്പിച്ച ബ്രാഹ്മണ്യത്തിൽ വളരെ അഭിമാനം തോന്നി. ■

ബാർ കൾച്ചർ

കൂടയൂർക്കാരൻ തറവാടി മേനോൻ ഒരുപാടു കാലത്തിനുശേഷമാണ് നാട്ടിൽ ചെല്ലുന്നത്. പഴയ തറവാടും വീടുകളും ബന്ധുക്കളും ഒന്നും ഇപ്പോൾ ഇല്ലാത്തതുകൊണ്ട് കൂടയൂരിലെ പുതുതായി വന്നിട്ടുള്ള മൂന്നുനക്ഷത്ര ഹോട്ടലിൽ ആയിരുന്നു രണ്ടു ദിവസത്തെ താമസം.

ചെന്നതിന്റെ അടുത്ത ദിവസം രാവിലെ തന്നെ കാപ്പി പോലും കുടിക്കാതെ, കുളിച്ചു, കുറിയിട്ട് ശുദ്ധമായി വലിയ അമ്പലത്തിൽ ചെന്ന്, തൊഴുതു പ്രദക്ഷിണം വച്ചു. ഒരു ചിരകാല ആഗ്രഹം സാധിച്ച സന്തോഷത്തോടെ മേനോൻ തിരിച്ച് ഹോട്ടലിലേക്കു പുറപ്പെട്ടപ്പോൾ മണി കൃത്യം ഏഴ്. ഗോപുരത്തിൽ നിന്ന് കുറച്ചു നടന്നപ്പോൾ പുറകെ നിന്നും "സാറെ" എന്ന വിളി കേട്ട് നിന്നു മേനോൻ. പുറകിൽ പാന്റും ഷർട്ടും ധരിച്ച്, സുഗന്ധദ്രവ്യങ്ങളും പൂശി, പൊടിമീശ വച്ച ഒരു ചെറുപ്പക്കാരൻ സൈക്കിളിൽ ഒരു കാൽ നിലത്തു കുത്തി ചന്തത്തിൽ നിൽക്കുന്നു. പഴയ വല്ല പരിചയക്കാരുടെയും കുട്ടി ആയിരിക്കുമോ എന്നു വിചാരിച്ച് പാവം മേനോൻ ചോദിച്ചു: "എന്താ?"

"അടുത്തുള്ള ഏതു ബാറാ ആദ്യം തൊറക്കാ? ഏഴരെടെ ബസ്സിനു പോണ്ടതാ; അതോണ്ടാ?" എന്നായിരുന്നു അയാളുടെ ചോദ്യം.

സംഗമദേവന്റെ പ്രസാദവും ചന്ദനവും തുളസിപ്പൂവും ചൂടി നിന്നിരുന്ന മേനോനു സർവ്വകലികളും ഒന്നിച്ചിളകി. എങ്കിലും സ്വന്തം നാട്ടിൽ വന്ന് അമ്പലമുറ്റത്ത് അലമ്പുണ്ടാക്കണ്ടാ എന്നു കരുതി ശാന്തനായി "അതൊന്നും എനിക്കറിയില്ല കുട്ടി, ഞാൻ ഇവിടത്തുകാരൻ അല്ല" എന്നു മാത്രം പറഞ്ഞൊപ്പിച്ചു. കർത്താവിനെ തള്ളിപ്പറഞ്ഞ തോമാശ്ലീഹായെപ്പോലെ മേനോൻ അറിയാതെയെങ്കിലും സ്വന്തം നാടായ കൂടയൂരിനെ ജീവിതത്തിൽ ആദ്യമായി തള്ളിപ്പറയേണ്ടി വന്നു. അതാണ് ഇപ്പോഴും മേനോന്റെ സ്ഥായിയായ ദുഃഖം. ഇതിനെക്കുറിച്ച് പറയുമ്പോഴെല്ലാം സ്വതവേ ശാന്തനായ മേനോന് അടക്കാനാവാത്ത ക്ഷോഭം വരും; അപ്പോഴെല്ലാം പറയും, "ആ ചെക്കന്റെ ചെപ്പക്കുറ്റിക്ക് ഒന്നു പൊട്ടിക്കാനാ തോന്ന്യേ, അപ്പൻ."

മേനോൻ പറഞ്ഞതിൽ വാസ്തവം ഉണ്ടായിരുന്നു എന്ന് പലരുടെയും അനുഭവത്തിൽനിന്ന് പിന്നീടു മനസ്സിലായി. പല പഴയ കുടയൂർക്കാർക്കും ഇത്തരം അനുഭവങ്ങൾ ഉണ്ടായിട്ടുണ്ടത്രേ!

ഇതെല്ലാം പറയുമ്പോൾ പഴയ കുടയൂർക്കാർ നല്ലവരും മറ്റും ആണെന്ന് ഞാൻ അവകാശപ്പെടുന്നു എന്നു വിചാരിക്കരുത്. അവർക്കും ഉണ്ടായിരുന്നു അവരുടേതായ ചില ബലഹീനതകൾ. അവരിൽ ഒരു വിഭാഗം അന്തസ്സായി മദ്യം ഉപയോഗിക്കുമായിരുന്നു.

പക്ഷേ, അക്കാര്യത്തിലും ചില ചിട്ടകളും സമ്പ്രദായങ്ങളും ഒളിവും മറവും ഒക്കെ ഉണ്ടായിരുന്നു അവർക്ക് എന്നു വേണം പറയാൻ. "തറവാടിത്തമുള്ള മദ്യപാനം" എന്നു വേണമെങ്കിൽ പറയാം. അവരും കഴിക്കുമായിരുന്നു മദ്യം. പക്ഷേ, വൈകുന്നേരം മാത്രം. ഇരുചെവി അറിയാതെ.

ഞങ്ങൾ കുട്ടികൾ ആയിരുന്നപ്പോൾ, പഴയ കുടുംബങ്ങളിലെ തലമൂത്ത കാരണവന്മാർ വൈകീട്ട് പടിഞ്ഞാട്ടു 'നടക്കാൻ' പോകുന്നത് നിത്യസാധാരണം ആയിരുന്നു. നല്ല ഡബിൾ മുണ്ടും മേൽമുണ്ടും കുടയും/വടിയും മറ്റുമായി പോയിരുന്ന ഇവർ കണ്ണിൽ കലക്കവും ഉറയ്ക്കാത്ത കാലുകളും ആയിട്ടായിരുന്നു തിരിച്ചുവരവ്. പക്ഷേ, വളരെ കുലമഹിമയും അന്തസ്സും ഉള്ള കാരണവന്മാർക്ക് വേണ്ടതു സന്ധ്യക്കു മുമ്പ് അവരുടെ പറമ്പിന്റെ പുറകിലത്തെ വഴിയിൽക്കൂടെ അവരുടെ കുളിമുറികളിൽ എത്തിക്കുമായിരുന്നു സ്ഥലത്തെ കോൺട്രാക്ടർ ആയിരുന്ന ഗോപാലൻ. അതുകൊണ്ട്, ഇത്തരം തറവാടുകളിലെ കാരണവന്മാരുടെ കുളിയും തേവാരവും രണ്ടുമൂന്നു മണിക്കൂർ നീണ്ടതായിരിക്കും എന്നും അവർ വീട്ടിൽ തിരിച്ച് എത്തുമ്പോഴേക്കും കുട്ടികൾ എല്ലാം ഊണും കഴിഞ്ഞ് ഉറങ്ങി ഇരിക്കണം എന്നും ആയിരുന്നുവത്രേ നിയമം.

ഒന്നുരണ്ടു കൊല്ലം മുമ്പ് കുടയൂരിലെ പഴയ ഒരു ക്രിസ്ത്യൻ കുടുംബത്തിലെ പൗലോസേട്ടൻ എന്ന കാരണവരുമായി ഒരുപാട് നേരം സംസാരിച്ചിരുന്നപ്പോളാണ് ഇക്കാര്യത്തെ സംബന്ധിച്ച കൂടുതൽ ചില വിവരങ്ങൾ മനസ്സിലായത്.

പിണ്ടിപ്പെരുന്നാൾ ദിവസം ഈ കാരണവരുടെ അപ്പൻ അന്നത്തെ വലിയ കച്ചവടക്കാരൻ തറവാടി ചാക്കപ്പൻ മാപ്പിള ഒരുപാട് പേരെ വീട്ടിലേക്കു ക്ഷണിക്കുമായിരുന്നുവത്രേ. അവരിൽ ഉയർന്ന ജാതിക്കാരായ ബ്രാഹ്മണരെയും സ്ഥാനി നായന്മാരെയും മാത്രം തന്റെ ബംഗ്ലാവിന്റെ രണ്ടാംനിലയിലെ വിശാലമായ മുറിയിൽ ഇരുത്തും. ഇവർക്കു രഹസ്യമായി പല തരത്തിലുള്ള വിദേശമദ്യങ്ങളും അനവധി സോഡയുടെ കുപ്പികളും വറുത്ത കശവുണ്ടി, അച്ചപ്പം, മുറുക്ക് തുടങ്ങിയവയും എത്തിക്കുവാൻ സഹായിക്കാൻ പൗലോസ് ചേട്ടനും കൂടാറുണ്ടത്രേ. പഴയ

കാലത്തെ മറക്കാൻ പറ്റാത്ത ഇത്തരം സൽക്കാരങ്ങളെക്കുറിച്ച് പറഞ്ഞ് പൗലോസേട്ടൻ പറയും: "രണ്ടും മൂന്നും ഗ്ലാസ്സു വീത്തീട്ടും സാമിമാരും നായർ പ്രമാണികളും 'ക-മ'ന്നു മിണ്ടാണ്ട് കരിങ്കല്ല് പോലെ കുത്തി ഇരിക്കും, എന്റെ ഇഷ്ടാ. എന്ത് പിടിയാ അവര് പിടിക്കാ.... ഭയങ്കര കപ്പാസിറ്റി ആയിരുന്നു ആ കാർന്നൊർമാർക്ക്."

അന്തക്കാലത്തെ ഉന്നതകുലത്തിൽപെട്ട വമ്പന്മാരെക്കുറിച്ച് ഇത്തരം ധാരാളം കഥകൾ ഞങ്ങളും കുട്ടിക്കാലത്ത് കേട്ടിരുന്നു. പിന്നീട് പല പ്രാവശ്യം നേരിട്ടു കാണാനും അവസരങ്ങൾ ഉണ്ടായിട്ടുണ്ട്.

കുടയൂർ പഴയ കൊച്ചി രാജ്യത്തിൽപ്പെട്ട ഒരു താലൂക്കിന്റെ തലസ്ഥാനമായിരുന്നു എന്ന് ഇതിനുമുമ്പ് പറഞ്ഞിട്ടുണ്ടല്ലോ. ഈ രാജ്യത്തിന്റെ വടക്ക്-കിഴക്കും കനോലി കനാലിന്റെ പടിഞ്ഞാറു ഭാഗത്തും ബ്രിട്ടീഷ് മലബാർ ആയിരുന്നു. ഈ പ്രദേശങ്ങൾക്കു നടുവിൽ കിടന്നിരുന്ന കൊച്ചി തമ്പുരാന്റെ ഗോശ്രീ സാമ്രാജ്യം, പെരുമ്പടപ്പ് എന്നീ പേരുകളിൽ അറിയപ്പെട്ടിരുന്ന കൊച്ചി രാജ്യത്തെ ചിറ്റൂർ താലൂക്ക് ഒഴികെയുള്ള അഞ്ചു താലൂക്കുകളിലും മദ്യനിരോധനം ഒരിക്കലും ഉണ്ടായിരുന്നില്ല. പ്രത്യുത രാജ്യത്തിന്റെ കാര്യമായ എക്സൈസ് റെവന്യൂ സമ്പാദിച്ചിരുന്നുവത്രേ സർക്കാർ തന്നെ പതിച്ചുകൊടുത്തിട്ടുള്ള കള്ളുഷാപ്പുകളും ചാരായ ഷാപ്പുകളും. ഈ ഷാപ്പുകളുടെ സ്ഥിതിവിവരങ്ങൾ പറയുമ്പോൾ, ഇന്ന വില്ലേജിലെ ഇത്രാം നമ്പർ ഷാപ്പ് എന്നാണത്രേ സർക്കാർ രേഖകൾ സൂചിപ്പിക്കുക (ഇതെല്ലാം കൊണ്ടുതന്നെ ആയിരിക്കും മധ്യകേരളത്തിലെ തൃശ്ശൂർ ജില്ലയിലെ താലൂക്കുകൾ - പ്രത്യേകിച്ച് ഒല്ലൂർ, ചാലക്കുടി, ഇരിഞ്ഞാലക്കുട തുടങ്ങിയ പട്ടണങ്ങൾ - മദ്യപാനത്തിൽ ലോക റെക്കോഡുകൾ ഭേദിക്കുന്നത്!!)

കാരണം എന്തൊക്കെ ആയാലും കുടയൂരിൽ മദ്യപാനം ഒരിക്കലും ഒരു 'റ്റാബു' അല്ലായിരുന്നു. അതിന്റെ സമ്പ്രദായം മാത്രമേ മാറിയിട്ടുള്ളൂ എന്നു കരുതുന്നതിൽ തെറ്റില്ല.

ഏതാണ്ട് അമ്പതു കൊല്ലം മുമ്പ് കുടയൂരിൽ ലീവിൽ ചെന്നിരുന്നപ്പോൾ ഉണ്ടായ ഒരു അനുഭവം ഇപ്പോഴും മറന്നിട്ടില്ല. പ്രാതലും കഴിഞ്ഞ് കുടയൂർ കാണാൻ ഇറങ്ങിയതായിരുന്നു. മെയിൻ റോഡിന്റെ വലത്തുവശത്ത് ഒരു സുന്ദരൻ കൂൾഡ്രിങ്ക് ബാർ വന്നിരിക്കുന്നു.

സ്കൂളിൽ കൂടെ പഠിച്ച ഉറുമീസിന്റെ ആയിരുന്നു. അവിചാരിതമായി എന്നെ കണ്ട ഉറുമീസ് കയ്യോടെ പിടിച്ചുകൊണ്ടു പോയി പുതിയ കടയിലേക്ക്. വളരെ നേരം സംസാരിച്ചിരിക്കെ ഉറുമീസ് അകത്തുപോയി രണ്ടു ഗ്ലാസ് ധാരാളം ഐസിട്ട തണുത്ത നന്നാരി സർവത്ത് കൊണ്ടുവച്ച് പറഞ്ഞു: "ഇപ്പഴത്തെ സീസണ് ബെസ്റ്റ് ആണീട്ടാ..." പഴയ കാല കഥകൾ പറഞ്ഞിരുന്നു, അറിയാതെ സർവ്വത്ത് മുഴുവനും കുടിച്ചു തീർത്തു. പിന്നെ നടന്നത് ഒന്നും ഓർമ്മയില്ലാ. ബോധം തെളിഞ്ഞപ്പോൾ

ഉറുമീസിന്റെ തറവാട്ടിന്റെ ഒന്നാം നിലയിലെ ഒരു കട്ടിലിൽ ആയിരുന്നു. അടുത്ത് ഒരു കസേരയിൽ ഉറുമീസ് ഇരുന്നു പത്രം വായിക്കുന്നു. ഞാൻ ഉണരുന്നത് കണ്ടു ഉറുമീസ് പറഞ്ഞു: "സാരല്ല്യട്ടോ, 'ലണ്ടൻ ജിൻ' ആയിരുന്നു. ബെസ്റ്റ് സാധനാ. നല്ല ചവിട്ടു കിട്ട്യാ? ഇനി ഒന്ന് കുളിച്ചു ഫ്രഷ് ആയി ചോറുണ്ടിട്ട് കാറില് മഠത്തില് കൊണ്ടാക്കി തരാ...."

പിന്നീടൊരിക്കലും കുടയൂരിൽ "കൂൾ ഡ്രിങ്ക്" കഴിച്ചിട്ടില്ല. ■

www.ingramcontent.com/pod-product-compliance
Lightning Source LLC
Chambersburg PA
CBHW031352230926
51848CB00002B/486